थोडंफार अफगाणिस्तान मार्गारिटनं पाहिलं आणि युद्धात धारातीर्थी पडलेल्या मुलाची माता म्हणून वाट्याला आलेल्या अनुभवांमुळे युद्धाविषयी आणि त्याच्या परिणामांविषयी मार्गारेट आता अधिकारवाणीनं लिहू शकते. वैयक्तिक अनुभवांपुरती बंधन न घालता, देशहिताच्या व्यापक दृष्टीनं केलेलं हे लिखाण उल्लेखनीय आहे.

– चार्ल्स मूर

ही कहाणी मन हेलावून टाकणारी आहे, तशीच विचारप्रवर्तकही आहे. अत्यंत काटेकोरपणे पण तपशीलवार वर्णन करताना, एका आईला आपल्या अपत्याविषयी वाटणारं उत्कट प्रेम पानापानावर व्यक्त होताना दिसतं. ब्रिटिश सरकार अफगाणिस्तानात काय करतंय, आपल्या सैनिकांना पुरेशा प्रमाणात रसद पुरवली जाते आहे की नाही, त्यांना वैद्यकीय सुविधा मिळताहेत की नाही, याची खात्री जनतेला करून देण्याची सरकारची जबाबदारी सरकार पार पाडते आहे की नाही, यावर मौलिक भाष्य करणारं हे एक बहुमोल पुस्तक आहे.

– मिक ब्राउन

एका सैनिकाचा मृत्यू

तारुण्यात युद्धभूमीवर वीरमरण पत्करलेल्या मुलाच्या आईची हृद्य कहाणी.

मूळ लेखक
मार्गरिट एव्हिसन

अनुवाद
विनीता जोगळेकर

मेहता पब्लिशिंग हाऊस

Please contact us at **Mehta Publishing House,** 1941, Madiwale Colony, Sadashiv Peth, Pune 411030.

✆ +91 020-24476924 / 24460313

Email : info@mehtapublishinghouse.com
production@mehtapublishinghouse.com
sales@mehtapublishinghouse.com

Website : www.mehtapublishinghouse.com

◆ *या पुस्तकातील लेखकाची मते, घटना, वर्णने ही त्या लेखकाची असून त्याच्याशी प्रकाशक सहमत असतीलच असे नाही.*

DEATH OF A SOLDIER by MARGARET EVISON

Translated into Marathi Language by Vinita Jogalekar

एका सैनिकाचा मृत्यू / अनुवादित सत्यकथा

अनुवाद : विनीता जोगळेकर
९१७/१९ सी, हेमलता,फर्ग्युसन कॉलेज रोड, पुणे – ४११००४

मराठी अनुवादाचे व प्रकाशनाचे हक्क मेहता पब्लिशिंग हाऊस, पुणे.

प्रकाशक : सुनील अनिल मेहता, मेहता पब्लिशिंग हाऊस,
१९४१, सदाशिव पेठ, माडीवाले कॉलनी, पुणे – ४११०३०.

अक्षरजुळणी : स्वाती एंटरप्रायझेस, पुणे- ०९

मुद्रक : पार्कसन्स ग्राफिक्स, १५, शहा इंडस्ट्रिअल इस्टेट,
वीरा देसाई रोड, अंधेरी (प.) मुंबई – ४०० ०५३.

मुखपृष्ठ : चंद्रमोहन कुलकर्णी

प्रथमावृत्ती : मार्च, २०१६

किंमत : ₹ २५०/-

P Book ISBN 9788184986822

एलिझाबेथ हीस...

सहा

पुस्तकाविषयी

१२ मे, २००९ रोजी हेल्मंड परगण्यात गस्त घालताना फर्स्ट बटालियन गार्ड्सच्या लेफ्टनंट मार्क एव्हिसन याच्या खांद्यात गोळी लागून मृत्यू झाला. समवयस्क तरुण अधिकाऱ्यांतला सर्वोत्तम अधिकारी म्हणून मार्कला गौरविण्यात आलं. सैनिकांच्या दफनभूमीत, एकसारख्या दिसणाऱ्या आणि शिस्तीत उभ्या असलेल्या थडग्यांत, मार्कचं थडगंही दृष्टीस पडतं. मार्क जखमी झाला आहे असं कानावर आल्याच्या क्षणापासून ते नंतर त्याचा झालेला मृत्यू, त्यापाठोपाठ त्याला गमावल्याचा अनुभव आणि शेवटी तिला झालेलं मृत्यूचं आकलन, त्या वास्तवाचा तिनं केलेला स्वीकार याविषयी मार्कच्या आईनं- मार्गरिट एव्हिसननं या 'डेथ ऑफ अ सोल्जर' पुस्तकात लिहून ठेवलं आहे. मार्क कसा होता याचं तिनं चित्र रेखाटलंय, त्याचबरोबर मार्कनं लिहिलेल्या रोजनिशीतील त्यांच्या पलटणीच्या कामगिरीचा चित्तथरारक लेखाजोखा याचाही समावेश या पुस्तकात तिनं केला आहे. हे तरुण सैनिक, त्यांच्या कुटुंबीयांकडून केली जाणारी त्यागाची अपेक्षा आणि शासनाची मनोवृत्ती, या विषयांची तिला येत गेलेली जाण तिनं शब्दबद्ध केली आहे.

अनुक्रमणिका

प्रस्तावना / १
उरल्येय ती फक्त शांतता / ३
शोक आणि दफनविधी / १८
मार्क / ३१
सैन्य दल / ५३
मार्कची रोजनिशी / ६५
मार्कच्या मृत्यूचा शोध / ८३
हाजी अलेमची चकमक / १०६
कॉरोनर कोर्टातील चौकशी / १३५
अफगाणिस्तान आणि युद्ध... / १६५
अखेर / १८२
मार्क एव्हिसन संस्था / १९६
लेफ्टनंट मार्क एव्हिसन यांच्या मृत्यूच्या... / २०३
शब्दसूची / २१६

प्रस्तावना

तरुण अधिकाऱ्याचा अकाली मृत्यू किती क्लेशकारक असतो याची आपण कल्पना करू शकतो; दुर्दैवानं काहींना याचा प्रत्यक्ष अनुभव घ्यावा लागतो. आपली परमप्रिय व्यक्ती गमावणं म्हणजे काय, हे फार थोड्यांना ठाऊक असतं. चिरवियोग झालेल्या व्यक्तीविषयी आपल्या मनात प्रेम असतंच; पण तरीही आपण खोलात शिरू इच्छित नाही. या असल्या यातनामय गोष्टींपासून आपण चक्क दूर पळायला बघत असतो.

मार्गरिट एव्हिसनचा, वेल्श गार्ड्समध्ये लेफ्टनंटच्या हुद्द्यावर असलेला मुलगा- मार्क, अफगाणिस्तानात लढताना कामी आला. तिथं काय घडलं याचं वर्णन या पुस्तकात केलंय. अर्थातच या दुर्घटनेविषयीचे विचारही त्या अनुषंगानं यात येतात. त्याला असा मृत्यू का यावा... तो वाचू शकला नसता का... ब्रिटिश सैन्याचं अफगाणिस्तानातलं वास्तव्य निरर्थक होतं का... युद्धाचं समर्थन होऊ शकतं का... या प्रश्नांची उत्तरं अधिकारवाणीनं कोणीच देऊ शकणार नाही; पण हे विचारण्याचं धाडस करताना एका आईच्या भावना काय असू शकतात, ते या पुस्तकातून व्यक्त होतं आणि हेच या पुस्तकाचं मोल आहे. काहीतरी गमावल्याचा धक्का आणि तिच्या दुःखाची तऱ्हा हे पुस्तक दाखवून देतं. तर्काच्या पलीकडे असलेल्या भावना मनात असतानाही तर्कशुद्धपणे केलेलं लेखन, हीच या पुस्तकाची खरी ताकद आहे.

२०१० मध्ये अफगाणिस्तानला भेट देण्यासाठी आम्ही एकत्र प्रवास केला तेव्हाच मला मार्गरिट प्रथम भेटली. मार्क ज्या देशात मृत्युमुखी पडला, त्या देशाविषयी जाणून घेण्याची तिची फार इच्छा होती, असं तिनं सांगितलं. त्या भेटीतील निरीक्षणंही तिनं पुस्तकात नोंदवली आहेत. 'मार्गरिट किती धाडसी आहे,' असं एका क्षणी मला वाटून गेलं. पर्यटकांसाठी अफगाणिस्तान अतिशय दुर्गम आहे; खास करून मार्गरिटसारख्या स्त्रियांसाठी तर हे सहन करण्यापलीकडचंच होतं. जो अवघड अनुभव ती घेत होती त्याची काही संगती लावता येईल का, हे पाहण्याचं धाडस तिनं दाखवलं.

थोडंफार अफगाणिस्तान मार्गारेटनं पाहिलं. युद्धात धारातीर्थी पडलेल्या मुलाची आई म्हणून वाट्याला आलेल्या अनुभवांमुळे युद्धाविषयी आणि त्याच्या परिणामांविषयी मार्गारेट आता अधिकारवाणीनं लिहू शकते. वैयक्तिक अनुभवांपुरती बंधनं न घालता देशहिताच्या व्यापक दृष्टीनं केलेलं हे लिखाण उल्लेखनीय आहे.

आपल्या प्राणप्रिय मुलाचा योग्य तो सन्मान व्हावा आणि त्याला न्याय मिळावा, हीच मार्गारेटची आंतरिक इच्छा होती. त्यात तिला नक्कीच यश आलंय. मी मार्कला कधीच भेटलो नव्हतो; पण पुस्तकातल्या नोंदींतून मार्कचं हुबेहूब चित्र वाचकांच्या पुढे साकार होतं. स्वतःपेक्षा इतरांचाच जास्त विचार करणारा, रुबाबदार धाडसी आणि सर्वसाधारणपणे उत्तम सैनिक जसा संवेदनशील असतो, तसाच असणारा मार्क आज या जगात नाही; पण मार्गारेटनं आपल्या लिखाणातून त्याला पुन्हा जिवंत केलं आहे.

चार्ल्स मूर

ऑक्टोबर, २०१२

उरल्येय ती फक्त शांतता

ही कथा आहे एका प्रवासाची- उत्तुंग पर्वतराजीतून अथवा निळ्याशार सागरातून केलेल्या भीतिदायक प्रवासाची नव्हे- तर ही आहे एकमेकांविषयी वाटणाऱ्या गाढ प्रेमाची सफर! एकमेकांविषयी वाटणाऱ्या कमालीच्या काळजीची आणि सहानुभूतीचीसुद्धा! ती पराकोटीची उंची आणि खोली अनुभवताना आपण स्वसंरक्षणार्थ स्वतःभोवती जी कुंपणं घालून घेतो, त्याचीसुद्धा. जिथं प्रेम असतं तिथं दुःख आणि सोसणंही असतंच; पण मला मात्र हे आत्ता पूर्णपणानं कळतंय.

अतिशय निराश वाटायला लावणारा हा प्रवास, पण आश्चर्यकारक आणि चमत्कारिकदेखील. मीही त्याचा काही भागच सांगू शकत्येय. कारण आज ही जखम उघडी करताना, हे लिहिताना माझ्या मनाचा बांध फुटतोय. हेही खरंय की, वेगळ्याच अनुभवातून आपण जाता असतो तेव्हा तेही आपल्याला सांगावंसं वाटतंच. आपल्या वाट्याला आलेल्या अल्पायुष्यात जो तरुण इतक्या प्रेमादरास पात्र ठरला, त्याचा योग्य सन्मान करावा असंही मला मनापासून वाटतंय. आता ते सगळं संपलंय. त्याच्या थडग्यावर कोरलंय-

'धाडसी, दुसऱ्याविषयी प्रेम बाळगणारा एक उमदा तरुण येथे चिरनिद्रा घेत आहे.'

या किंवा अशा अनेक युद्धांत कामी येणाऱ्यांपैकीच मार्क एक आहे, हे ती सैनिकांची दफनभूमी पाहिल्यावर लक्षात येतं; पण तेव्हा माझ्यासाठी तोच एकमेव मृत्यू होता.

इतर सर्वांप्रमाणेच आपल्या अफगाणिस्तानातल्या सैनिकांची मनापासून काळजी घेणारा, त्यांच्यासाठी सर्वस्व पणाला लावणारा, अशीच त्याची ओळख होती. त्याच्या बालपणाची, त्याला घडवण्याची, लाड करण्याची, यथावकाश जबाबदारीची जाणीव करून देण्याची वर्षं सरली. त्याचं फळ दिसू लागलं आणि नेहमी संपावं तसंच ते संपलं. आता मागे राहिलेले या सगळ्या गोष्टी समजून घेण्याचा, त्यांची संगती लावण्याचा प्रयत्न करताहेत. त्याच्या जाण्यानं निर्माण झालेली पोकळी

भरून काढण्यासाठी अनेकांनी आपापल्या परीनं मला मदत केली. हा खरोखरच त्यांच्या मनाचा मोठेपणा होता. त्याचं वर्णन करायला माझे शब्द थिटेच पडतील. मग माझ्या असं लक्षात आलं की, मोठमोठ्या सरकारी संस्था, राजकारणी आणि कायदा मात्र मानवी भावना जाणून घेण्यास अगदी असमर्थ असतात, अपुऱ्या असतात. हे कळल्यावर मला खरोखरच आश्चर्याचा धक्काच बसला! आपल्या कोणाहीपेक्षा मृत्यू मोठा असतो; पण या संस्था मात्र त्यांच्या कार्यालयीन कामकाजात मृत्यूला अगदी मोडीत काढतात.

या सगळ्या प्रवासाचा आरंभ कोठून होतो? कितीतरी ठिकाणं, प्रसंग माझ्या नजरेसमोर येतात- नीरस, रुक्ष, कंटाळवाणे. एप्रिलमधील पानगळ पुढच्या दरवाजापाशी पसरलेली, 'भेटूच सहा महिन्यांनी' असं नेहमीचं वाक्य, हळुवार चुंबन... आई आणि मुलगा यांच्या प्रेमाच्या नात्यानं आम्ही दोघं बांधलेले होतो. असा निरोप देऊन एकमेकांना ती वेळ सुसह्य करण्याचा प्रयत्न करत होतो. मला अगदी सहज निरोप घ्यायचा होता, परत भेटण्याची खात्री असलेला. कोणत्याही वाईट, अनिष्ट विचारांना मला माझ्या मनात थारा द्यायचा नव्हता. अगदी मनातल्या मनातसुद्धा त्यांचा उच्चार मला करायचा नव्हता. माझ्या मनातली कोणतीही काळजी त्याला दिसू नये, अशीच माझी इच्छा होती. त्याला त्याच्या अनेक चिंता होत्याच की! सैन्यात दाखल होण्याचा मार्ग त्यानं निवडला होता- त्याचे 'वेल्श गार्ड्स', त्याचा सैनिकी पेशा त्याला प्रिय होता. आपली चिंता न दाखवता त्याला भक्कम आधार पुरवायचा, हे माझं कर्तव्य होतं. मी त्याला माझ्या कुशीत घेतलं... जरा जास्तच आवेगानं.

ईस्टरच्या सुट्टीत आम्ही सोबत होतो. मार्क, त्याची बहीण एलिझाबेथ आणि त्यांचे जोडीदार आणि जॉन म्हणजे माझा जोडीदार. सगळी कुटुंब करतात तशीच मजा आम्हीही केली. खेळ, खाणं-पिणं, मौज अगदी भरगच्च कार्यक्रम. आम्ही छान रमलो होतो. ती सुट्टी अविस्मरणीय होती; पण मनातलं दुःख लपवत आता निरोप घ्यायची वेळ आली होती.

आठवडाभर रोज आम्ही बागेत फेरफटका मारत होतो. त्याच वेळी, मस्त समरसून जगण्याचा आनंद घेणाऱ्या तरुणांना निषिद्ध वाटणाऱ्या मृत्यूबद्दलही आम्ही चर्चा केली होती. तरुणांना मृत्यू फार लांबचा वाटत असतो; पण मला त्याच्याशी त्या गोष्टीबद्दल बोलायचंच होतं. त्याचं एक कारण असं होतं की, वेळ आलीच तर त्याच्या सैनिकांशी या त्रासदायक गोष्टीविषयी तो बोलू शकेल आणि दुसरं कारण म्हणजे अगदी या गोष्टींबद्दल त्याच्या मनाचीही पूर्वतयारी झालेली बरी, असंही मला वाटत होतं. मी तर माझ्या स्वतःच्या मृत्यूचा कधीच विचार केला नव्हता. एखाद्याचा देह जेव्हा मृत्यूबरोबर झगडत असतो, तेव्हा त्याची सदसद्विवेकबुद्धी, स्वतःबद्दलची जाणीव किंवा आपण कोण आहोत याबद्दलची संवेदना- हे सगळं

जणू काही बधिर झालेलं असतं. त्यामुळे मृत्यूचा हा प्रवास अवघड वाटतच नाही. 'आपण मरणार आहोत हे ज्यानं जाणलंय, तो त्याचा सहज स्वीकार करतोच,' असं मी त्याला सांगत राहिले. 'आपल्या हातून काही चूक झाल्यानं दुसऱ्याचा मृत्यू ओढवला तर?' अशी आपल्या मनातली खंत मार्कनं त्या वेळी माझ्याजवळ व्यक्त केली होती. स्वतःच्या मृत्यूविषयीच्या शक्यतेबद्दल त्यानं चर्चा केली नाही.

ईस्टरच्या त्या आठवड्यानंतर, १३ एप्रिल, २००९ रोजी मार्क परत त्याच्या सैनिकी विश्वात परतला. तो नेमका कोठे चाललाय आणि आता त्याला नेमक्या कोणत्या संकटांना सामोरं जायचंय, हे मला सगळं न सांगण्याची त्यानं खबरदारी बाळगली होती किंवा त्यालाही ते पुरतं कळलं नव्हतं. त्याच्या पुढच्या आव्हानाची खरी जाणीव मला खूपच उशिरा झाली. अधूनमधून त्याच्या ई-मेल्स येत. त्यानं एकदा फोन करण्याचाही प्रयत्न केला होता; पण लाइन क्षणार्धात खंडित झाली होती. मला काळजी वाटू नये अशा हलक्याफुलक्या भाषेत त्यानं तीन पत्रंही लिहिली होती.

२८ एप्रिलच्या पत्रात त्यानं म्हटलं होतं,

"काही दिवसांपूर्वी रात्री आपण फोनवर नीट बोलू शकलो नाही. आम्ही जिथं आहोत, तिथं फोन नीट लागत नाही. फोनची बॅटरी संपली आहे आणि आमच्याकडे चार्जरही नाही.

"इथं एकूण सगळं छान आहे. इथल्या एका छोट्याशा गढीत आम्ही आमचं बस्तान बसवलंय. अफगाण राष्ट्रीय सेनेचे १० लोक आणि एक दुभाषा यांच्या प्रतीक्षेत आम्ही आहोत. म्हणजे मग आमचं गस्त घालण्याचं काम आम्ही जास्तीत जास्त चांगलं करू शकू.

"अफूचा हंगाम अजून चालू आहे. पण तो आता संपेलच. युद्ध जवळजवळ सुरूच झालं आहे. पुढचे काही आठवडे अगदी धामधूम असणार आहे.

"इथल्या एका शेतकऱ्याकडून आम्ही एक टर्की विकत घेतलंय. रविवारी रात्री बार्बेक्यूत ते शिजवलं जाईल. म्हणजे गेल्या दोन आठवड्यांत मी खालेल्लं ते पहिलं ताजं मांस असेल. इतकंच नाही, त्या रविवारी मला अंघोळसुद्धा करायला मिळणार आहे. आहे की नाही माझी चंगळ? मला आता अगदी धीर धरवत नाही. नळच नाही म्हटल्यावर शॉवरसारख्या क्षुल्लक गोष्टीचंसुद्धा अप्रूप वाटतंय. आहे की नाही गंमत!"

आमचा संपर्क व्हावा म्हणून मी इतकी धडपडत असे. माझं आणि त्याचं भावविश्व एकच आहे, असा दिलासा मला हवा असे. दर आठवड्याला माझं त्याला

एक पार्सल ठरलेलंच असे. मी अगदी काय वाटेल ते पाठवतं असे. सगळ्या आया पाठवतात तसंच- अगदी कस्टर्ड, अंगाला लावायचं क्रीम, केक्स अथवा इतर काही गोडाधोडाचं, नूडल्स, त्याच्या लहानपणीच्या काही वस्तू, जेणेकरून त्याला वाटावं की आपली आई आपल्या अवतीभवती आहेच. शेवटी एकदा मेच्या सुरुवातीलाच सकाळी आठ वाजता त्याचा फोन आला. मी घरातून बाहेर पडण्यापूर्वी, अगदी घाईगडबडीत, तुटक-तुटक संभाषण झालं आमचं. आमची नेहमीची प्रश्नोत्तरंही झाली. नंतर त्या दिवशी रात्री, त्यानं आपला नेहमीचा शिरस्ता मोडून, आमच्या संभाषणाची नोंदही आपल्या रोजनिशीत करून ठेवली. आपण खऱ्याखुऱ्या गोष्टी सांगून आईच्या चिंतेत भर तर टाकली नाही ना, अशीही खंत त्यानं रोजनिशीत व्यक्त केली होती.

त्या फोननंतर तीन दिवसांनी उगवली मे महिन्यातील एक प्रसन्न सकाळ. 'किती छान दिवस उगवलाय' असं आतून वाटत होतं. यापूर्वीही असे कित्येक मे आले असतील. लाजरीबुजरी.. कोवळी आनंदित करणारी पालवी, आपल्याच मोहोरानं बावरलेली बाग, आदल्याच दिवशी जुन्या मित्रमंडळींबरोबर आनंदात पार पडलेली पार्टी, गतायुष्यातल्या रेंगाळणाऱ्या आठवणी आणि पुढे पसरलेलं आयुष्य यांची जाणीव करून देणारी... शनिवारच्या संथ, शांत, कसलीही घाई नसलेल्या सकाळची और मजा. जवळच्याच दुकानातून वर्तमानपत्र आणायला म्हणून मी बाहेर पडले. मी परत आले तर वाटेतच साध्या वेषातला माणूस काही विशिष्ट हेतूनं इकडेतिकडे रेंगाळत असावासा वाटला. तो शेजाऱ्यांशी काही बोलत होता.

"काय हवंय?" मी चौकशी केली.

तो सैन्यातला एक मेजर असल्याचं त्यानं सांगितलं.

"माझा मुलगाही सैन्यात आहे."

"हो, मी ओळखतो. आपण आत जाऊन बोललो तर चालेल का?"

आत जाताना "काही गंभीर नाही ना?" असं मी विचारलं; पण त्यानं काहीच उत्तर दिलं नाही. घराच्या मागच्या खोलीत आम्ही गेलो. सात खिडक्यांची खोली; जिथून बागेत लक्ष ठेवता येईल अशी. 'मेजर रॅन्सम' अशी त्यानं स्वतःची ओळख करून दिली. तो युद्धात जखमी झालेल्यांविषयी माहिती देणारा अधिकारी होता. मार्कला गोळी लागून अतिशय गंभीर दुखापत झाल्याचं त्यानं सांगितलं. युद्धात जखमी होण्याचे तीन प्रकार असतात असं त्यानं सांगितलं. प्राणांतिक गंभीर, अतिशय गंभीर आणि गंभीर. त्याला अधिक स्पष्ट करून सांगता येईना; पण मार्कला अत्यंत तातडीनं, इंग्लंडमध्ये विमानानं परत आणणार असल्याचं त्यांच्या बोलण्यातनं स्पष्ट झालं. मला मदत करण्यासाठी म्हणून सैन्यातला एक अधिकारी आज दिवसभरात केव्हातरी येईल, एवढंही त्यानं सांगितलं. मेजर रॅन्सम कधी परतला हे मला काहीही स्मरत नाही; पण तो फार वेळ थांबला असेल, असं मला वाटत नाही.

त्या क्षणी मला नेमकं काय वाटलं, हे वर्णन करणं कठीण आहे. 'अविश्वसनीय' हा एकच योग्य शब्द असेल. मला काहीच अधिकृत माहिती मिळालेली नव्हती. त्यामुळे मी माझ्या आशावादाचा आणि अनुभवाचा आधार घेत राहिले. बऱ्या करता येऊ शकतील अशा रग्बीतल्या जखमा, दोन्ही हात, दोन्ही फुफ्फुसं यांवर औषधांनी केलेले चमत्कार, जखमा भरून येणं इत्यादी. 'मी आता काय करू?' मार्ग दाखवायला कोणीच नव्हतं. मला अगदी असहाय वाटलं. मी काम करत असलेल्या लंडन शैक्षणिक हॉस्पिटलमध्ये मार्कला आणावं अशी विनंती करावी का? माझ्या माहितीचे सर्जन्स मदत करतील, का मीच अफगाणिस्तानला जाण्याची खटपट करावी? त्या दिवशी दक्षिण लंडनमध्ये माझी मुलगी कुठंतरी सहलीला गेली होती. तिच्याशी माझा संपर्क होईना. इतकंच काय, माझा पहिला नवरा डेव्हिड बर्लिनमध्ये राहत होता. त्याच्याशीही मला संपर्क साधता येईना. मी माझ्या जनरल प्रॅक्टिस करणाऱ्या डॉक्टर मैत्रिणीला फोन केला. तिच्या डॉक्टर नवऱ्याच्या सैन्यातील अधिकाऱ्यांशी ओळखी होत्या. त्यांच्याकडे त्यानं चौकशी केली. हेल्मंड परगण्यातलं बॅस्टिअन हॉस्पिटल अत्याधुनिक उपकरणांनी अगदी सुसज्ज असल्याचं त्यानं सांगितलं. तो तिथं पूर्वी जाऊनही आला होता. मार्क तिथंच असेल असं त्यानं बोलून दाखविलं.

अस्वस्थता घालवण्याचे माझे नेहमीचे उपाय मी करून पाहिले. मी चक्क बागकाम केलं. काहीतरी करण्यात मन गुंतविण्यासाठी तो उत्तम उपाय असतो. पूर्वीही अशा मानसिक अस्वास्थ्याच्या काळात बागकाम माझं विरंगुळ्याचं साधन असे. डेव्हिडशी घटस्फोट झाल्यानंतर पुढे कित्येक महिने मी कामाच्या शोधात असताना ही बागच माझं विसाव्याचं स्थान होती. मार्कचंही बागेवर विशेष प्रेम होतं. एका मित्राच्या मदतीनं त्यानं सुरेख हिरवळ लावली होती. अर्थात थोडे पैसे मिळावेत आणि मजा करता यावी म्हणून. मोठमोठ्या पुरातन झाडांच्या सभोवार पसरलेली ती हिरवळ अगदी हिरवीगार, मुलायम आणि लोभसवाणी दिसत होती. जणूकाही सृष्टीची जगण्याची धडपड चालू होती. पुन्हा एकवार त्या शांततेनं, सळसळणाऱ्या सामर्थ्यानं, सौंदर्यानं माझं मन शांत केलं. दुर्दैव असं, की पुढेही नंतर कित्येक वर्षं मे महिन्याच्या सुरुवातीला ही बाग त्याच त्या अशुभाची जाणीव मनात जागी करणार होती. कोणतं अशुभ?

आश्चर्याची गोष्ट म्हणजे मी त्या वेळीही आशावादी होते. तो माझा स्वभावच होता. कदाचित मी आणि मार्क आमच्या दोघांच्या 'त्या' भूतकाळामुळेही असेल. शिशुवयात मार्कची प्रगती फार हळूहळू झाली होती. त्या आठवणी आता धूसर झाल्या होत्या. कदाचित माझ्या मनाला त्यांचा विसरही पडला असावा; पण तरी त्यांनी माझ्या मनात कायमचं घर केलं असावं. आयुष्याच्या सुरुवातीला मार्कला फार झगडावं लागलं होतं. सहा वर्षांचा झाल्यानंतर मात्र मार्क एकदम छान सुधारला

होता. सुरुवात अडखळत झाली होती; पण आम्ही दोघंही नेटानं तग धरून होतो. या वेळीही तसंच होईल; पण मला स्वतःलाच त्याची काळजी घ्यायची होती.

त्याच दिवशी दुपारी संरक्षण मंत्रालयाचा ऑफिसर स्टीव्ह मला भेटायला आला. जाडजूड, पण स्वभावानं साधासरळ वाटला. शक्य ती सर्व मदत करण्याची त्याची इच्छा होती. मोठ्या विश्वासानं आणि साध्या-सरळ स्वभावाला अनुसरून जमेल ती मदत त्यानं केलीही. "केव्हाही गरज भासेल तेव्हा तेव्हा मी नक्कीच तुमच्या पाठीशी असेन," असं त्यानं आश्वासन दिलं. कुटुंबीयांचं दुःख आणि काळजी वाढतच होती. त्याला तोंड देण्यासाठी तो आम्हाला साहाय्य करत होता. त्याला कुठलीही माहिती मिळाल्यावर लगेच कळवत होता.

"इराकमधल्या एका खंदकात मृत्यूनं मला जवळजवळ गाठलंच होतं; पण त्यातून मी वाचलो आणि हा तुमच्या पुढे उभा आहे," असं त्यानं आम्हाला सांगितलं.

मी दिलेल्या चहाबद्दल त्यानं आभार मानले आणि मांजराला काही खायला-प्यायला न दिल्याबद्दलही मला चार शब्द सुनावले. कोणाही नवख्या व्यक्तीच्या समोर खायला न मिळाल्याची गुरगुरून तक्रार करायला आमची मांजर चार पायांवर तयार असे. इतकं सगळं बोलूनही मार्कची दुखापत नेमकी किती गंभीर आहे, हे तो सांगू शकला नाही.

दुपारनंतर अखेर एलिझाबेथ आणि तिचा जोडीदार आले. मी त्यांना काय सांगितलं ते मला फारसं आठवत नाही; पण मलाही फार काही ठाऊक होतंच कुठं? मार्कचे वडील बर्लिनमध्येच होते. "मार्क जखमी झालाय आणि हॉस्पिटलमध्ये आहे. तेव्हा तू शनिवार, रविवार येऊन काही काळ त्याच्याबरोबर राहशील का?" असं मी त्याला विचारलं. धीर धरण्यावर आमचा दोघांचा विश्वास होता.

शनिवार आणि रविवार असेच मुंगीच्या पावलांनी गेले. अधिक काहीच बातमी समजली नाही. इतकंच कळलं की, मार्कची प्रकृती स्थिर असून, बॅस्टिअन हॉस्पिटलमध्ये त्याला जीवरक्षक प्रणालीवर ठेवण्यात आलं आहे; पण तो घरी आला नाही. मग असं कानावर आलं की, त्याच्या खांद्याला गोळी लागलीय आणि सध्या तरी त्याला आणणं शक्य नाही.

दुसऱ्या दिवशी माझ्या असं लक्षात आलं की, त्याला तत्काळ परत आणण्याच्या गोष्टीला प्राधान्य द्यायचं असूनसुद्धा तो अजूनही इथं आलेला नाही. म्हणजे त्याची जगण्यासाठीची लढाई चालूच असणार. त्याच रविवारी पहाटे बहुधा त्याची जगण्याची धडपड थांबली. त्याची बुब्बुळं शेवटी मोठी झालेली पाहून डॉक्टरांनीही आशा सोडली; पण मला हे कितीतरी उशिरा कळलं.

त्याच रविवारी मला सांगण्यात आलं की, मार्कच्या उजव्या हाताच्या सबक्लॅव्हियन आर्टरीला गंभीर दुखापत झाली होती. त्यामुळे आतल्या अवयवांना- बहुधा फुप्फुसं,

यकृत- यांना खूप गंभीर इजा पोचली होती; पण नक्की ठोस असं कोणीच सांगत नव्हतं. मी इंटरनेटवरून जमेल तेवढी सबक्लॅव्हियन आर्टरीची माहिती शोधली. ही रक्तवाहिनी त्याच्या उजव्या खांद्याला रक्तपुरवठा करणारी एक फार महत्त्वाची रक्तवाहिनी होती आणि तिला जर गंभीर इजा झाली असेल तर तो जगू शकेल का किंवा तो हात गमावूनच त्याला उर्वरित आयुष्य काढावं लागेल? बॅस्टिअन हॉस्पिटलमधून आत किंवा बाहेर होणाऱ्या माहितीच्या देवाणघेवाणीवर सैन्याधिकाऱ्यांनी बंधनं घातली होती. एखाद्याच्या मृत्यूनंतर असं करण्यात येतं. हे मार्कच्याच मृत्यूनं तर घडलं नसेल ना, अशी मला चिंता वाटली. दुसरा कोणताही जखमी किंवा मृत्यूच्या दारात असलेला सैनिक मला माहीत नव्हता.

अखेरीस बर्मिंगहॅममधील सेली ओक हॉस्पिटलमध्ये त्याला आणण्यात येणार असल्याची बातमी त्याच दिवशी उशिरा दुपारी माझ्या कानावर आली. या एन.एच.एस. हॉस्पिटलमध्ये आपत्कालीन व्यवस्था किंवा जखमी सैनिकांना विशेष उपचार पुरवण्याच्या सगळ्या सुविधा उपलब्ध होत्या. हवाई प्रवास एकूण तीन टप्प्यांत होणार होता. बॅस्टिअनमधून कंदाहार, तिथून लंडन आणि बर्मिंगहॅम. प्रवासात दोन वेळा विमान बदलावं लागणार होतं. कोणत्याही क्षणी त्याचा मृत्यू संभवू शकणार होता. प्रवासात मध्येच जर त्याचा मृत्यू ओढवला तर मला कळवलं जाणार होतं आणि तशा स्थितीत त्याला पुन्हा बॅस्टिअनमध्येच परत नेण्यात येणार होतं.

संध्याकाळी मी आणि एलिझाबेथ मोटारीनं बर्मिंगहॅमला गेलो. ''आता विमान बदललं असेल,'' असं मनाशीच चित्र रंगवत होतो. कारण संपूर्ण प्रवासात मोबाइल फोन बंद होता. हॉस्पिटल शेजारच्या एका गलिच्छ हॉटेलमध्ये आम्ही मुक्काम केला. हॉटेलची सजावट अगदी सुमार दर्जाची होती आणि मालकही अगदी हेकट होता. झोप येणं शक्यच नव्हतं. अनिश्चितता आणि अपरिचित वातावरणात दाटलेल्या नैराश्यानं मी तळमळत होते. रात्र अंगावर येत होती. एलिझाबेथ माझ्या पुढ्यात झोपली होती, इतकाच दिलासा होता. मार्कला पाहायला मन आतुरलं होतं. माझी दोन्ही मुलं मला माझ्याजवळच हवी होती.

सोमवारी सकाळी आम्हाला सेली ओक हॉस्पिटलला घेऊन जाण्यासाठी स्टीव्ह आला. दमलेल्या अवस्थेत, अगदी अवतारातच, न्याहारीपूर्वीच आम्ही हॉटेलातून बाहेर पडलो. हिरवळ ओलांडून जात असतानाच एक रुग्णवाहिका आमच्या समोरून गेली. ती मार्कचीच होती. कारण तिला पोलीस संरक्षण होतं. तो आत दाखल होऊन स्थिरस्थावर झाल्यावर, आवश्यक ती सगळी उपकरणं-नळ्या जोडल्या गेल्यावरच, तज्ज्ञ डॉक्टरसहित मी त्याला भेटू शकणार होते. मला आता धीर धरवत नव्हता. मी फार गोंधळले होते. रुग्णाच्या कुटुंबीयांसाठी असलेल्या खोलीत मला प्रथम नेण्यात आलं. उना नावाच्या एका मोठ्या गोड बोलणाऱ्या

प्रादेशिक सैन्य दलातील नर्सशी आमची ओळख करून देण्यात आली. आमची देखभाल तीच करणार होती.

शेवटी एकदाची मार्कला भेटण्याची आम्हाला परवानगी देण्यात आली. या असल्या लाल विटांच्या अस्ताव्यस्त पसरलेल्या इमारतीतील कार्यतत्परता, माझ्या कामामुळे माझ्या परिचयाची होती. लांबलचक व्हरांडे, आतला अतिदक्षता विभाग, भावनाशून्यपणे टांगून ठेवलेले पलंग आणि उदासवाणी कार्यतत्परता... हे जग माझ्या परिचयाचं होतं. मी नेहमी त्याच्याशी जुळवून घेतलं होतं. वॉर्डच्या एका बाजूला मार्कची खोली होती. पुढचे दोन दिवस शेजारील खोली आम्हा कुटुंबीयांना वापरासाठी देण्यात आली होती.

सर्व गोष्टी समजावून सांगण्याचे उपचार पार पाडणारा, नीरस वाटावा असा एक सल्लागार आमच्या दिमतीला होता. वैद्यक क्षेत्राशी माझा संबंध आहे, हे त्याच्या ध्यानातच नव्हतं. एलिझाबेथ माझ्या शेजारी बसली होती. पण शेवटी अशक्य झाल्यावर ती चक्क उठून गेली. मार्कचा मेंदू मृत नसण्याची शक्यता फार कमी असल्याचं त्यानं स्पष्ट केलं. वेदनाशामक औषधाची मात्रा फार मोठ्या प्रमाणात दिल्यानं शरीराचं काम मंदावलेलं असणं शक्य होतं. त्यामुळे ती औषधं पूर्णपणे थांबवून दुसऱ्या दिवशी लहान मेंदूच्या काही चाचण्या घेतल्यावरच शरीराचा प्रतिसाद कसा काय आहे, ते पडताळून पाहता येणार होतं. लहान मेंदूकडून शरीराच्या इतर भागाकडे होणारं संदेशवहनाचं काम जवळजवळ बंद पडल्यानं रुग्ण वाचण्याची शक्यता जवळजवळ नाहीच, असं त्यानं सांगायचा प्रयत्न केला. जीवरक्षक प्रणालीवर मार्कला जिवंत ठेवणं, हा मार्कवर अन्याय केल्यासारखंच होईल. त्यातून तो शुद्धीवर तर येणार नाहीच; पण त्याची प्रकृती अधिकाधिक खालावतच जाईल, असं त्यानं सांगितलं. त्याचं बोलणं ऐकून माझ्या घशाला शोष पडला. पाण्याची भांडीच्या भांडी रिचवावीशी वाटू लागली. अतिदक्षता विभागाच्या या रोजच्या व्यापात अगदी असावं म्हटलं तरी या असल्या भावनांना, संवेदनशीलतेला काहीच स्थान नसतं. मी गलितगात्र झाले. आयुष्य संपलंसं वाटलं. पण मार्क वाचण्याची जी काही शक्यता होती त्याची आशा सोडवेना. मृत्यू स्वीकारण्याचं धाडसच होईना.

सुदृढ, तांबूस वर्णाचा, लवचीक शरीरयष्टीचा मार्क पहुडला होता. उन्हानं काळवंडलेले त्याचे पाय कसल्याशा खुणा असलेल्या पट्ट्यांनी बांधून टाकले होते. त्याचा रुंद, उमदा चेहरा अगदी शांत गाढ झोपेत असल्यासारखा वाटत होता. हाच माझा 'मार्की' होता. असंख्य नळ्या, ती भलीमोठी जखम, पारदर्शक बँडेजमध्ये बांधून टाकलेलं वाळलेलं हाताचं मांस, प्लॅस्टिकच्या झोळीतला सुजलेला उजवा खांदा– याशिवायचा माझा मार्क मला ठाऊक होता. त्याला घरी घेऊन जाण्याची

मला तीव्र इच्छा झाली. त्याच्याशी बोलण्यात, त्याला कुरवाळण्यात, त्याच्या डोक्यावर थोपटण्यात, त्याला धरून त्याच्या कानात कुजबुजण्यात मी नक्की किती वेळ घालवला, हे मला आठवतच नाही. तो इतका वेळ कसा काय झोपलाय, हेच मला समजत नव्हतं. त्याला उठवण्याची मला इच्छा होत होती. मी पुन्हा पुन्हा त्याच्याजवळ जात होते. कितीही वेळा गेलं तरी समाधानच होत नव्हतं. कळत होतं कदाचित हे शेवटचंच भेटणं असेल; पण ते वळत नव्हतं.

बॅस्टिअन हॉस्पिटलच्या ड्यूटीवरच्या नर्सेसनी लिहिलेली डायरी मार्कबरोबर आली होती. ती माझ्या वाचनात आली.

*"**९ मे, २००९ संध्याकाळचे पाच :** मार्क, मी कॅरेन. मी प्रादेशिक सैन्य दलातील मेजर हुद्द्यावरची नर्स आहे. दुपारी एक वाजता तू अतिदक्षता विभागात दाखल झालास तेव्हापासून मी तुझ्याबरोबर आहे. तू बरा व्हावास म्हणून प्रत्येक जण आपापल्या परीनं झटत आहे. तुझ्याचबरोबर जखमी झालेला सैनिक स्टुअर्ट तुझ्यासाठी कळवळतोय. मी त्यालाही भेटून आले. हॉस्पिटलचे धर्मोपदेशक तुला भेटून गेले आणि हॉस्पिटलच्या धर्मोपदेशिका निकोला (वेल्श स्त्री) यांनी तुला शुभाशीर्वाद दिलेत. आत्ता तुला दुसऱ्यांदा ऑपरेशन थिएटरमध्ये आणलंय. तुला लंडनला परत पाठविण्याची व्यवस्था करण्यात येणार आहे. अतिदक्षता विभागातील सगळ्या पथकाची जुळवाजुळव चालू असल्याची खात्रीशीर बातमी असल्याचं रॉयल आर्मी फोर्सनं कळवलंय. ते येण्याच्याच मार्गावर आहेत.*

***रात्री ८.३० :** मार्क तुला ऑपरेशन थिएटरमधून पुन्हा अतिदक्षता विभागात हलवलंय. हॉस्पिटलचा रक्ताचा साठा संपल्यानं हॉस्पिटलच्या अनेक कर्मचाऱ्यांनी आपलं रक्त तुला देऊ केलंय. हॉस्पिटलच्या औषध विक्रेत्यानं आपल्या प्लेटलेट्स तुला देऊ केल्यात. तो इस्टोनियन आहे म्हणून त्याचं असं म्हणणं आहे की, "इस्टोनियात अगदी उत्तम प्रतीची बिअर तयार होते. त्यामुळे त्या प्लेटलेट्स अगदी उत्तम प्रतीच्याच असणार." तुला आतापर्यंत रक्ताची ३० युनिट्स, प्लाझमाची ३० पेक्षा जास्त युनिट्स, फॅक्टर ७चे तीन डोस प्रत्येकी ७००० पौंडचा असे देण्यात आले आहेत. तुझा हॉस्पिटल नंबर आणि सर्व्हिस नंबर मी नोंद करून ठेवलाय. त्याची दिवसभरात मी अनेकदा खात्री करून घेतली आहे.*

कॅरेन

रात्री ८.५५ : *हॅलो मार्क, मी हॉस्पिटलची मुख्य नर्स मॅगी ड्युरंट. ऑपरेशन थिएटरमध्ये तुझी ने-आण करताना, तुला रक्त देताना मीच तुझ्याबरोबर होते. त्यांनी मला काही काळ विश्रांती घ्यायची परवानगी दिली आहे. ते केवळ मी माझं- नर्सचं रक्त तुला दिल्यामुळेच. मी वर्षानुवर्षं रक्तदान करत आले आहे. पण तूच पहिला रुग्ण असशील की ज्याच्या अंगात माझं रक्त थेंब थेंब जातंय असं पाहण्याचं भाग्य मला मिळालं. मी हे लिहीत असतानाही ते थेंब थेंब येताना मला दिसतंय. इस्टोनियन प्लेटलेट्सपेक्षा हे निराळं आहे. कारण मी कधीमधी घेतलेल्या रेड वाइनमुळे त्याला एक वेगळाच दर्जा प्राप्त झाला आहे. (वाइनमध्ये मला खास रुची आहे.) मी उद्या सकाळी भेटेन तुला.*

मॅगी

रात्रीचे १० : *मार्क, मी आता माझ्या खोलीवर जायला निघते आहे. खरं म्हणजे मी दोन तासांपूर्वीच गेले असते; पण तू ठीक आहेस हे कळल्याशिवाय माझा पाय इथून निघेचना. तुला किती रक्त दिलंय याची नोंद मी केली आहे. ४५ युनिट्स रक्त आणि ३६ युनिट्स प्लाझमा. इतर काही जणांना इथं पाठवून त्यांचं रक्त तुला देण्याची तुझ्या कंपनीनं तयारी दाखवली आहे. उद्या भेटू.*

कॅरेन

९ मे, २००९ रात्रीचे आठ ते १० मे, २००९ सकाळी आठ – *हॅलो मार्क, मी जिल तुझी रात्रपाळीची नर्स. मी रात्रभर तुझ्याबरोबर होते. रात्रभर मी तुझ्या देखभालीत गर्क होते, अर्थात त्याचं मला दुःख नाही. आम्हा सगळ्यांनाच तू लवकर बरा व्हायला हवा आहेस. रात्रभर काही ना काही चालूच होतं. तुझा रक्तदाब सारखा वर-खाली होत होता. रक्ताची आणि प्लाझमाची दोन-दोन युनिट्स तुला तातडीनं द्यावी लागली. डॉ. मॅथ्यूज आणि मी रात्रभर तुझ्या उशाशी बसून होतो. तुला असं बघणं मला फार असह्य वाटत होतं. तुझी प्रकृती सुधारण्याची फारशी आशा नसतानाही मी तशी आशा करत आहे. तुझ्या कुटुंबीयांनी जर हे वाचलं तर माझ्या भावना त्यांच्यापर्यंत पोचतील. तुमचा मुलगा खरोखरच फार धैर्यवान आहे. माझ्या शुभेच्छा सदैव त्याच्यापाशी आहेत.*

जिल

माझी कामं यांत्रिकपणे चालूच होती. डेव्हिडला फोन करून लवकरात लवकर येण्याबद्दल मी सुचवलं. माझ्या एका मेंदुविकार तज्ज्ञ मित्राशी बोलून, मेंदू मृत होणं म्हणजे काय, हे मी समजावून घेतलं. ही जीवरक्षक प्रणाली चालू ठेवून मार्क शुद्धीवर येईल का, आणि अशी शक्यता किती आहे, हे मी त्याला विचारलं. लहान मेंदू अकार्यक्षम होणं म्हणजे मृत्यूच; असं त्याचं म्हणणं होतं. ज्याप्रमाणे कृत्रिम श्वासोच्छ्वासावर चालू असेललं हृदय हळूहळू बंदच पडत जातं, तसंच हे. लहान मेंदूच्या प्रतिसाद तपासण्यासाठी केलेल्या चाचण्यांना मार्ककडून प्रतिसाद मिळाला नाही, तर कृत्रिम श्वासोच्छ्वास चालू ठेवण्यात काहीच अर्थ नाही, असं त्यानं स्पष्ट केलं. मला अधूनमधून झोप येत होती. ताणामुळे माझं वजन घटलं होतं. एन.एच.एस.च्या झकपक लंच बार्समध्ये खाण्याची इच्छा होत नसूनही मी प्रतिक्षिप्त क्रियेनं खात होते. उघड दिसणाऱ्या गोष्टीवर चर्चा करण्यात काहीच अर्थ नव्हता. खोल, बधिर करून टाकणारं दुःख ओठांवर येत नव्हतं. माझी स्मरणशक्ती मला धोका देत होती. साध्या-सोप्या सरळ गोष्टीही काही खंड न पडू देता करणं मुश्कील होत होतं. जणूकाही कसलंतरी दुःस्वप्न मला पडलं होतं. आणि त्यातून जागं होण्याची मी वाट पाहत होते. इतकं सगळं होऊनही मार्क घरी परतेल आणि मग सगळं सुरळीत होईल, अशा भ्रमातच मी होते.

सोमवारी संध्याकाळी मार्कचे वडील आले. आम्ही अनेक वर्षांत भेटलोच नव्हतो. त्यामुळे त्यांना भेटण्याची मला उत्सुकता होतीच. भेटता क्षणीच आम्ही एकमेकांना घट्ट मिठी मारली; पण त्यात उपचाराचाच भाग अधिक होता. एकमेकांना आधार देणं जमलंच नाही.

अनेक लोकांच्या गराड्यातच मी होते. मार्कचे कित्येक मित्र लंडनहून बर्मिंगहॅमला आले होते. मार्कच्या जखमी होण्याची वार्ता कळताच त्याच्या एका मित्रानं हाँगकाँगहून थेट लंडनलाच धाव घेतली. आपल्या मैत्रिणीला सांगून आणि आपल्या कामाच्या सूचना देऊन टॅक्सीतूनच त्यानं आपलं विमानाचं तिकीट काढलं. मार्कला अगदी जवळून ओळखणारी दोन कुटुंबंही आली होती. त्यांची व्यवस्था कोठेतरी दुसरीकडे करण्यात आली असूनसुद्धा आपला बहुमोल वेळ त्यांनी आम्हाला दिला. वेल्श गार्ड्सचे कर्नल टॉम बोनासही एक दिवस येऊन भेटून गेले. प्रत्यक्ष युद्धभूमीवर 'सोम' येथील सैनिकांच्या दफनभूमीला मार्कच्या पलटणीसह त्यांनी भेट दिली होती. त्यामुळे या असल्या विचित्र तणावपूर्ण स्थितीत त्यांच्या भेटीला काही वेगळंच महत्त्व होतं. आम्हाला आधार देण्यासाठी आमचे दोन हितचिंतक मुद्दाम लंडनहून बर्मिंगहॅमला येऊन दाखल झाले. पूर्वनियोजित ऑपरेशन्स रद्द करून ते दोघे आले. एकीच्या मुलाची पहिलीच जनरल सर्टिफिकेट ऑफ सेकंडरी एज्युकेशनची परीक्षा होती. मग मार्कबरोबर वेळ घालवण्याच्या आम्ही आमच्या पाळ्याच ठरवून टाकल्या.

मार्कला आत जाऊन भेटणाऱ्या मित्रांची अवस्था अगदी बघवत नसे. मार्कशी सतत गप्पा मारणं, त्याला आवडणारं संगीत ऐकवणं असंच त्यांचं चालू असे. जोडलेली सर्व यंत्रं आम्ही बंद करण्यापूर्वी त्यानं काहीतरी हालचाल करावी अशीच साऱ्यांची इच्छा असे. सगळे तरुण होते. बिनधास्त होते. त्यांच्या डोळ्यांत त्यांची स्वप्नं होती. आपल्या सोबत्याला आपण कायमचं अंतरणार असल्याचं दुःख पचवण्याचा ते प्रयत्न करत होते आणि जगणं म्हणजे मरणंच असतं, हे समजून घ्यायचाही!

बॅस्टिअनहून त्याचे शाळेतले तीन जिवलग दोस्त आले होते. हॉस्पिटलच्या डायरीत त्यांनी नोंद करून ठेवली.

एस : *मित्रा, स्पेनमध्ये एकदा आपण पायी भटकंतीच्या दरम्यान लिहिलेल्या डायरीचीच आज मला आठवण होते आहे. तो सगळ्यात मोठा दिवस होता आणि आपण त्या दिवसाचा आरंभ कसा केला, आठवतंय ना? ४२ अंश से. तापमानात सुमारे ५६ किलोमीटरच्या डांबरी रस्त्यावरून प्रवास! पहाटे पाचलाच त्या छोट्या आडनिड्या हॉस्टेलवरून आपण निघालो होतो. आपण फार लवकर निघालो होतो हे खरंच. आपले दोघांचे स्नायू खूप दुखत होते. त्यामुळे तो जो प्रशिक्षक होता त्यानं आपल्याला सुरुवात करून देण्यात आपली २० मिनिटं गेली. तुझ्या सुजलेल्या गुडघ्यांच्या मदतीला अमेरिकन पर्यटकांसारखी ती स्केट्स. तीन तास घालवल्यावर आणि २ किलामीटर अंतर चालल्यानंतर आपण करतो आहोत ते कितपत शहाणपणाचं आहे, अशी शंका एकदा आपल्याला आली होती. पण तरीही नेटानं आपण जातच राहिलो. दोन जिद्दी मित्रांना कोणतीही गोष्ट साध्य करणं अशक्य नाही, हे नंतर दोन दिवसांनी मी नमूद करून ठेवल्याचं मला पक्कं आठवतंय. आपण केलं ते योग्यच होतं, ना? आणि मग आपल्या ध्येयाच्या दिशेनं वाटचाल करताना तू ते अनुभवाचे बोल जन्मभर लक्षात ठेवलेस. तू तुझं श्रेष्ठत्व सिद्ध केलंस. तुझ्याशिवाय आता आयुष्यात 'ती' गंमत नसेल. तू किती मनमिळावू होतास. आपल्या दोघांना आणखी कितीतरी अशा सफरी करायच्या होत्या रे! आता मी एकटाच भटकत असताना माझी प्रेरणा मात्र तूच असशील. असा कसा दूर निघून चाललास दोस्ता!*

आय : *मित्रा, तुझ्याविषयी चार शब्द लिहिण्याचा मला विशेष हक्क आहे असं मी समजतो. माझे आई-वडील सोडल्यास माझ्या संपर्कात जास्त काळ आलेली व्यक्ती कोण असेल, तर तूच. तुझ्याबरोबरचा प्रत्येक क्षण मी*

आनंदात घालवलाय. वयाच्या पाचव्या वर्षापासून तुझी-माझी दोस्ती झाली, हे माझं फार मोठं भाग्यच म्हणायला हवं. आता पार्कमध्ये मी कोणाबरोबरतरी फुटबॉल खेळेन, कोणाबरोबर ड्रिंक घेईन, मोरोक्कोत कोणाबरोबर भटकेन; पण त्यात 'ती' मजा असेल का? आणि ते सगळं करताना तुझी आठवण मला बेचैन करेल. किती मधुर आठवणी आहेत त्या म्हणून सांगू! मित्रांच्या प्रत्येक मेळाव्यात तुझ्या आठवणींनी जान येईल. असा तू आमच्यात सदैव असशीलच. लवकरच पुन्हा भेटीचा योग येईल, खरं ना?

एम : 'मार्की, गड्या' हा शब्दप्रयोग कायमच माझी साथ करेल. अरे आपल्या सगळ्या चांगल्या आठवणी लिहून ठेवायच्या म्हटल्या ना तर एक सबंध कादंबरीच तयार होईल. प्रथम आपण भेटलो तेव्हा मी तुला पटवून द्यायचा प्रयत्न केला होता की, तुझ्याकडे उंची आणि रग्बीचं कौशल्य नसलं तरी, रॉबिनाइट्सच तुझ्यासाठी योग्य ठिकाण आहे. पी.एस. पिरियड्सच्या वेळी आपण शार्लोटच्या गळी उतरवायचा प्रयत्न करत असायचो की, या हंगामातलं हे आमचं अखेरचंच काम असणार आहे. तुझ्या त्या झुडपामागच्या पराक्रमाबद्दल आम्ही तुला सतत चिडवत असू. तू ऑस्ट्रेलियाला गेल्यामुळे आम्हाला दुरावलास, पण ऑक्सफर्डमध्ये तुझ्याबरोबर राहण्याची सुसंधी मला मिळाली होती, हे माझ्या कायमच स्मरणात राहील. शाळेनंतर आपण ऑक्सफर्डमध्ये एकत्र आलो तेव्हा थोडे जाणते झालो होतो. जॅक ॲस व्हिडिओज (धमाल विनोदी) बनवणं, अशी आपली धमाल चाले. आपल्या या उपद्व्यापातील भन्नाट गोष्ट म्हणजे पोस्टाच्या पेटीवरून उडी मारताना तू सपशेल आपटी खाल्ली होती. आपलं स्कीईंग करणं तर अफलातून होतं. बर्फावरच्या अडथळ्यातून तू जे भन्नाट स्कीईंग करायचास ते पाहून तुझ्या आईचे प्राण कंठाशी येत असत. आपली दारू पिऊन झालेली भयानक अवस्था आणि तू टोबीला शिकवलेल्या शाळकरी क्लृप्त्या त्यामुळे टोबी तर तुझा भक्तच बनला होता. हे मी व्यक्तिश: मान्य करीत नसलो- तरी टोबी तुझ्याच प्रभावाखली मोठा होणार आहे. मला वाटतं सैन्यातही तो भरती होईल कारण तू झालास. तू येणार असल्याचं कळलं की, त्याला शाळाही बुडवावीशी वाटे. तुझ्याइतका चांगला मित्र मला मागूनही मिळाला नसता. टोबीसाठी आणि माझ्यासाठी तू आदर्श होतास. तू दिलेल्या सर्वच गोष्टींसाठी मी आणि माझे आई-वडील, आमच्या सगळ्यांच्या, तू कायमच स्मरणात राहशील. तुझ्याविषयी काय काय लिहावं? कॅम्परची ट्रिप, रस्त्यानं केलेला डरहॅमचा प्रवास, स्कीईंग, सुट्टीतल्या सहली, शाळा, विद्यापीठ,

लंडन... तू आमच्या आयुष्यात आलास त्याबद्दल आम्ही सदैव तुझे ऋणी राहू. तू ज्यांना ज्यांना भेटायचास त्यांच्यावर तुझ्या 'ट्रेड मार्क'चा लगेच प्रभाव पडायचा. तुझी उणीव आम्हाला सदैव भासेल. आमच्या आयुष्यात तू निर्माण केलेला आनंद आणि उत्साह आम्ही कधीच विसरू शकणार नाही.

प्रेमपूर्वक, तुझा एम.

गार्ड्समन स्टुअर्ट गिझीशी बोलण्याची इच्छा मी व्यक्त केली. त्याच्या दोन्ही घोट्यांना गोळ्या लागून तो जखमी झाला होता. मार्कबरोबरच विमानानं त्यालाही आणण्यात आलं होतं. खरोखरच काय काय घडलं ते संगतवार मला ठाऊकच नव्हतं. त्यामुळे ते नीट कळावं, अशी माझी तीव्र इच्छा होती. मंगळवारी बोलायला त्यानं संमती दिली; पण तरीही त्याला तितकीशी खात्री वाटत नव्हती. 'आपण जगलो' याचा त्याला धक्काच बसेल आणि कदाचित अपराधीही वाटेल याची मी कल्पना केली होती. मला काय वाटत होतं ते मी बाजूला सारलं; पण त्याला ते जाणवलं असावं. मी आत गेल्यावर आम्ही एकमेकांना आलिंगन दिलं आणि त्या बरोबर साश्रू नयनांनी त्यानं एकदम दिलगिरीच व्यक्त केली. मार्क सगळ्यांच्यातलाच एक होता; पण तरीही एक उत्कृष्ट सेनानायक होता. इतकंच नाही, तर सैनिक म्हणूनही आदरणीय होता असं त्यानं मला सांगितलं. तो कधीच रागवत नसे, सदैव हसतमुख असे आणि त्याची विनोदबुद्धी तर वाखाणण्यासारखीच होती. त्या रुक्ष, धुळीनं भरलेल्या जुनाट गढीत संध्याकाळी तो त्यांच्यासाठी विविध खेळांचं आयोजन करीत असे. त्या गढीत होतं फक्त युद्धाचं वातावरण. नवीन काहीच गोष्टी नव्हत्या आणि जगायला उत्साह वाटेल असं काहीच नव्हतं. आकाशाच्या मखमली आच्छादनाखाली 'आर्मी हॅज गॉट टॅलेंट' खेळताना मार्क 'अमँडा होल्डेन'ची भूमिका करीत असे. 'डील ऑर नो डील' हा खेळही ते खेळत असत. छोट्या छोट्या नियमाचं उल्लंघन करणाऱ्यांवर कारवाईची किंवा शिस्तभंगाचे गुन्हे हाताळण्याची मार्कची पद्धत अगदी वाखाणण्यासारखी होती. किरकोळ दंड आकारून तो दुसऱ्याची मानखंडना टाळत असे. सगळे गोल करून बसत आणि सगळ्यांना मान्य असलेली रक्कम एका डब्यात जमा केली जाई. परत आल्यावर ब्लॅकपूलच्या सहलीसाठी ती रक्कम वापरली जाई. एकदा आपली बंदूक मागे विसरल्याबद्दल मार्कलाही १५ पौंडांचा दंड झाला होता. आल्डरशॉटच्या छोट्या भागात जाताना तो त्यांचा दोस्त असे आणि सैनिकांची भूमिका बजावताना त्यांचा अधिकारी असे.

गिझी अजून मनानं त्याच जगात वावरत होता, ज्यात मार्क जिवंत होता. आत्ता नुकतेच तीन दिवसांपूर्वीच तर ते एकत्र खांद्याला खांदा लावून लढले होते. जे काही

घडलं होतं ते बाजूला सारून आपल्या सैनिक भाईबंदांच्यात त्याला परत जायचं होतं. मार्कचा मृत्यू कसा झाला ते मी त्याला विचारू शकले नाही. ते धाडसच माझ्यात नव्हतं.

मंगळवारी मी आणि डेव्हिड क्लिनिकच्या गूढ शांततेत चूपचाप बसून होतो. दुसरे दोन विशेषज्ञ लहान मेंदूच्या चाचण्या घेत होते. केवळ सांगायला पाहिजे या भावनेनंच ते काय तपासण्या करताहेत, हे सांगत होते. त्याच्या शरीराचा आणि मेंदूचा काय प्रतिसाद आहे आणि जिवंतपणाची काही लक्षणं आहेत का, हे ते पाहत होते. खोलीत उजेड होता. आणि शांततासुद्धा! तेव्हा प्रथमच माझ्या लक्षात आलं, की मार्कचा मृत्यू झालेला होता. आशा करण्यात काही अर्थ नाही, हे तेव्हाच प्रथम माझ्या ध्यानात आलं. डेव्हिडनं त्यांना त्याच चाचण्या पुन्हा एकदा करताना पाहिलं. मी गेलेच नाही. त्याच्या देहाचा तो थंड प्रतिसाद माझ्याच्यानं सहनच होईना.

आम्ही मार्कचा निरोप घेतला, आत जाऊन, आळीपाळीनं, आपापल्या पद्धतीनं. सकाळी ११ वाजता त्याच्या शरीराला जोडलेली सगळी उपकरणं बंद केली गेली. एका क्षणात मार्कचे प्राण उडून गेले, असं वाटलं. त्याचा चेहरा क्षणार्धात बदलला. ओठ काळे-निळे पडले. आमच्या मुलाचं आयुष्य आम्ही आपल्या हातानं संपवलं. त्याचं आयुष्य केव्हाच संपलं होतं. त्याचे प्राण गेलेलेच होते.

सगळं संपलं होतं. आम्ही घरी परतलो. पुढे काय होणार याची मी कधी कल्पनाही केली नव्हती.

शोक आणि दफनविधी

शोक करणं हा एक वेडेपणाच असतो. आपल्या मनाच्या खोल गाभाऱ्यातून केलेला एक लांबलचक प्रवास असतो तो. त्याचा तर्क आणि वस्तुस्थितीशी अर्थाअर्थी काहीही संबंध नसतो. गमावणं हा शब्द जरी प्रचारातला असला तरी अत्यंत प्रिय व्यक्तीच्या बाबतीत तो अगदी चपखल बसतो. तुम्ही काही गमावलंत तर ते पुन्हा सापडावं, अशी तुमची इच्छा असते. सुरुवातीला माझ्या दुःखाची तऱ्हा अशीच होती. मार्क जिथं असेल तिथं जावं आणि त्याला शोधावं, अशीच माझ्या मनाची अवस्था होती. पूर्वी मनात येणारे स्वतःच्या मृत्यूविषयीचे विचार आता तितके भीतिदायक वाटत नव्हते. उलट, मृत्यू आला तर बर, असंच वाटत होतं; पण दिवसाढवळ्या असा विचार करण्यापासून मी स्वतःला रोखत असे. कारण आणखी एक असा आघात कुटुंबाला, सगळ्या मित्रपरिवाराला सोसलाच नसता; पण मनात पुन्हा पुन्हा एकच विचार येत असे, की मार्क आता कधीच दिसणार नाही. मग मार्कशिवाय मी कशी जगू? हा इतका दुःखप्रद लांबलचक काळ मार्कशिवाय कंठायचा कसा? अशक्यच आहे !

माझाच एक मोठा हिस्सा काळाच्या पडद्याआड गेलाय असं वाटत होतं. माझ्या हृदयातला मार्क आता या जगात नव्हता. मी मार्कला कायमचं गमावलं, जणू काही मी स्वतःलाच हरवून बसले होते. या माझ्या नव्या जगात माझ्या आप्तस्वकीयांची काळजी करायला आता मी असमर्थ होते. इतकंच नव्हे, तर एलिझाबेथपासूनही मी दुरावले होते. आमच्यात निर्माण झालेली पोकळी मी कशी पार करणार होते? माझ्याजवळ देण्यासारखं काही उरलेलंच नाही, या भावनेनं मी जॉनपासूनही तोंड लपवत होते. माझं जग एकाएकी काळवंडून गेलं. त्यातलं चैतन्य नष्ट झालं. मी सुन्न झाले. मला त्या अंधकाराचं आकर्षण वाटू लागलं. गूढ शांतता आणि जुन्या स्मृतींच्या साथीनं, एकटीला त्या अंधारात बुडवून टाकणं हवंसं वाटू लागलं.

मार्क तिकडे सातासमुद्रापलीकडे अमेरिकेत आहे आणि तो लवकरच घरी परतणार आहे, असा विचार करणं सोयीस्कर वाटू लागलं. ते प्रेमळ, आश्वासक हसू माझ्या चिरपरिचयाचं होतं. तारुण्यानं मुसमुसणारं, खळाळतं, निष्कपट प्रेम, किंचित

वर उचललेलं मस्तक आणि लवचीक शरीर, अत्यंत ममतेनं चाललेली अखंड बडबड- हे सगळं सगळं माझ्या किती परिचयाचं होतं म्हणून सांगू! त्याच्या उशीला येणारा त्याच्या केसांचा सुगंध अजूनही तसाच आहे. तो इथंच कुठंतरी आहे, असं वाटे. मधूनच 'मार्की' असं म्हणून माझं मन टाहो फोडी. त्या वळणावरून, फरसबंद रस्त्यावरून त्यानं माझ्याकडे चालत यावं, अशी तीव्र इच्छा होई. पण प्रतिसादादाखल तो येत नसे, नव्हे ते आता त्याला शक्यच नव्हतं!

कधीकधी वाटे, मला अव्हेरून तो निघून गेला आहे. त्याचं आयुष्य असंच असणार होतं म्हणून ते तसंच गेलं असावं, असं माझ्या मनात येऊन जाई. आयुष्याच्या साथीनं नव्या अपेक्षा बाळगून तो जसाजसा पुढे जात होता, कदाचित त्या वाटेवर आमच्यातली जवळीक हळूहळू कमी होत गेली असती; जशी ती आता झाली आहे तशी. कधी ना कधी ते गेलंच असतं की कठीण!

हे घडण्यापूर्वीचा काळ परत यावा आणि मग तसा तो परत येत नसल्याचं नैराश्य मनाला महिनोन्‌महिने सतावत राहिलं. मला कितीही वाटलं तरी काळ आता पुन्हा मागे जाणार नव्हता. आजपर्यंतचं आयुष्य जसं होतं तसं जगायची इच्छा प्रबळ होत होती. हा वर्तमान नकोच, तो भूतकाळच बरा अशी नवीनच भावना होऊ लागली. जे शोक करतात, खंत करतात त्या सर्वांच्याच मनाचे हे विभ्रम असावेत.

मार्कच्या मृत्यूनं माझं सगळं आयुष्य गिळंकृत केलं. हे विचार आता मनातून कधीच जाणार नाहीत. त्याच्याकडे ओढ घेणारं माझं प्रेम अचानक खुंटलं. त्याला कुठं मार्गच सापडेना. ते व्यक्त करावंसं वाटे; पण शब्दच सुचेनात. मग मी मार्कविषयीच बोलत राही. त्यानं तिथं असावं अशा अपेक्षेनं, तो नसतानाही तो आहेच असं वाटावं म्हणून त्याचे असंख्य फोटो लावून मी घराच्या भिंती झाकून टाकल्या. तो आसपास असणार नव्हता, हेच खरं होतं. अपरात्री दाराची बेल वाजली किंवा फोन खणखणला, की तोच परत आल्याचा मला दिलासा वाटत असे; पण ते एक दुःस्वप्नच असे.

पहाटेची वेळ नकोशी वाटे. अचानक डोळे पाणावत. स्वतःवरचा ताबा सुटल्यासरखा वाटे. दिवसभर मी आणलेले अवसान भेदून वेदनेचा लव्हारस बाहेर पडत असे. अचानक मी एक विचित्र परिस्थिती अनुभवत असे. मार्कच्या मृत्यूपूर्वी मी पाठविलेलं पार्सल त्याला मिळालंच नव्हतं. ते सैन्य दलानं परत पाठवलं. बालपणी मार्कला अत्यंत प्रिय असलेलं 'बर्ड्‌स कस्टर्ड' आणि मार्कच्या मृत्यूच्या आधीच्या काळातल्या माझ्या गमतीजमतीचं तपशीलवार वर्णन करणारं छोटेखानी पत्र त्यात होतं. ते जग, तिथं मला असायचं होतं. मी जीव तोडून आकांत केला.

झालं ते योग्य झालं नाही, अशी जाणीव मला अधूनमधून त्रास देत असे. साउथ वॉर्कच्या त्या ऐसपैस पसरलेल्या प्रांतातलं अनेक वर्षांत, युद्धात कोणी कामी

आलेलं नव्हतं आणि मार्कच्या शाळेतलं किंवा अगदी वेल्श गार्ड्समधलं कोणीही! ४०० सैनिकांच्या तुकडीमधला मृत्युमुखी पडलेला मार्क फक्त दुसराच होता. मार्कच का? तो अननुभवी होता, नवीन होता म्हणून? बेफिकीर राहण्याची चूक तर माझ्या हातून घडली नव्हती ना? मी दुसरं काही करायला हवं होतं का? हा मार्ग त्यानंच निवडला होता. त्याला जे करावंसं वाटत होतं तेच तो करत होता. त्याच्या कामावर त्याचं निरतिशय प्रेम होतं. त्यातल्या धोक्यांची जाणीव मी त्याला अधिक ठळकपणे करून द्यायला हवी होती का? मृत्यूकडे त्यानं काही वेगळ्या नजरेनं पाहावं म्हणून मी प्रयत्न करायला हवे होते का? तो जेव्हा परत गेला त्या वेळेस 'धोके पत्करू नकोस, स्वत:ची नीट काळजी घे' असं मी त्याला परोपरीनं सांगितलं होतं; पण आता वाटतं ते पुरेसं होतं का? आता हे अपराधीपण पुन्हा पुन्हा नकळत येतच राहील चोरून. विचारशक्ती गमावल्यासारखं.

शोकमग्न होऊन माझं मन भरकटतच होतं. नाही नाही ते विचार मनात येत होते. मनात विचार आला की, एकापरीनं झालं ते चांगलंच झालं. मार्क आता त्यांच्यातला एक होता. 'अर्पियले ज्यांनी प्राणांना ते झाले अजरामर' ('लॅड्स दॅट विल डाय इन हिज ग्लोरी ॲन्ड नेव्हर बी ओल्ड') या ए. ई. हाउसमनच्या 'ए शॉर्पशायर लॅड' या कवितेतील ओळीप्रमाणे मार्कच्या मृत्यूमागे हाच उद्देश असावा. आपल्या मृत्यूनं त्यानं जगाला श्रीमंत केलं होतं, गरीब नाही. मार्कनं मृत्यूला जवळ केलं नसतं तर त्याच्याबरोबर लढणाऱ्या इतर कोणालातरी मरण पत्करावं लागलं असतं. तो जगता तर तो कदाचित विस्मरणात गेला असता; पण आपल्या मृत्यूनं तो अमर झाला. त्याच्या आत्म्याला शांती प्राप्त झाली असेल, असंच इतरेजन म्हणाले.

मी आस्तिक नव्हते; पण या दु:खाचा आघात इतका जबरदस्त होता की, मार्कचा आत्मा कुठे असेल का, हे जाणून घेण्यासाठी मी अध्यात्माचा आधार शोधू लागले. माझ्या आधीही कित्येकांनी या विचाराच्या आधारानं शांती मिळवली होती, हे मला माहीत होतं. मार्कच्या तरुण सैनिक मित्रांनीही नेमकं अगदी तसंच केलं होतं. त्यांनी तो भयानक प्रसंग अनुभवला होता. मार्कचं रक्त त्यांच्या खांद्यावरून वाहिलं होतं. त्या सर्व आठवणींपासून त्यांनी या आधारेच सुटका करून घेतली असेल. कदाचित त्याला आता शांती मिळाली असेल की त्याचा आत्मा इथंच कुठं आसपास असेल? पण त्या स्वर्गीय आत्म्यांच्या गर्दीत त्याला पाठवायची माझ्या मनाची तयारीच नव्हती. त्याचा आवाज, त्याचा वास या वातावरणात अजून रेंगाळत असताना, तो विचार करणं फार जड जात होतं.

ते सगळं संपलंय. आता काहीच उरलेलं नाही असं जरी कोणी म्हटलं असलं तरी मला त्यात काहीच तथ्य वाटत नव्हतं. या सृष्टीमधले जीव त्यांच्या आठवणींत,

त्यांनी पाहिलेल्या स्वप्नांत, त्यांच्या कृतींतून, त्यांच्या व्यक्तिमत्त्वातून जिवंतच राहतात. मागे उरलेल्या त्या निःशब्द अवशेषातून ते असतातच.

मार्कच्या मृत्यूनं मी धर्माच्या अधिक जवळ आले. धर्माचा हेतू मला समजला. जे मागे राहिलेत, ज्यांना मार्ग सापडलेला नाही किंवा तो त्यांच्या आवाक्याबाहेरचा आहे; त्यांना मदत करणं हाच धर्माचा हेतू असतो. धार्मिक संस्कार हे एका परीनं शांती मिळवण्याचेच मार्ग असतात. ते आपल्याला स्वीकारायला शिकवतात. प्राचीन परंपरा आणि विश्वाचा आवाका यांची ते जाणीव करून देतात. मार्कच्या मृत्यूमुळे माझ्या आप्तजनांना होणाऱ्या यातना मला दिसत होत्या. या सगळ्या दुःखातून शेवटी ज्यानं-त्यानं आपापल्या पद्धतीनंच शांतता शोधायची असते, आणि हे करण्यासाठी धर्म तुम्हाला ठाम मार्ग दाखवत असतो.

मार्कच्या मृत्यूनंतर माझं आणि माझ्या कुटुंबियांचं सांत्वन करणारी शेकडो पत्रं लोकांनी मला पाठवली. कदाचित त्यांच्या स्वतःच्या समाधानासाठीही. मी त्याची हजारो पारायणं केली असतील. पूर्णपणे अपरिचित, शेजारपाजारचे, कामावरचे सहकारी, सैन्य दलातील मित्रमंडळी, अधिकारी- अगदी सर्व थरांतून लोकांनी पत्रं पाठवली. इतकंच नव्हे, तर प्रत्यक्ष युद्धात कामी आलेल्यांच्या कुटुंबीयांना पंतप्रधानही सांत्वनपत्र पाठवतात. आपल्या पलटणीमधील कामी आलेल्या सैनिकांच्या कुटुंबीयांची प्रिन्स चार्ल्सही काळजी घेतात. त्या पत्रांतील काही पत्रं फारच हृदयस्पर्शी होती. अफगाणिस्तानातल्या एकोणिसाव्या ब्रिगेडचे प्रमुख ब्रिगेडियर टिम रॅडफोर्ड यांनी लिहिलं होतं...

> *"एखाद्या गोष्टीवर विचारपूर्वक आपलं लक्ष केंद्रित करणारा मोहक व्यक्तिमत्त्वाचा मार्क मनाला कायमचा चटका लावून गेला आहे. त्याचे सैनिक मित्र त्याची नेहमीच प्रशंसा करत. त्यांच्या मनात मार्कला कायमच आदराचं स्थान होतं. मार्कच्या एका मित्रानं मला सांगितलं की, त्याच्या तुकडीतल्या सैनिकांनी 'जणूकाही एखाद्या देवदूतानंच त्याला घडविलं होतं,' अशा शब्दांत याचं वर्णन केलं होतं. सैन्यातल्या माझ्या २५ वर्षांच्या कारकिर्दीत आपल्या अधिकाऱ्याबद्दल इतक्या प्रेमानं काढलेले उद्‌गार मी तरी कधीच ऐकले नाहीत..."*

अंत्यविधीपूर्वीचे ते दिवस अतिशय तणावपूर्ण, नीरस, अवास्तव वाटत होते. अगदी मृत्यूसारखेच. या असल्या घटना आपले नातेसंबंध अधिक दृढ करतात. माझी धाकटी बहीण आणि तिची मुलगी- माझी भाची तेव्हा ऑस्ट्रेलियात होत्या. आपली सगळी कामं तातडीनं रद्द करून त्या माझ्या मदतीला धावत निघाल्या. त्या

माझ्याजवळ राहिल्या. त्यांच्या प्रेमानं मला गहिवरून आलं. त्यांचं माझ्याजवळ असणं मला लाखमोलाचं वाटलं. त्यांनी लगेचच माझी मित्रमंडळी व परिचित यांचा परिचय करून घेतला. सतत खणखणणारे फोन घेण्याचं आणि भेटायला येणाऱ्यांशी अतिशय शांतपणे आणि नम्रपणे संवाद साधण्याचं काम त्यांनी पार पाडलं. त्यांनी सुंदर सुवासिक फुलांच्या रचनाही केल्या. अंत्यविधीच्या थोडासा आधी माझा भाऊ आला, आणि तो नंतरही माझ्यासाठी काही दिवस राहिला होता. त्याच्या असण्यानं मला अगदी हायसं वाटत होतं. खरंतर माझ्या भावजयीचा घटस्फोट झाला होता. पण तिचे आणि माझे मित्रत्वाचे संबंध होते. तीही बहामाहून आपल्या मुलीसमवेत मला भेटावयास आली होती.

माझ्या आयुष्याचा हा असमर्थनीय, दुःखानं काळवंडलेला हिस्सा, कितीतरी जणांना जाणवला होता, हे त्यांच्या वागण्यातून माझ्या ध्यानात आलं. लोकांना शब्द सुचत नसत. शब्दांनी सांत्वन करणं कठीणच होतं. आपल्या भावना पोचवण्यास ते अपुरंच होतं. त्याऐवजी ते आम्हाला कॅसेरोल्स, मोठे केक्स, फुलं आणि इतर अशाच काहीबाही वस्तू देत. शब्द साधू शकत नसत ते कदाचित या वस्तूंनी साधत असे. आमचा एकाकीपणा थोडासा कमी होत असे.

या दुःखापासून थोडा विरंगुळा मिळावा म्हणून आपल्या शिल्पकलेच्या स्टुडिओत काम करण्याच्या आणि बर्लिनमधल्या मित्रांबरोबर काही काळ घालवण्याच्या इराद्यानं मार्कच्या मृत्यूनंतर डेव्हिड निघाला. अर्थात 'अंत्यविधीच्या प्रक्रियेचं नियोजन मी तिथून करीनच' या बोलीवरच. मार्कच्या मृत्यूला तोंड देण्यासाठी आम्ही दोघं वेगवेगळ्या तऱ्हेनं झगडत होतो. त्यामुळे या परिस्थितीत आमच्यातील पूर्ववैमनस्य पुन्हा उफाळून आलं. याही परिस्थितीत काही अवघड निर्णय घेणं क्रमप्राप्तच होतं. डेव्हिड जाण्यापूर्वीच दक्षिण लंडनमधील अस्ताव्यस्त वाढलेली आणि गजबजलेली कबरस्तानं आम्ही नजरेखालून घातली. ही कबरस्तानं जुनी होती, वृद्ध लोकांसाठी वापरली जात होती. खरंतर ती जवळच होती; पण मार्कसाठी ती आम्हाला योग्य वाटली नाही. मार्कच्या मृतदेहाचं दहन करण्याचा आणि त्याची रक्षा मिलिटरीच्या दफनभूमीत पुरण्याचा आम्ही निर्णय घेतला. हा निर्णय मोठा आणि अवघड होता.

वेलिंग्टन बॅरॅक्सच्या सेंट जेम्स पार्कमध्ये 'गार्ड्स चॅपेल' इथं सरकारी इतमामात अंत्यविधी पार पाडण्याची तयारी वेल्श गार्ड्सनी दर्शवली होती. ही सगळी व्यवस्था करताना वेगवेगळ्या सूचना करणं, त्याचा सराव करणं यामागे वेल्श गार्ड्सनी दिलेल्या भक्कम आधारानं मनाला खरोखरच शांती मिळाली. गेल्या अनेक वर्षांत वेल्श गार्ड्सनी युद्धात गमावलेला मार्क हा पहिलाच अधिकारी होता, याचा तर त्यांनाही मोठाच धक्का बसला होता. आपलं सर्वस्व

पणाला लावलेले अन्य काही अधिकारी आणि सैनिक त्यानंतरच्या काही महिन्यांत धारातीर्थी पडले. मृत्युमुखी पडलेल्यांच्या कुटुंबीयांच्या इच्छांना मान देणं या बाबतीत वेल्श गार्ड्सनी दाखवलेली जागरूकता फारच मोलाची होती. मार्कच्या अंत्यविधीसाठी गार्ड्समन गिझीला बर्मिंगहॅमहून येता यावं, अशी व्यवस्था त्यांनी केल्याचं पाहून माझं अंतःकरण हेलावून गेलं. व्हीलचेअर आणि कुबड्या घेऊन तो मार्कच्या अंत्यसंस्कारात सामील झाला; पण बाकी सारी तुकडी अजूनही अफगाणिस्तानातच होती.

मे महिन्याच्या शेवटच्या सप्ताहात मार्कचा अंत्यविधी पार पडला. राष्ट्रध्वजात गुंडाळलेलं मार्कचं शव वाहून नेण्याच्या गाडीच्या बाजूनं १४ मोटारसायकलींवरील पोलिसांनी कडं केलं होतं. माझ्या घरापासूनची सर्व वाहतूक बंद करण्यात आली होती. मार्क जन्मला त्या हॉस्पिटलवरून अंत्ययात्रा पुढे सरकली, तिथून मग साउथ वॉर्कच्या गरीब वस्तीपुढून अवाढव्य आणि अत्यंत गजबजलेला चौक ओलांडून पुढे सरकली. आत्ता मात्र ते चौक अत्यंत शांत भासत होते. थेम्सच्या काठावरच्या अनोळखी, दगडी, भव्य इमारती, मग बिग बेन, पार्लमेंट हाउस असं करत बर्डकेज बँक चॅपेलपाशी पोचली. मोठमोठ्या खिडक्या असलेल्या गाडीत मी, एलिझाबेथ आणि माझा भाऊ मूकपणे बसून होतो. निःशब्द आणि सुन्न करून टाकणारा अनुभव होता तो. त्या चिरपरिचित वर्दळीच्या रस्त्यांवरची वाहतूक पोलिसांनी आधीच बंद केल्यानं रस्त्यांवरचा सुनसानपणा आणि अंतःकरणातील हुरहुर एकरूप झाली होती. रस्त्यावरून जाणारे लोक क्षणभर थबकून पाहत होते, डोक्यावरच्या टोप्या किंचित उचलून नतमस्तक होत होते अथवा हाताचा क्रॉस करत होते.

परीटघडीच्या गणवेषातले जवान, अधिकारी, तरुण मुलं-मुली, मित्रमैत्रिणी सगळे मिळून नऊशेपेक्षा जास्त लोक अंत्यविधीच्या सोहळ्यात सामील झाले असावेत. मार्कच्या वियोगानं सारे व्यथित झाले होते. त्यांच्या अश्रूंमागे जोडीदाराला किंवा प्रियजनांना गमावण्याची भीती तर कधी गमावलेल्या साथीदाराच्या आठवणी होत्या. अश्रूच यातनादायक होते. त्या इमारतीच्या दर्शनी भागातला चौक आणि पवित्र चौथरा पुढची ९० मिनिटं जणूकाही उजळून गेला होता. तो चौक त्याच्या उंच भिंतीवरून लटकणाऱ्या विविध पलटणींच्या झेंड्यांनी आच्छादलेला आहे. युनियन जॅकमध्ये गुंडाळलेली शवपेटी बरोबर मध्यभागी विराजमान झाली होती. संगीताचे स्वर्गीय मधुर स्वर वातावरणात भरून राहिले होते. अव्यक्त भावना त्या आर्त स्वरातून व्यक्त होत होत्या. गायली जाणारी गाणी मनाला धीर देत होती आणि उन्नतही करत होती. परमशक्तीला आवाहन करत होती आणि शांती देत होती. एल्गारची 'निमरॉड' ही धून बँडनं वाजवली. 'एप्रेस एन् रेव्ह' ही फॉरेची

रुखरुख लावणारी धून मार्कच्या व्हायोलिनच्या शिक्षकांनी वाजवली. त्या स्वरांनी एक अक्षरही न उच्चारता प्रत्येकाच्या मनात घोळणारं दुःख व्यक्त केलं. जीवनात येणाऱ्या चढ-उतारांना न जुमानता आपलं आयुष्य कसं अखंडपणे पुढे धावत असतं याची प्रचिती बाखच्या 'सेलो सूट नं. वन'मधून आली. डेव्हिड बटनं आपल्या धीरगंभीर आवाजात 'अ शॉर्पशायर लॅड' हे गाणं गायलं. त्याचं संगीत जॉर्ज बटरवर्थनं तयार केलं होतं. वयाच्या एकतिसाव्या वर्षी पहिल्या महायुद्धाच्या वेळी त्याला खंदकातच मृत्यू आला होता; पण 'अ शॉर्पशायर लॅड' हे त्यानं त्याअगोदरच संगीतबद्ध केलं होतं. सगळ्या परिस्थितीचं वर्णन करणारी, मनाला सांत्वना देणारी अशी त्या कवितेची शब्दरचना होती. एलिझाबेथ आणि मार्कच्या शाळेतला अगदी जवळचा मित्र शोल्टो हे दोघंही विशीतले असूनसुद्धा मोठ्या धैर्यानं आणि समंजसपणे बोलले. त्यांच्या शब्दांनी सर्वच उपस्थितांची अंतःकरणं हेलावली. मार्क आणि सैन्य दल यांविषयी कर्नल सँडी माल्कम यांनीही भाषण केलं. त्या दिवशीच्या त्या प्रसंगात मार्कच्या कृतीनं अनेकांचे प्राण वाचल्याची आपल्याला खात्री असल्याचा उल्लेख कर्नल माल्कम यांनी केला. एक व्यक्ती म्हणून मार्क सर्वांच्या परिचयाचा होता. त्यालाही अशी शिष्टाचाराप्रमाणे स्वर्गीय मानवंदना दिली जावा, असं मला मनापासून वाटत होतं. "तो सदैव माझ्या हृदयात वास करील," अशा शब्दांत मी माझ्या भावना व्यक्त केल्या. मार्कला निरोप देण्याचा हा समारंभ खरोखर अद्भुत होता. ज्या मार्कनं आपलं सर्वस्व अर्पण केलं होतं, त्या मार्कसाठी असं काहीतरी केलं जावं असं ज्यांना ज्यांना वाटत होतं त्यांच्या लेखी तर या निरोपाचं मोल काही विशेषच होतं. बहुतांश लोकांच्या दृष्टीनं या समारंभानं मार्कसाठी अश्रू ढाळण्याची संधी दिली.

या अंत्यविधीनंतर त्याच पोलीस बंदोबस्तात, वेलिंग्टन आर्चमधून पश्चिम लंडनच्या प्रत्यक्ष दहनभूमीकडे आम्ही निघालो. त्या आर्चमधून आम्हाला नेण्यात आल्याचं पाहून मला आश्चर्यच वाटलं. मग माझ्या लक्षात आलं की, युद्धात गमावलेल्या गार्ड्सच्या अधिकाऱ्याला मानवंदना देऊन पुरणं हे सैन्य दलाच्या प्रघातांपैकीच होतं. आम्ही चॅपेलच्या दिशेनं निघालो तेव्हा पोलीस दलाचे सैनिक त्या मार्गावर आपल्या मोटारसायकलींवर अत्यंत आदरानं हात दुमडून मस्तक झुकवून दुतर्फा उभे होते. ही नेहमीचीच पद्धत; पण धीरगंभीर वाटणारी. हे असे विधी चालू असताना, मार्कचं शव असलेली पेटी त्या पडद्याआड जाण्यापूर्वी मार्कच्या वडिलांनी आपल्या भावना व्यक्त केल्या. शवपेटिका जात असताना बिगुलावर 'लास्ट पोस्ट' ही धून वाजवली गेली आणि बंदुकांच्या फैरींनी शेवटची मानवंदना दिली.

या घटनेनंतर कित्येक महिन्यांनी मी हे सगळं ध्वनिचित्रण पाहण्याचं धाडस

केलं. इतरांना अंत्यविधीचा तो सोहळा अगदी लष्करी खाक्याचा, काही विशेष शान असलेला वाटलाही असेल; पण मला वाटतं की मी त्यात नव्हतेच. हा माझ्या पोटच्या पोराचा मृत्यू होता. त्यासाठी इतका औपचारिक, सार्वजनिक समारंभ कशाला? याच्या मुळाशी युद्धात प्राप्त झालेली 'वीरगती' आहे, हे कळायला मला फार वेळ लागला. 'वीरगती' या शब्दाशी शतकानुशतकांची मूल्यं आणि वेदना निगडित आहेत. 'वीरगती' या शब्दाला इतके संदर्भ असले तरी तो एका आईच्या दुःखासाठी अपुरा आहे. मार्कच्या मृत्यूनंतरचा हा सगळा भपका आणि हे वातावरण याचं खरं कारण त्यानं शेवटी केलेला सर्वोच्च त्याग, हे होतं. त्यानं जी वैयक्तिक जबाबदारी पार पाडली होती त्याचा जनतेनं केलेला हा सन्मान होता. पण मार्कच्या मृत्यूची ही जी बाजू होती त्याचं त्या वेळेस मला पूर्णपणे आकलन झालं नाही. कारण माझ्या मनात सतत हेच येत होतं की, मी माझ्या पोटच्या पोराला गमावलंय. मला त्याचा फार अभिमान वाटला पाहिजे, असं सर्वांना वाटत होतं आणि ते समजून घेण्यास मी मात्र असमर्थ ठरले होते. माझा मुलगा गेला याचा अभिमान? का... का वाटावा?

त्यानंतर कित्येक आठवड्यांनी आम्ही सैन्य दलाच्या ब्रुकवुड येथील दफनभूमीत सरे येथे मार्कच्या रक्षेचं दफन केलं. शिस्तीत उभ्या असलेल्या छोट्या छोट्या पाषाणांच्या त्या थडग्यात आता मार्कचं थडगं उभं आहे. प्रत्येकाच्या जगलेल्या आणि गमावलेल्या आयुष्याची प्रतीकंच जणूकाही त्या पाषाणांच्या रूपानं उभी असावीत, असा भास होतो. मार्कची रक्षा तिथं पुरल्यावर वाटलं, की कुठल्यातरी अपरिचित थंड आत्म्यांच्या जगाच्या स्वाधीन तर नाही ना केलं आपण त्याला? त्या संध्यासमयीच्या धूसर प्रकाशात आसपासच्या पाइन वृक्षांची सळसळ मनाला विचित्र हुरहुर लावून गेली. तो असह्य एकाकीपणा मी आणि मार्क आम्हा दोघांनाही जाणवला. अत्यंत अनिच्छेनंच मी त्याला तिथं सोडून निघाले. मार्कचा आत्मा आता पंचमहाभूतांत विलीन झालाय ही जाणीव फार अस्वस्थ, विचित्र आणि अनाकलनीय वाटून गेली. माझ्या उशाशी असलेल्या तसबिरीतील त्या व्यक्तीला हात लांबवून मी स्पर्श करू शकेन असं मला वाटायचं; पण आता मार्कला मी खराखुरा स्पर्श करू शकणार नव्हते. तो या जगात नव्हताच.

अनेक महिने लोटल्यावर मात्र ब्रुकवुड ही मनाला समाधान देणारी शांतवणारी जागा झाली. पहिल्या महायुद्धानंतर त्या जागेला रमणीय रूप दिलं गेलं. शिस्तबद्धता आणि आल्हाददायक मोकळेपणा यांचा त्यात सुरेख समन्वय साधला होता. नाव कोरलेल्या कबरस्तानातील दगडांनी, ब्रुकवुडची रंगीत ठिपक्यांची हिरवळ विभागली गेली आहे. वाऱ्याच्या मंद झुळकेबरोबर अधूनमधून तुकड्या-तुकड्यांनी डुलणारं रानगवत आणि उंचच उंच वाढलेले वृक्ष, यांच्या अभिजात सौंदर्याला मात्र तोडच

नाही. या सगळ्याचा काय बरं संबंध असावा, असा विचार तिथं विसावलं की माझ्या मनात डोकावतो.

हा रमणीय परिसर म्हणजे त्या सैनिकांना दिलेली मानवंदनाच आहे. आपण जे करू शकलो नसतो ते त्यांनी करून दाखवलं. आपलं मौल्यवान आयुष्य कशासाठीतरी आणि कोणासाठीतरी त्यांनी देऊ केलं. स्वतःच्या प्राणांपेक्षासुद्धा त्यांना युद्धातल्या आपल्या सहकाऱ्यांच्या प्राणांचं मोल अधिक वाटलं असावं. हे समजून घेण्यासाठी अफगाणिस्तानात पुन्हा परतू इच्छिणाऱ्या एका तरुण सैनिकाला मी हा प्रश्न केला की, "मृत्यूनं गाठलं तर तुला त्याचं वाईट वाटणार नाही का?" "नाही," असंच त्याचं उत्तर होतं. "आपल्या देशासाठी बलिदान करणं यापेक्षा दुसरी सन्मानाची गोष्टच असू शकत नाही," असं म्हणताना मी त्यांना ऐकलंय. "याही पेक्षा वाईट मार्गानं मृत्यू येऊ शकतो. इथं मृत्यूचा धोका असतोच आणि आम्ही तो पत्करतोच." कदाचित त्यात घाबरण्यासारखं काय असं त्यांना वाटत असावं. जगण्याचं महत्त्व काय आणि आयुष्यात काय मिळवता येतं, या साऱ्याचा विचार मनात न येण्याइतका भाबडेपणा त्यांच्याजवळ असतो. मृत्यू म्हणजे काय हा विचार मनात येण्याइतकं त्यांचं वयही फार नसतं आणि तितके पावसाळेही त्यांनी पाहिलेले नसतात. मार्कचा मृत्यू झाला तेव्हा त्याला तरी ते उमगलेलं होतं का? त्याला जे करावंसं वाटत होतं तेच तो करत होता; पण त्या क्षणी मात्र ज्या आयुष्यावर आपण प्रेम केलं तेच आपण मृत्यूच्या स्वाधीन करत असल्याची जाणीव त्याला झाली असावी. पण ते उमजण्याच्या क्षणी खेद करायची वेळ टळून गेली होती.

अफगाणिस्तानात जे धारातीर्थी पडले, त्यांच्यासाठी ब्रुकवुडमध्ये स्वतंत्र जागा आरक्षित केलेली आहे. मी जेव्हा जेव्हा तिथं जाते, तेव्हा तेव्हा तिथं एखादं तरी नवीन थडगं दिसतंच. कदाचित मार्कला माहीत असणाऱ्या एखाद्या तरुणाचं अथवा मार्कबद्दल ऐकलेल्या एखाद्या तरुणाचं. जणू काही ते अजूनही एकमेकांची काळजी घेत असावेत. त्या स्मशानभूमीतला माळी, ब्रायन स्मिथ हा ज्यांची ज्यांची थडगी तिथं आहेत, त्याच्याविषयी काही ना काही सांगत असतो. अशाच एका भेटीत मी त्याच्याशी गप्पा मारत असताना त्यानं मार्कचं नाव घेऊन सांगितलं. अगदी अशा थाटात की जणूकाही त्यांची जुनीच ओळख असावी! इतके अपरिचितसुद्धा इतकी दखल घेतात, हे त्या वेळी मला विलक्षण वाटलं होतं.

हे जगच मला अपरिचित होतं; पण तिथं दुःख कोणाबरोबर तरी वाटून घेता येत होतं. आपली मुलं आणि पती गमावलेल्या अनेक माता व पत्नींबरोबर माझी ओळख झाली. अनेक वर्षं आम्ही साऱ्या जणी एकमेकींच्या संपर्कात होतो. परिस्थितीचा स्वीकार करताना आम्हाला होणाऱ्या यातना आणि भावना किती

सारख्या होत्या! मला जसं वाटत होतं तसंच इतरांनाही वाटत होतं. माझ्या मनाला आत कुठंतरी बरं वाटलं. म्हणजे सगळं 'नॉर्मल' असल्याचीच ही लक्षणं होती. त्यानंतर दोन वर्षांनी मला एक अशीच आई भेटली. तिनं मला सांगितलं की, "मुलाच्या मृत्यूनंतर मी स्वतःच व्यक्तिमत्त्वच हरवून बसले आहे." तिचं म्हणणं मला पटलं. आपल्या अपत्याविषयीचं आपलं प्रेम वेगळंच असतं. आपली मुलं आपल्या नाळेशी कायमचीच जोडली गेलेली असतात. त्यांचा मृत्यू म्हणजे जणू आपलाच एक हिस्सा गळून पडतो. त्यामुळे मार्कला पाठीशी घालणं, त्याच्यासाठी काही करणं, त्याच्यावर प्रेम करणं या सगळ्या गोष्टींनी मी त्याच्याशी वर्षानुवर्षं बांधली गेले होते, तेच आता कायमचं नष्ट झालं होतं.

तारुण्यात मृत्यूनं अकाली घातलेल्या घाल्यानं पत्नी, आया आणि अवघ्या कुटुंबावरच किती मोठा आघात होतो हे त्यांनी कसं अनुभवलं ते मला सैन्य दलातील दोन अधिकाऱ्यांनी सांगितलं. दोघांनाही अशा अनेक मोहिमांचा अनुभव होता. त्यातला एक आपल्या मुलाच्या जन्मानंतर बदलला. दुसरा, स्वतः दोन मुलांचा बाप होता. त्यानं एका तरुण सैनिकाच्या मृत्यूची बातमी त्याच्या आईला दिल्यानंतर स्वतःच सैन्यातली नोकरी सोडण्याचा निर्णय घेतला होता.

मला असं वाटतं की, अकाली मृत्यूच्या अनुभवाबद्दल नेहमीच मौन पाळलं जातं. जसं प्रसूतीच्या कळांबद्दल. हे दोन्ही अनुभव माणूस शतकानुशतकं घेत आलाय; पण हे इतरांना सांगणं असह्य होतं. अशा मृत्यूनंतर आया, बहिणींची आयुष्यं कायमची बदलून गेल्याच्या आठवणी मला माझ्या अनेक मित्र-मैत्रिणींकडून कळल्या. अलीकडे अकाली मृत्यू फारसे होत नाहीत आणि या पिढीला त्याचा फारसा अनुभव नसतो. मृत्यूचा अर्थ लावण्यासाठी किंवा आशा कायम ठेवण्यासाठी आधार देणाऱ्या धर्माकडे त्यांना वळता येत नाही. मग अशा युद्धातील मृत्यूंच्या बाबतीत काही वेगळं घडत होतं का?

मार्कचा मृत्यू अनेकांना पचवणं जड गेलं. अंत्यसंस्कारानंतर पुढे कित्येक दिवस मार्कसाठी सार्वजनिक प्रार्थना आयोजित करण्यात आल्या. त्याच्या जुन्या शाळेत, चार्टर हाउस येथे एका रविवारी प्रार्थना करण्यात आली. या शाळेला कर्तव्यपालनाची मोठी परंपरा होती. गेल्या दोन महायुद्धांत या शाळेतील मार्कसारख्या तरुण मुलांनी आपले प्राण अर्पण केले होते. तिथल्या विद्यार्थ्यांनी अतिशय नम्रपणे प्रार्थना केली. मी तर आजपर्यंत असं कुणीच गाताना ऐकलं नव्हतं. त्यांच्या प्रार्थनेत स्तुती आणि आदर अगदी ओतप्रोत भरलेला होता. त्यांच्यातील एकानं दूरच्या रखरखीत उष्ण मरुभूमीत आपले प्राण कुर्बान करण्याचं धाडस दाखवलं होतं.

ऑक्टोबरमध्ये आपली सहा महिन्यांची मोहीम आटोपून वेल्श गार्ड्स

परतले. डिसेंबरच्या प्रारंभी ॲल्डरशॉटच्या वुडन गॅरिसन चर्चमध्ये त्या तुकडीनं प्रार्थना केली. त्या तुकडीतले गणवेषातले सैनिक अगदी मूक होते आणि काहीसे अस्वस्थसुद्धा. मधल्या मोकळ्या जागेतून सात मृत जवानांसाठी सात मेणबत्त्या आणल्या गेल्या आणि नंतर चर्चच्या वेदीवर लावल्या गेल्या. आपलं ठसठसणारं वैयक्तिक दुःख व्यक्त करण्याची ही सैन्य दलाची प्रथा होती. यांतले बरेचसे सैनिक मार्कबरोबर होते. मार्कच्या मृत्यूचं दुःख अजूनही ताजं होतं आणि मार्कबरोबरच्या त्यांच्या आठवणी त्यांनी अजूनही जपून ठेवल्या होत्या. या वेल्श गार्ड्सनी मार्कच्या आज्ञा पाळल्या होत्या. मार्कचं त्यांना कौतुक होतं. मार्कबरोबर त्यांनी हास्यविनोद केले होते. मार्कच्या बरोबरीनं ते लढले होते. मार्कला परत त्यांनीच आणलं होतं आणि मार्कचे शेवटचे शब्दही त्यांनीच ऐकले होते. आता तो त्यांच्या बरोबर असता तर परिस्थिती काही वेगळीच असती, अशा कल्पनेनं माझ्याप्रमाणेच तेही स्वतःला बोल लावत होते.

प्रार्थनेनंतर ॲल्डरशॉटच्या रस्त्यावरून सैनिकांनी ताठ मानेनं संचलन केलं. स्थानिक लोकांनी टाळ्यांच्या गजरात त्यांचं कौतुक केलं. दुःख करणाऱ्या काहींनी ते समजूनही घेतलं.

अशा अनेक सार्वजनिक शोकसभांचं मला निमंत्रण असे. आपण एकटेच नाही; आपल्या दुःखात इतरही सहभागी आहेत, याची जाणीव मला व्हावी आणि मी माझ्या दुःखातून बाहेर यावं यासाठीच.

२०१०च्या सुरुवातीला बेलफास्टच्या सेंट ॲन्स कॅथेड्रलमध्ये एकोणिसाव्या ब्रिगेड सर्व्हिसमध्ये गेल्या वर्षभरात युद्धात कामी आलेल्या ८० सैनिकांसाठी आम्ही सर्वांनी एका सुरात प्रार्थना म्हटली. धर्मगुरूंनी आपला आशावाद बोलून दाखवताना त्या वेळी म्हटलं की, एके काळी युद्धभूमी असलेलं हे बेलफास्ट आज शांत आहे. त्या संघर्षाचा आणि त्यासाठी केलेल्या बलिदानाचा हेतू मला आता समजतो आहे. सर्वच जण आपापल्या वैयक्तिक हानीमुळे मूक झाले होते आणि त्या संघर्षाची मोठी किंमत त्यांना मोजावी लागली होती.

२०१०च्या जून महिन्यात नॅशनल ॲर्बोरिटम येथे आयोजित केलेल्या प्रार्थनासभेसाठी आम्हाला बोलावलं होतं. मार्कच्या मृत्यूला एक वर्ष उलटलं होतं, तरीही माझ्यासाठी तो प्रसंग अवघड होता. उंच पांढऱ्या दगडांच्या भिंतींच्या आतल्या वर्तुळात आम्ही बसलो होतो. त्या भिंतीवर त्या वर्षभरातल्या मृत व्यक्तींची नावं नव्यानं कोरली होती. भयप्रद आसुसलेला मृत्यू आणि मदतीसाठी व्याकूळ झालेली माणसं याविषयीची माझी भीती, भगभगीत प्रकाशानं आणि तापलेल्या भिंतींनी अधिकच गडद केली. शेजारीच, पायाला जखम झालेला अवस्थेतल्या सैनिकाला त्याचे सहकारी स्ट्रेचरवरून नेत असल्याचं,

गडद रंगाच्या धातूतलं शिल्प होतं. मन अगदी आतून घट्ट करून मी तिथं बसले. आपल्याला काहीच जाणवत नाही आहे, असा विचार करून मी न रडण्याचा आटोकाट प्रयत्न करत होते.

अर्थात काही वेळा मला विरंगुळ्याचे क्षण अनुभवता आले, हेही मला नमूद केलं पाहिजे. या सगळ्यातून आपलं मन दुसरीकडे गुंतवण्यासाठी मी पार्ट्यांना गेले, हास्यविनोदात रमले आणि मजा अनुभवली. लोक माझ्याशी प्रेमानं वागत. मीही माझ्या आयुष्याला सामोरी जात होते. माझ्या कामाच्या जबाबदाऱ्याही मला हे सगळं करायला भाग पाडत होत्या. मी का कूं करते आहे असं लक्षात आलं तर माझे हितचिंतक मला घराबाहेरही काढत होते. पण त्या सर्वांखाली विषण्णतेची दाट छाया असे. उन्हाळ्यात डबक्यात फोफावणाऱ्या तणाप्रमाणे. पहाटे भासमान होणाऱ्या दुःस्वप्नात मला मार्कचा रक्तरंजित मृत्यू दिसत असे. त्या दुःस्वप्नानं माझ्या जीवनातला प्रकाश आणि आशा नष्ट केल्या होत्या. एकदा एका पार्टीत कुणीतरी म्हणालं होतं की, या सगळ्यातून बाहेर यायला फार फार वेळ लागेल. त्या क्षणी ते उद्गार मला फार असह्य वाटले. वाटलं ही जन्मठेपच आहे. मी तडक त्या पार्टीतून निघून गेले.

मार्कच्या थडग्यावर लिहिण्यासाठी मला योग्य तो मजकूर हवा होता; पण तो शोधण्यात अनेक महिने निघून गेले आणि परिणामी ते तसंच राहिलं. तो अल्प मजकूर ठसा उमटवणारा आणि कुटुंबीय व मित्रपरिवारासाठी चिरकाल टिकणारा हवा होता.

शेवटी २८ जानेवारी, २०११रोजी सकाळी ११ वाजता सैन्य दलाच्या धर्मोपदेशकानं मार्कला शुभाशीर्वाद देऊन थडग्यावर तो नवीन पाषाण ठेवला. सैन्यातले त्याचे तरुण सहकारी, अधिकारी, एलिझाबेथ आणि मी तेव्हा उपस्थित होतो. साधारण ११ वाजून १० मिनिटांनी प्रार्थना संपली आणि नेमकं त्याच वेळी किरमिजी ढगाआडून एक प्रकाश-शलाका दृश्यमान झाली आणि तो पाषाण तिनं सुमारे १० मिनिटं उजळून टाकला. हजारो पाषाणांच्यात प्रकाशानं उजळलेला तोच एक स्वर्गीय पाषाण वाटत होता.

मार्कची आठवण आली नाही असा एखादासुद्धा तास गेला नसेल. मृत्यूचं सत्य स्वीकारण्याचा संघर्ष आणि मृत्यूबद्दल जी अविश्वसनीयता वाटत होती ती हळूहळू कमी होत गेली. मार्कचा मृत्यू स्वीकारणं म्हणजे केवळ डोक्यानं विचार करणं नव्हे, तर तो आता नाही याचा मनानं स्वीकार करणं होय, हे मला फार उशिरा कळलं. त्या गोष्टीचा मी जाणीवपूर्वक स्वीकार करणं, हे माझ्यासाठी सर्वांत कठीण होतं. त्याला फार फार वेळ लागला. जवळजवळ दोन वर्षांनी मी प्रथम या सत्याचा निश्चित स्वीकार केला. एक दिवस सकाळी मी त्याचा फोटो पाहत होते. आणि त्या

वेळी जाणीव झाली, की तो आता या जगात नाही.

मार्कच्या अंत्यविधीच्या वेळी, सिगफ्रॉइड ससून या युद्धकवीच्या वाचल्या गेलेल्या कवितेच्या सुंदर ओळींचा अर्थ मला आता कुठं कळू लागलाय.

आणि अचानक गाऊ लागले
सर्वच जण अति आनंदाने
पिंजऱ्यातला पक्षि उडावा
मुक्त होऊनि अति वेगाने
बागांवरूनि, कुरणांवरूनि
पुढे पुढे अन् दृष्टिपल्याड

चढतच गेले सर्वांचे स्वर
सूर्यास्ताने सुंदर परिसर
भरून आले हृदय अश्रुमय
सरली भीत. तरीही सगळे
झाले पक्षी. गाण्याचे अन् शब्द निमाले
आता नाही कधीच गाणे!

माझं मन आसवात चिंब झालं होतं. माझी भीती नष्ट झाली होती. पण हाय! मी अजूनही याच जगात आहे.

मार्क

इतरांनी मार्कविषयी लिहिलेली श्रद्धांजलीची पत्रं व उच्चारलेले शब्द, मार्कच्या उत्साहानं सळसळणाऱ्या आयुष्याचं केवळ अस्पष्टच चित्र रेखाटतात. काळाबरोबर व्रण भरून येतातच. पण मार्कची जागा कोणी घेऊ शकणार नाही. एक तारा निखळला होता. आणि आता निर्माण झालेली पोकळी त्याच्या सुखद आठवणींनी भरून काढायची होती. आपल्या छोट्याशा आयुष्यात त्याला जे करायचं होतं ते त्यानं केलं. घट्ट बिलगून राहता येईल आणि आयुष्यभर पुरतील अशा गोष्टी त्यानं इतरांना दिल्या. त्याच्या आठवणी म्हणजे आयुष्यभरासाठी त्यानं दिलेली शिदोरी आहे. त्याची शिकवण, त्याच्या खणातल्या कपड्यांना येणारा त्याचा उदास, गोड गंध आणि मागे उरलेले त्याचे अवशेष– म्हणजे माझा मार्क!

मार्कच्या संपर्कात आलेल्या प्रत्येक व्यक्तीजवळ उरलाय आठवणींचा मोठा साठा. कधीही आत डोकवावं आणि जुन्या आठवणींचा स्वाद घ्यावा असा. मित्र आणि कुटुंबीय यांच्याजवळच्या आठवणी तर अधिकच खोल. त्या न संपणाऱ्या आठवणी त्याला गमावल्याच्या दुःखानं काहीशा मलिन झाल्यात.

मृत्यूनं मार्कला गाठण्यापूर्वीच तो सगळ्यांच्या गळ्यातला ताईत झाला होता. बालपणी गुलाबी कांतीचा, पिंगट केसांचा, गोड चेहऱ्याचा मार्क सर्वांचा फार लाडका होता. तारुण्यात पदार्पण केलेला मार्क मोठा रुबाबदार दिसे. त्याच्या सैनिक मित्रांनी '007' असं टोपण नाव त्याला बहाल केलं होतं. अतिशय लवचीक शरीरयष्टी, लहान मुलगा शोभावा असा सडसडीत, ठणठणीत आणि हट्टाकट्टा. मायकेल अँजेलोने घडवलेला मोहक सुकुमार मदनाचा पुतळाच जणू! कोणालाही मोहून टाकेल असाच होता तो. पण त्याला स्वतःला मात्र त्याची जाणीव नव्हती. फार थोड्या लोकांना मिस्कील बोलता येतं; पण लोकांना खदखदा हसायला लावणाऱ्या गोष्टी गुंफून कशा सांगाव्यात याचं बाळकडू त्याच्या आयरिश पूर्वजांनी त्याला पाजलं होतं. तो बुद्धिमान होता, हुशार होता. पण केवळ पुस्तकी हुशार नव्हता. वयाच्या मानानं त्याला जगाचं ज्ञान चांगलं होतं. लोकांची पारख करणं आणि परिस्थितीचं भान ठेवण, या गोष्टी त्याला चांगल्या जमत. संगीताची त्याला

उत्तम जाण होती. आणि त्याच्याजवळ सौंदर्याभिरुचीही होती. त्याच्या जडणघडणीत आदर्शवादाचाही मोठा वाटा होता. कदाचित त्याच्या दोन्ही आजोबांच्या त्याच्यावरील प्रभावामुळे असेल. त्या दोघांचीही दृष्टी त्यांच्या-त्यांच्या क्षेत्रात सर्वसामान्यांपेक्षा वेगळी होती. मार्कच्या ठायी असलेली ऊर्जा आणि आशावादी दृष्टिकोन हा केवळ त्याचाच होता. त्याचा स्वभाव मनमोकळा होता. मार्क जात्याच प्रेमळ आणि विचारी होता. जे जे त्याच्या संपर्कात येत- मग ते वयानं मोठे असोत वा अगदी लहान - तो त्यांच्याशी आदरानं आणि बरोबरीच्या नात्यानं वागे. तो जाण्यापूर्वीचा एक प्रसंग मला आठवतोय. घराच्या गच्चीवर आमचा चहा-फराळाचा कार्यक्रम चालू होता. गप्पागोष्टी आणि धमाल चालू होती. मार्क गुपचूप बाहेर गेला आणि माळ्याला थोडा केक देऊन आला. घरगुतीपणा, साधेपणा त्याला विशेष आवडे आणि त्यातच त्याला खूप आनंद वाटे. त्याला नेहमीच इतरांविषयी ममत्व वाटे आणि सर्व जण त्याच्यावर प्रेमाचा वर्षाव करीत.

अंत्यविधीच्या वेळी, शोल्टोनं, आपल्या ह्या शाळासोबत्याचं फार हृद्य वर्णन केलं होतं –

''मार्क हा आम्हा सर्वांपेक्षा नेहमीच फार वेगळा होता. त्याच्या अंगी असंख्य, दुर्मीळ, कौतुकास्पद गुण होते. मार्कच्या आठवणी आणि गेल्या काही आठवड्यांतले त्याला श्रद्धांजली वाहणारे वर्तमानपत्रातले लेख फक्त त्याच्या या स्वभाववैशिष्ट्यांचे वर्णन करणारेच आहेत.

''मार्कच्या अंगी काही गोष्टी नव्हत्याही, पण त्याच त्याला इतरांहून वेगळा ठरवतात. कोणत्याही गोष्टीला संकोचून त्यापासून हटण्याची त्याची वृत्ती नव्हती. कशाहीविषयी त्याच्या मनात पूर्वग्रह नसत. त्याच्या जोडीला उत्साह, मोहकपणा, धैर्य, प्रेरणा यांसारखे असंख्य गुण मार्कमध्ये एकवटलेले होते. त्यामुळे आज चर्चमध्ये खास लोकांचा समुदाय मार्कला श्रद्धांजली अर्पण करायला लोटला आहे. तो जिथं कुठं जाई किंवा त्याचा ज्यांच्याशी परिचय होई, त्या सर्वांशी त्याचे संबंध फार जिव्हाळ्याचे असत.

''मार्कच्या अशा सगळ्या मित्रांना भेटायचं तुम्ही ठरवलंत, तर खरोखर अनेक वर्षं लागतील. तुम्ही कल्पनाही केली नसेल अशा ठिकाणी तुम्हाला त्या व्यक्ती सापडतील; पण मार्क मात्र अशा मुशीतून घडला होता की, तो आपल्या सर्वांच्यात चपखल बसत होता. दुर्दैवानं त्याला फार मोठं आयुष्य लाभलं नाही.

''मार्कला आळशीपणानं रेंगाळणं मुळीच पसंत नसे. कोणत्याही आव्हानाकडे त्यानं कधी पाठ फिरवली नाही. मग व्हायोलिन वादनात कौशल्य मिळवणं

असो, यशाचा उच्चांक (दुर्दैवानं खर्चाचाही उच्चांक) प्रस्थापित करण्याच्या दक्षिण ध्रुवाच्या सफरी असोत, परसदारच्या सापाच्या वारुळामधून मेंढीची सुटका करणं असो किंवा अफगाणिस्तानात आघाडीवर राहून आपल्या सैनिकांचं नेतृत्व करण असो– मार्क हे सगळं झोकून देऊनच करीत असे.

"ज्या गोष्टी आपल्यापैकी बहुतांश लोकांना कठीण आणि भयप्रद वाटतात, त्या गोष्टी करताना मार्कला मात्र आत्मविश्वास आणि यशाची खात्रीच असे. काही वेळा त्याच्याकडे त्या गोष्टीचं मूलभूत किंवा तंतोतंत ज्ञान आणि पूर्वानुभव नसे; पण त्या तडीस कशा न्यायच्य, याचं ज्ञान त्याला नक्कीच अवगत असे. उत्साह व प्रेरणा यांच्या जोडीला लागणारी चिकाटी व जिद्द त्याच्यात पुरेपूर होती. त्याची वृत्ती आणि शारीरिक प्रमाणबद्धता जातिवंत लढाऊ कुत्र्याप्रमाणे होती. भीती त्याला शिवतही नसे.

"एखाद्या गोष्टीतल्या उणिवांकडे त्याचं क्वचितच लक्ष जात असे. खाजकुयलीचं सूप करायचं असो किंवा बर्फावरच्या स्केटिंगमध्ये प्रभुत्व मिळवण्यापूर्वी मारलेली कोलांटीउडी असो- मार्कला त्यातले धोके जाणवतच नसत. त्याऐवजी एखादी गोष्ट आपण का करतोय, त्यातून आपल्याला आनंद कसा घेता येईल किंवा ती करण्यात किती साहस आहे, या बाबींकडे त्याचं लक्ष केंद्रित झालेलं असे.

"ब्रेक्स नसलेल्या घरीच बनवलेल्या स्केट्स बोर्डच्या साहाय्यानं, टेकडीच्या उंचच उंच सुळक्यावरून पायथ्याच्या काटेरी कुंपणावर आदळण्यात तुला खरोखरीच गंमत वाटते का," असं मी मार्कला एकदा स्पष्टपणे विचारल्याचं मला आठवतंय. खांदे उडवून हे अगदी साधं शास्त्र आहे, अशी त्यानं त्याची संभावना केली. कुंपणावर आदळण्यापूर्वीच मी बाजूला होईन असं त्यानं सांगितलं आणि खरोखरच तसं झालं.

"त्याचा जितका राग येत असे तितकाच अपरिमित आनंद त्याच्या सहवासात मिळत असे. एकविसाव्या वाढदिवसाच्या अनेक पार्ट्यांना हाउसमेट्सच्या ट्रेनर्सना मोठ्या बर्फाच्या लाद्यांमध्ये त्यानं कुडकुडायला लावलं होतं. मुक्कामाला आलेल्या पाहुण्यांच्या गाड्या इकडेतिकडे हलवून गोंधळ केला होता. मित्राचे केस पेटवून दिले होते आणि त्यांच्या भुवया भादरून टाकल्या होत्या. इतकं होऊनसुद्धा जे मार्कच्या तावडीत सापडले होते किंवा ज्यांना या उद्योगाचा फटका बसला होत, ते सगळे आज इथे उपस्थित आहेत.

"प्रयत्न सोडून हार मानायची किंवा न करताच सोडून द्यायचं, हे मार्कच्या कोशात बसतच नसे. आपल्याला समाधान वाटण्यापेक्षाही आपण

त्यात अधिकाधिक गुरफटलोय, असे मार्कबरोबरचे अनेक क्षण आपल्याला आठवतील. वेल्श पूलमध्ये उतरताना पाण्याच्या थंडगारपणाबद्दल तुम्ही नाखुशी व्यक्त करण्यापूर्वीच मार्क तोंडभर हसून उघड्या अंगानं त्यात शिरत असे आणि नंतर चहा द्यायलाही ही स्वारी सर्वांच्या पुढे असे.

''या अतिशय धैर्यवान, सौंदर्यवान, उत्साहानं सळसळणाऱ्या, आनंदी, अतिशय प्रेमळ, सर्वांत लहान तरी सर्वांत मोठ्या अशा सोबत्याला, जो या पृथ्वीतलावर चालला, पोहला, पळला, बर्फावरून घसरला, ज्यानं सायकल, मोटरबाइक, कार चालवली, होडी चालवली, त्याला सर्व मित्र परिवाराच्या वतीनं मी श्रद्धांजली अर्पण करतो.

''आपल्या अंतःकरणावर अधिराज्य गाजवणाऱ्या मार्कचं आणि आपल्यातील प्रत्येकाला स्पर्शून गेलेल्या मार्कच्या व्यक्तिमत्त्वाला आकार देणाऱ्या सर्व गोष्टींचं आपण कायमच स्मरण ठेवू या. शेवटी हेच खरं की ज्या गोष्टी मागे उरतात, स्मरतात त्यातच त्या व्यक्तीचं मोठेपण असतं.''

मार्कला परिचित असणाऱ्या जगाच्या दृष्टीनं मार्क हा असा होता.

मार्कची आई म्हणून माझ्या फार जुन्या आठवणी जाग्या झाल्या. त्याच्या बालपणीच्या, शैशवातल्या. ते दिवस फार काळजीत गेले. मार्कचा सुरुवातीचा काळ फार अस्थिरतेचा होता. एक प्रकारे सुरुवातीपासूनच अनिश्चितता फार होती. मी गर्भार झाले ती रात्र मला आठवते. मध्यरात्री मी झोपेत पतीच्या कुशीत शिरले होते. आम्ही मुलाचा बेत केला नसतानाही, गर्भनिरोधक वापरूनसुद्धा मला अचानक गर्भ राहिला. आम्ही तेव्हा नुकतेच सहा महिन्यांच्या वास्तव्यासाठी बर्लिनला आलो होतो. संस्कृती जतन करणारं मोकळं वातावरण असलेलं, युद्धाच्या जखमा वागवणारं शहर आणि त्याची जिवंत खूण म्हणजे बर्लिनची भिंत. चैतन्यदायी स्थानिक संग्रहालयांना भेटी देणं, शहराच्या पूर्व भागात सहलीला जाणं आणि खूप बर्फात फिरणं असा आमचा उद्योग होता. तेव्हाची संस्मरणीय आठवण म्हणजे माझ्या मुलीच्या पहिल्या वाढदिवसाचा केक. तिथल्याच स्थानिक गृहिणीनं आपलं खास जुन्या बर्लिनचं आदरातिथ्य दाखवत केक बनवला होता. त्यावर एक मेणबत्ती सजवून ठेवली होती. तेव्हा आम्हाला बर्लिनमध्ये येऊन थोडेच दिवस झाले होते.

त्यानंतर नऊ महिन्यांनी १७ जुलै, १९८२ रोजी शनिवारी सकाळी मी ब्रेकफास्ट घेतला. आम्ही तेव्हा लंडनला परतलो होतो. त्यानंतर बरोबर एक तासानं लंडनच्या स्थानिक हॉस्पिटलच्या कॉरिडॉरमध्येच मार्कचा जन्म झाला. माझ्या प्रसववेदना इतक्या तीव्र होत्या की, काही मदत मिळण्याच्या आतच मार्कचा जन्म

झाला. कदाचित मार्कच्या दृष्टीनं कमी त्रासाचा. मार्क हा असाच होता. नेहमीच येण्याची घाई असलेला. काळे केस, सुंदर आणि सुदृढ, आठ पौंड दहा औंसाचा. एलिझाबेथ तेव्हा २० महिन्यांची होती. ती चांगली बोलायला लागली होती, आणि त्या नव्या बाळाच्या आगमनानं उत्तेजित झाली होती.

तो हसायला लागला, तेही अगदी लवकरच, काही आठवड्यांतच; पण पुढच्या काही महिन्यांत तो वारंवार आजारी पडू लागला. मग तब्येतीच्या तक्रारींचा सामना करणं नित्याचंच होऊन बसलं. त्या दुखण्यांनी आम्हाला अधिकच जवळ आणलं. आपल्या छाव्याची काळजी घेणारी मी एक सिंहीण झाले. त्याला दूध पाजणं म्हणजे एक दिव्यच असायचं. त्याला भूकच लागत नसे आणि मग दूध पाजताना तो वारंवार तोंड फिरवत असे. मी गोंधळून गेले. मला काय करावं तेच सुचेना. आमच्या जनरल प्रॅक्टिशनरनं हे अचूक हेरलं. मी त्याला दवाखान्यात नेल्यावर लक्षात आलं की, कदाचित माझं दूधच त्याला आवडत नसावं. त्याचं वजन फारसं वाढेना. ते तर फारच गंभीर होतं. माझी दोन्ही मुलं लहान होती. दोघंही रात्री उठत. त्यातलं एक फारच अशक्त होतं आणि त्याच्या तब्येतीच्या फारच तक्रारी होत्या. मार्कची दुखणी नेहमी गंभीरच असत. लहान बाळांना होणारा न्युमोनिया त्याला अनेक वेळा झाला. त्याला तपासणाऱ्या डॉक्टरांनी सांगितलं की, त्याचं हसू फार फसवं असतं. त्याला काय होतंय हे चेहऱ्यावरून कधीच कळत नाही. फुप्फुसांची स्थिती जाणून घ्यायला स्टेथोस्कोपच लागतो. डॉक्टर प्रयत्न करीत, पण अनेकदा त्यांच्याकडे योग्य उपचार नसत. शेवटी जसजसा तो मोठा होत गेला तसतसा तो दुखण्यातून बाहेर पडला. ते लहानपणाचे आजार आणि बहिरेपण यांच्या अनुभवानं त्याच्या आयुष्याच्या पुढच्या पाच वर्षांना आकार दिला. त्याची वृत्ती मात्र कोणत्याही आजाराकडे दुर्लक्ष करण्याची होत गेली.

त्या कोवळ्या वयातल्या दुखण्यांनी त्याची जिद्द वाढवली असावी. त्यामुळेच मोठेपणी युनिव्हर्सिटीच्या स्कीईंगच्या मोहिमेत इतर सगळे जण अयशस्वी झाल्यावर मार्क मात्र प्रयत्न करत राहिला. ३६० अंशात वळून स्कीईंगची उडी मारण्यात मार्क यशस्वी झाला. स्कीईंगची जी फिल्म घेतली गेली त्यात मार्कचं प्रसंगावधान स्पष्ट दिसून आलं. तो ज्या पद्धतीनं स्कीईंग करत आला, ते अगदी बघण्यासारखं होतं. मग हवेतच त्यानं हळूच गिरकी घेतली. तो सुरक्षितपणे खाली उतरला आणि पुढे स्कीईंग करत आला. अगदी लहानपणापासूनच तो धोक्याचा फारसा बाऊ करत नसे. रस्त्यात पळू नकोस, एखाद्या गाडीचा धक्का लागून पडशील, असं मी त्याला लहानपणी वारंवार बजावत असे. तेव्हा गाडीचा धक्का लागला तर काय होईल या उत्सुकतेनं त्याचे डोळे लकाकत. मोठा होत असतानाच, लहान वयातला तो बेडरपणा आणि जिद्द यांनी त्याला धडे शिकवले. त्यामुळेच जाणीवपूर्वक डावपेच

आखण्याची चलाखी आणि कोणती गोष्ट अधिक परिणामकारक होईल आणि कोणती नाही, याचं जबरदस्त ज्ञान त्यातूनच त्यानं संपादित केलं.

एक दिवस वेल्शमध्ये त्याचं ते बालपणीचं काळं जावळ वाऱ्यावर उडून गेलं आणि त्याचं रूपांतर तो जगाला जसा ज्ञात होता, त्यात झालं. हसतमुख, तपकिरी केसांचा, सहज दडपून न टाकता येण्यासारखा, जगाबद्दल अगदी टोकाची उत्सुकता बाळगणारा मुलगा! पाच महिन्यांचाच तो रांगायला लागला आणि नऊ महिन्यांचाच चालायला लागला. गोष्टी जशा सांगितल्या तशा करण्याचा त्याला कंटाळा असे; पण माहीत नसलेल्या अशक्य गोष्टी करताना मिळणाऱ्या आनंदानं त्याचे तपकिरी डोळे चमकत. त्याला शिक्षा करण्यापेक्षा गोड बोलूनच आकार द्यायला हवा, नाहीतर त्याचं सगळं आयुष्य उद्ध्वस्त होईल, हे माझ्या लक्षात आलं होतं. मी साधे नियम करून टाकले. एक म्हणजे, 'मोठ्यांशी उद्धटपणे वागायचं नाही' आणि 'दुसऱ्या मुलांना इजा करायची नाही'. त्याला घडवण्याचं काम त्याच्या वयावर, जीवनानुभवावर आणि इतर प्रभावांवर सोपवलं. शक्य असेल तोपर्यंत इतर बाबींकडे दुर्लक्ष करण्याचा मी प्रयत्न करू लागले. त्याच्या खोडकरपणानं कधीकधी मला वेड लागायची पाळी येत असे आणि मी वैतागत असे. माझ्या आजारी वडिलांना भेटायला मी एकटीच परदेशी गेले, तेव्हा खरंतर मला अपराधीच वाटत होतं; पण त्याच वेळी तो बरोबर नसल्यानं आत कुठंतरी सुटकाच झाल्यासारखं वाटलं होतं. पण बहुधा मी त्याच्याबरोबर असे. नंतर विश्वास हा त्याच्या व्यक्तिमत्त्वाचाच आणि त्याचा स्वतःचा अविभाज्य भाग होऊन राहिला. त्यामुळेच लोक त्याच्याकडे कायमच आकृष्ट होत आणि त्याच्यावर कायमच विश्वास ठेवत.

त्याला संसर्ग होईल या भीतीनं वयाच्या चौथ्या वर्षांपर्यंत त्याला मित्रमैत्रिणींना घरी खेळावयास आणण्याची परवानगी नव्हती. चार वर्षांचा होईपर्यंत तो नर्सरीतही जाऊ शकला नाही. त्यामुळे एलिझाबेथच त्याची मैत्रीण होती. एकमेकांशी खेळण्यात त्यांचा वेळ मजेत जात असे. त्यांच्या धुडगूस घालण्यानं आणि मजेदार खेळांनी आमच्या शांत आयुष्यात चैतन्य निर्माण केलं होतं. त्याची बहीण म्हणजे एक शांत, विचारी प्राणी होती. मैदानात मधोमध उभं राहून ती इतर मुलांचे खेळ बघत असे, तर हा क्षणात नाहीसा होत असे. काही दिवसांनी एलिझाबेथला पुस्तकांची गोडी लागली आणि ती पुस्तकांच्या दुनियेत रमली. मग माझ्याशी खेळायला कोणीच नाही अशी मार्क तक्रार करू लागला. आपल्याला लहान बहीण किंवा भाऊ हवा अशी त्यानं भुणभुण सुरू केली.

दक्षिण लंडनचं एक पर्णाच्छादित उपनगर मग मार्कचं खेळण्याचं मैदान झालं. तिथल्या पार्कमध्ये तो फुटबॉल खेळू लागला. मग त्यानं इतरांशी दोस्ती करायला सुरुवात केली. तेव्हा ते त्याचे खरे मित्र नव्हते, पण त्याच्या साहसातील

सहकारी होते. प्रत्येक साहस म्हणजे नव्या विश्वात शिरण्याचा प्रयत्न असे. कालांतरानं ते सगळेच त्याचे खरोखरीचे मित्र झाले. एकमेकांवर विश्वास असलेले, एकमेकांना प्रोत्साहन देणारे आणि त्या दिवसांच्या आठवणी जपून ठेवणारे! मार्कचं खोड्या करणं, काय धकून जाईल याचा अंदाज घेणं चालूच असे; पण चेहऱ्यावर मात्र कायम ते प्रसन्न हसू असे. सात वर्षांचा असताना मार्क त्याच्या मित्रांबरोबर कॅडबरी बोर्नव्हिलेला गेला होता. तिथं एका सकाळी त्यांना हवी तेवढी चॉकोलेट्स खायला देण्यात आली. आम्ही तिथून बाहेर पडलो तेव्हा त्या अनेक मुलांच्या घोळक्यात तो एकटाच अगदी फिकटलेला दिसायला लागला आणि पार्कमध्ये तर तो आजारीच पडला.

त्यानंतर मात्र सुखाचे दिवस आले. क्वचित कधी सुट्टीत आम्ही फ्रान्सला जात असू. तो एक सात्त्विक आहाराचा आणि गूढ संस्कृतीचा देश होता. बहुधा आम्ही कॉर्नवॉलला जात असू. कमी वर्दळीचे समुद्रकिनारे, घोंघावणारा वारा असणारे कडे, दाट दुधाचा चहा, गोड लाल जॅम, ओलसर बोटींच्या भोवताली खाल्लेला माशांचा ठेचा, बिस्किट-केकवर घारीसारखी नजर ठेवून असणारे समुद्रपक्षी, थंड स्वच्छ पाणी आणि त्यात लवलवणारी तरुण शरीरं... घरी परतल्यावर पुन्हा समुद्रावर आहोत असं वाटावं म्हणून मुलं, बाथटब थंड पाण्यानं काठोकाठ भरत. इतकं, की पाणी ओसंडून छतातून झिरपून खालच्या दिवाणखान्यात ठिबके.

मार्कच्या आजारपणात मी काम सोडलं होतं. त्यामुळे पैशाची जरा चणचणच असे. डेव्हिड मूर्तिकार म्हणून काम करत असे आणि बहुतेक वेळा शिकवण्याच्या निमित्तानं तो परदेशीच असे. मी घरीच होते आणि मार्कचं बालपण माझ्या डोळ्यांसमोर उलगडत होतं. मार्कप्रमाणेच आशेनं भरलेल्या डोळ्यांनी मी त्याकडे पाहत असे. बालपणाची जादू पुन्हा अनुभवत असे.

१९८६ मध्ये आम्ही चार महिने न्यू यॉर्कला गेलो होतो. मार्क तेव्हा चार वर्षांचा होता. ब्रुकलिनमधल्या आर्ट स्कूलमध्ये डेव्हिड काम करत होता. ट्वीन टॉवर्सचं चित्र काढून मार्कनं आपल्या पहिल्या रोजनिशीची सुरुवात केली होती. तिथलंच एक घर आम्ही भाड्यानं घेतलं होतं. उन्हाळ्यातल्या रात्री रोज बंदुकीच्या फैरीचे आवाज कानावर पडत. ब्रुकलिनच्या आसपासची स्थानिक संग्रहालयं पाहायला आम्ही कधीकधी जात असू. तो सगळा भाग कृष्णवर्णीयांचा आणि धोकादायक वाटे. भोवताली सर्वत्र कृष्णवर्णीयांचा वावर पाहून मनावर एक प्रकारचं दडपण येई आणि त्या अनोळखी ठिकाणी फार एकाकी वाटत असे. मार्कची गोरी कातडी पाहून एका ट्रक ड्रायव्हरनं मार्कला उद्देशून शिवीगाळही केली. तेव्हा माझ्या लक्षात आलं की, तुम्ही तुमच्या वर्णानं ओळखले जाता. तुमचा वर्णच तुम्हाला इतरांपासून वेगळा पाडतो.

काही कसोट्या असत. काही शाळेनं ठरवलेल्या असत; पण मार्कचं वय त्याच्या इयत्तेच्या मानानं कमी होतं. मार्कला वाचता येत नव्हतं. त्यामुळे भीतीनं तो कधीकधी आजारी पडत असे. प्राथमिक शाळेत जुन्या प्रसिद्ध अभिजात पुस्तकांचं वाचन असे; पण मोठ्यानं वाचण्याच्या त्या उपक्रमात मार्क सहभागी झालेला नव्हता. पारंपरिक शिक्षणपद्धतीच त्याच्यासाठी योग्य होती. प्रारंभिक तयारी करून घेणाऱ्या जवळच्या शाळेत त्याला घालावं असं आम्ही ठरवलं आणि आम्ही घर बदललं तरच ते शक्य होतं. परिणामी घरासाठी भरलेलं डिपॉझिट आम्हाला गमवावं लागलं.

मार्क वाचनात कमी पडत होता, तरीही त्याच्यातली हुशारी शाळेच्या मुख्याध्यापकांच्या लक्षात आली होती. दोन वर्षांनी का होईना, पण मार्कला 'डलविच कॉलेज प्रिपरेटरी स्कूल'मध्ये प्रवेश मिळाला; पण त्यासाठी एक अट होती. ती म्हणजे मार्कनं खासगी शिकवणीत त्याचा आगाऊ अभ्यास करायचा आणि शाळेत गेल्यावर इंग्रजी सुधारण्यासाठीचा विशेष अभ्यासक्रम घ्यायचा. या सूचनेचं मला स्वागतच करावंसं वाटलं. 'माय अर्ली करिअर' या विन्स्टन चर्चिल यांनी लिहिलेल्या पुस्तकानं मी फारच प्रभावित झाले होते. चर्चिलसुद्धा शिक्षणात मागेच पडले होते. भाषेवरच्या आपल्या प्रेमाचं श्रेय त्यांनी शाळेच्या या विशेष अभ्यासक्रमाला आणि त्यात दिल्या गेलेल्या वैयक्तिक लक्षाला दिलं होतं. मार्कलाही भाषेची आणि वाचनाची हळूहळू गोडी लागली. लहान वर्गाच्या या प्रारंभिक शाळेत (प्रिपरेटरी स्कूल) आलेल्या या अडचणींनी मार्कला नेहमीच नाण्याची 'दुसरी बाजू' समजून घेण्याची एक दृष्टी दिली. या सगळ्या संघर्षाकडे कायम उदारपणे पाहण्याचीच त्याची वृत्ती बनली.

मार्कला जे अवघड वाटे ते मी समजावून सांगायचे. असे कोचावर बसून अनेक तास आम्ही घालवले असतील. वाचन जमलं नाही की, त्याची वाचनाची गोडी कमी होई. अशा वेळी हे पुस्तक आपण शेवटापर्यंत वाचू शकणार नाही हे त्याला जाणवत असे. डिस्लेक्सियामुळे वेळापत्रक पाळणं फार अवघड होऊन बसे. मग उजळणी शेकडो वेळा करावी लागे. इतर अनेक चरित्रं आम्ही दोघांनी एकत्र वाचली. पंधराव्या शतकातल्या मठात आयुष्य काढलेल्या मुलाची गोष्ट, 'स्कॉट ऑफ द अँटार्क्टिक' आणि यांसारख्या इतर अनेक साहसकथा वाचल्या. आम्ही दोघंही त्यानं फार भारावून गेलो होतो. ते जणूकाही आम्ही एकत्र जगलो. पुस्तकं वाचणं आणि तरुण संशोधकांवरच्या पुस्तकांचा संग्रह करणं, त्यांचा सोशिकपणा, मोठेपणा, त्यांच्या हालअपेष्टा यांविषयीच्या गोष्टी वाचणं, हे सगळं मार्कचं मृत्यूपर्यंत चालूच होतं.

मिस मेनार्ड या मार्कच्या डलविच कॉलेज प्रिपरेटरी स्कूलच्या पहिल्या शिक्षिका. मार्कच्या मृत्यूनंतर त्यांनी लिहिलं होतं,

"मार्क सात वर्षांचा असताना माझ्या वर्गात होता. त्या वेळच्या त्याच्या आठवणी माझ्या मनात अजूनही ताज्या आहेत. मार्क एक छोटा आनंदी मुलगा होता. नेहमीच सभ्य, सद्वर्तनी, अतिशय उत्साही आणि प्रयत्नशीलही! त्याच्या चेहऱ्यावरचं ते प्रसन्न हसू आजही मला आठवतंय. चटकन प्रतिक्रिया देणारा आणि शिकायला उत्सुक असणारा. मागच्याच वर्षी त्याला भेटण्याचं भाग्य मला मिळालं होतं. तो मला विसरला नव्हता. आपल्या जुन्या वर्गात जाऊन त्याला मला भेटावंसं वाटलं, या कल्पनेनंच माझ्या अंगावर रोमांच उभे राहिले. माझी आठवण ठेवून त्यानं माझा सन्मान केला, असं मला वाटलं. छोट्या, गोंडस मुलांच्या एका ग्रुपबरोबर मी होते. हस्तकौशल्याच्या काही नवीन गोष्टी करणाच्या तयारीत आम्ही असतानाच, "मिस मेनार्ड, तुम्हाला भेटायला कोणी पाहुणे आत येऊ इच्छितात," असं माझ्या मुलांनी मला सांगितलं. आमच्याकडे असे पाहुणे नेहमीच येत असतात. त्यामुळे मी त्यांच्या बोलण्याकडे फारसं लक्ष दिलं नाही आणि आपली तयारी झाली की ते पाहुणे आत येतील असं म्हणाले. मुलांनी माझं ऐकलं. मार्कच्या सहवासातले ते क्षण मी हृदयात अगदी जपून ठेवलेत. किती सुंदर तरुण दिसत होता मार्क! मुलांशी तो अगदी मोकळपणानं आणि प्रेमानं बोलला. एका खऱ्याखुऱ्या सैनिकाला भेटल्याचं त्यांना फार अप्रूप वाटलं. कालचा मार्कच्या अंत्यविधीचा सोहळा मार्क आणि मार्कचं जीवन यांचा यथोचित गौरव करणारा होता. चिंब भिजलेल्या रुमालानिशी मी परतले. सात वर्षांचा तो पहिलीतला मार्क आणि मागील वर्षी मला भेटलेला एक सुंदर तरुण युवक यांच्यातलं अंतर क्षणात नाहीसं झाल्याची भावना झाली. किती छान आयुष्य जगला तो! आयुष्यावर फार फार प्रेम केलं त्यानं. किती परिपूर्ण आयुष्य होतं त्याचं!

विश्वास बसणार नाही असा युवक होता हा मोठा झालेला मार्क!"

जॉर्ज मार्श, मार्कच्या शाळेच्या मुख्याध्यापकांनीही त्याच्या आठवणी जागवल्या –

"उत्साहानं सळसळणारा मार्क प्रिपरेटरी स्कूलच्या काळजाचा ठोका होता, असं म्हटलं तर वावगं ठरणार नाही. आपल्या क्षमतेचा त्यानं पुरेपूर उपयोग करून घेतला. लहान असतानाही आपल्यापेक्षा पुष्कळ मोठ्या मुलांबरोबर तो खेळ खेळत असे. रग्बीच्या मैदानावरचा तो एक विशेष खेळाडू होता. तो अगदी धडधाकट होता. मला अजूनही त्याचा खेळ आठवतो. कधी मला वाटायचं, त्याची चाल हुकली. पण कधी खेळाच्या

शेवटी तो पुन्हा मुसंडी मारत असे. त्याच्याकडे शब्दांची कमी नव्हती आणि खेळण्यासाठी अथवा बोलण्यासाठी मित्रांचीही. मित्रसमुदायाचा भाग बनून राहणं त्याला पसंत होतं. नेतृत्व करणं त्याला आवडत असे; पण त्याच वेळी इतर कोणाच्याही नेतृत्वाखाली काम करण्याची त्याची तयारी असे.''

सुरुवातीला मार्कला विशेष अभ्यासक्रम पद्धती अवलंबावी लागत असूनसुद्धा दर वर्षाच्या अखेरीला त्याला वरच्या वर्गात घातलं गेलं, ही गोष्ट खरोखरच आश्चर्यकारक होती. शाळेनं त्याला खूप काही दिलं. निसर्गाचा अभ्यास करताना त्याचे डोळे अक्षरशः आनंदानं नाचत. आमच्या जेमतेम एक चौरस जमिनीत आणि जवळच्या जंगलात झाडाझुडपांत काम करणं, तापमानाची नोंद ठेवणं, पावसाचं प्रमाण मोजणं, छोट्या प्राण्यांच्या हालचालींची निरीक्षणं हे सगळं त्याचं दोन आठवडे चाले. हे त्याला आवडे. कॉन्स्टेबल आणि टर्नर या दोन कलाकारांवर त्यानं एक प्रकल्प केला होता. कलादालनात आम्ही दोघांनी त्यांच्या कलाकृती पहिल्या. अनपेक्षितरीत्या प्रत्ययाला आलेली त्यांची एकत्रित क्षमता पाहून आम्ही चकित झालो. शाळेत रग्बी होतं आणि त्याच्यात असलेल्या शक्तीला वाव मिळेल असे इतरही खेळ होते. पळणं आणि गोल्फचं प्रशिक्षण होतं. त्याला वाचायला, विचार करायला, जेवायला वेळ मिळावा म्हणून या त्याच्या उद्योगांवर बंधनं घालणं मला भागच असे. शाळेत मिळालेली एकही संधी त्याच्यातल्या सर्जनशील कलाकारानं सोडली नाही. 'होम फ्रॉम होम' या शाळेच्या एका नाटकात त्यानं अभिनयासाठीचा पुरस्कार पटकावला. युद्धकाळात शाळेचे वेल्शला झालेले स्थलांतर यावर ते नाटक आधारित होतं. त्या वेळी युद्धाचे विचार त्याच्या मनात आले असावेत.

एका कोपऱ्यात बसून त्याची बहीण पियानोचे धडे गिरवत असे. ते लक्षपूर्वक ऐकून ऐकून तो स्वतःचा स्वतःच पियानो वाजवायला शिकला. मग त्यानं व्हायोलिन आणि पियानो यांचं पद्धतशीर शिक्षण घेण्यास सुरुवात केली. जर वाजवता आलं नाही तर ते तो गात असे. मग काय; गाणं आणि वाजवणं त्याच्या लेखी महत्त्वाचंच होऊन बसलं. लंडन सिम्फनी ऑर्केस्ट्राचा उपप्रमुख ॲलेस्टर ब्लायडेन हा व्हायोलिनवादक होता. तोच मार्क १३-१४ वर्षांचा असतानाचा, त्याचा शिक्षक होता. ॲलेस्टर मार्कपेक्षा जवळजवळ २० वर्षांनी मोठा होता. त्याचंही मार्कप्रमाणेच संगीतावर प्रेम होतं. तो मार्कचा आदर्श होता. मार्कचा गळा गोड होता; पण सराव करणं त्याच्या अगदी जिवावर येई. काही कारणानं उशीर झाला असला तरी रात्री तो उशिरापर्यंत रेडिओवरचं संगीत ऐकत असे. ॲलेस्टरला नेहमी वाटत असे की, त्याची ही संगीताची परंपरा मार्क पुढे चालवू शकेल; पण मार्कला संगीतकार व्हायचं नव्हतं. तरीही मार्कच्या दृष्टीनं त्याच्या रग्बीइतकंच व्हायोलिनलाही महत्त्व होतं. ११ वर्षांचा

असताना मार्कला ‘डलविच कॉलेज’मध्ये प्रवेश मिळाला. तत्पूर्वी डलविच कॉलेजच्या मुख्याध्यापकांनी माझी मुलाखत घेतली होती. एका अवाढव्य चामड्याच्या मेजाच्या अलीकडे ते बसले होते आणि पलीकडे मी. ही शाळा खूप मोठी होती. मार्कची प्राणप्रिय रग्बी, सुमधुर संगीत आणि यापेक्षाही अधिक काही. सगळं सगळं शाळेत उपलब्ध होतं आणि तेसुद्धा घरापासून फक्त चालत जाण्याच्या अंतरावर. कम्बाइन्ड कॅडेट फोर्सही आता त्याला आवडत होतं. लहान असताना त्यानं घेतलेल्या बालवीर शिबिरांचीच ती परिणती होती. तो शाळेतल्या सगळ्या खेळांमध्ये चमकला. तो जात्याच ॲथलिट होता. कॉलेजच्या दुसऱ्या रग्बी टीममध्ये झोंबाझोंबीचा अनुभव त्यानं घेतला होता. शनिवारी चालणाऱ्या त्या रग्बीच्या खेळात त्याला अनेकदा दुखापती झाल्या होत्या. एकमेकांवर जोरात आपटल्यामुळे किंवा पायाच्या दुखापतीमुळे त्याला ‘ए अँड ई’ या हॉस्पिटलमध्ये दाखल व्हावं लागलं. एकदा एका वयस्क, दुखण्यानं बेजार झालेल्या, विव्हळणाऱ्या आजोबांच्या शेजारच्या पलंगावर पडल्या पडल्या, दुखणं म्हणजे काय हे त्याला अनुभवता आलं.

वर्गातल्या चांगल्या मुलांच्यात जरी मार्कची गणना होत असली, तरी दर वर्षी त्याची शैक्षणिक गुणवत्ता काही वेगळीच असे. कधी त्याची प्रगती चांगली असे, तर कधीकधी त्याला अभ्यासात गोडी वाटेनाशी होई, कसल्यातरी बंधनात अडकवून ठेवल्यासारखं वाटे. त्याच्या माध्यमिक शाळेच्या शिक्षकांना जेव्हा मी भेटायचे तेव्हा त्यांचे चेहरे किंचित उजळलेले आणि पडलेले वाटत. एलिझाबेथबरोबरच जेव्हा त्यानंही ‘जीसीएसई’ची परीक्षा दिली तेव्हा माझ्या आनंदाला पारावार राहिला नाही. ती तेव्हा १६ वर्षांची होती. तिला त्यात ‘ए-स्टार’ मिळाला तर १४ वर्षांच्या मार्कला ‘ए’ मिळाला. मार्कचं लक्ष अभ्यासाकडे वळवणं फारच आव्हानात्मक होतं; पण कुशल शिक्षकांनी ते आव्हान पेललं. विशेष म्हणजे त्यानं ए दर्जाचं शिक्षकांना फारसं वाईट वाटून घेऊ नका, असं सांगितलं.

बर्लिनमध्ये शिल्पकलेच्या कामासाठी मार्कचे वडील परदेशी निघून गेले. कुटुंबाला सोडून, कायमचे. तेव्हा मार्क ११ वर्षांचा होता. मी आणि डेव्हिड विभक्त झालो. दर महिन्या-दोन महिन्यांनी डेव्हिड थोडे दिवसांसाठी यूकेला येत असे. त्या वेळी मुलांना भेटत असे. मी एकटीच मुलांना वाढवू लागले. मला नोकरी होती. तीही अर्ध वेळ! पैशाची तंगी जाणवू लागली. आमचं तिघांचंच कुटुंब होतं, एकमेकांशी घट्ट नात्यानं बांधलेलं. एलिझाबेथ मार्कची लाडकी होती. ती अभ्यासू आणि प्रेमळ होती. त्या दोघांनी परस्परांना छान सांभाळून घेतलं होतं. अर्थात मुलांचं आपसातलं खोड्या काढणं, काहीतरी फालतू पाचकळ बोलणं यात्यतिरिक्त एकमेकांशी छान जमे. पौगंड वयात ‘छे !आम्हाला एकमेकाचं काहीही आवडत नाही’ असा आवही त्यांनी आणला होता; पण तरीही आयुष्यभर त्यांची चांगली मैत्री होती.

विभक्त झाल्यानंतर मी आणि मुलं एका नवीन घरात राहू लागलो. त्या घराची स्थिती अगदी वाईट होती. मग हळूहळू जमेल तशी आम्ही त्याची डागडुजी केली. आमचं स्वयंपाकघर हा आमच्या घराचा केंद्रबिंदू होता. अर्थात जेवण्याच्या वेळी चालणारी वादावादी आणि मग शिस्त लावण्याचे प्रयत्न हेही तिथंच घडत असे. जेवणाच्या टेबलवर मी त्यांना शिस्त लावण्याचा प्रयत्न करत असताना, ते दोघं अगदी एक होऊन एकमेकांची बाजू घेत. जुनं डाग पडलेलं कार्पेट, जुनाट फर्निचर आणि वाकडं झालेलं दार, गॅस ओव्हन कसा, तर आच कमी-जास्त करण्याचं यंत्र नसलेला, पण आपल्या चार पायांवर उभा असलेला! अशा सगळ्या परिस्थितीत आम्ही तिथं राहत असूनसुद्धा आमचं त्या घरावर प्रेम जडलं होतं. त्या तशाच गॅसवर आमचं रोजचं जेवणखाण बनवत होतो, कौशल्यपूर्ण केकसुद्धा करत होतो.

'सरे क्वेज सेलिंग क्लब'मध्ये साउथवॉर्कच्या स्थानिक रहिवाशांना उन्हाळ्याच्या सुट्टीत नौकानयन करण्यास मुभा असे. ज्या मुलांना उन्हाळ्यात फारसं काही करण्यासारखं नसे, अशांना ते नौकानयन फुकट करता येई. साउथवॉर्क इस्टेट्समधल्या मुलांबरोबर छोट्या बोटी घेऊन त्यांनी नौकानयन करावं म्हणून मीच त्यांना प्रोत्साहन देत असे. बरोबरीच्या मुलांचं ते विक्षिप्त वागणं पाहून त्या दोघांना आश्चर्याचा धक्काच बसत असे. 'अरे, राग बाजूला ठेवा आणि एक व्यक्ती म्हणून त्यांच्याकडे बघा' अशी मला त्यांची समजूत काढावी लागे. मी एकटीच मुलांना वाढवत होते आणि प्रतिकूल सामाजिक परिस्थितीत सापडले होते. आम्ही राहत होतो त्या भागात उच्च मध्यमवर्गीयांची वस्ती होती. मुलांनी हे सगळं समजून घ्यावं असंच मला वाटे.

कॉर्नवॉलमध्ये आम्ही सुट्टी घालवत असताना, पोर्थलेव्हनला एका भाड्याच्या घरात राहत होतो. कुत्र्याला घेऊन गाडीच्या खिडक्या उघडून आमची आवडती 'जॅकलिन ड्यू प्रे'ची अतिशय सुमधुर व्हायोलिनची रेकॉर्ड मोठ्यांदा वाजवत आम्ही सगळे फिरायला जात असू. उंच कड्यावरून खालच्या खडकाळ तलावात सूर मारणं मार्कला फार आवडत असे. रात्री-अपरात्री गावातल्या पोरांबरोबर समुद्रकिनाऱ्यावर भटकायला मार्कला फार आवडे आणि मी मात्र घरात धास्तावून बसत असे.

पण माझी पोरं फार मोठ्या मनाची आणि प्रेमळ होती. अशीच ती दोघं अगदी १४-१५ वर्षांची असताना, माझ्या एका वाढदिवसाला मला फ्लॉरेन्सला घेऊन गेली. विमान पहाटे चारचं होतं. त्यामुळे तिकीट अगदी स्वस्त होतं. राहण्याची जागा पण अतिशय स्वस्तातली होती. ती खूप गजबजलेल्या वस्तीत होती; पण आम्ही किती मजा केली म्हणून सांगू! अनेक सुंदर कलादालनांना भेटी दिल्या, दमछाक होईल असे उंच मनोरे आणि ऐतिहासिक स्मारकं चढून गेलो. खास इटालियन आइस्क्रीम आणि केक्स खाल्ले. त्यानंतर मग माझा वाढदिवस आम्ही तिघांनी असाच साजरा करायचा हे ठरूनच गेलं. एकदा असंच जानेवारीत वेल्श

व्हॅलीतल्या एका गोठवून टाकणाऱ्या बंगलीत गेलो होतो. तिथून परतल्यावर घरी लंडनला त्यांनी माझ्यासाठी एक पार्टी आयोजित केली होती. मला हा अगदी सुखद धक्काच होता.

मार्कला इतर कुटुंबांकडून सुट्टीत स्कीईंग, गोल्फ खेळणं, समुद्रकिनारी भटकणं अशा उपक्रमांसाठी निमंत्रण असे. छोट्या गावात जाणं आणि तिथल्या जीवनाचा अनुभव घेणं, स्कॉटलंडला जाणं, मासेमारी करणं यात मार्कला हळूहळू गोडी वाटू लागली होती.

दोघाही मुलांनी चौदाव्या वर्षी बेताल, निर्लज्जपणे वागण्याचा अगदी कळस गाठला होता. मार्कला एका मित्राच्या घरी पार्टीला बोलावण्यात आलं होतं. सगळ्या पोरांनी मिळून अगदी गुपचूपणे तिथं मद्य नेण्याचा बेत केला. माझ्या एका मित्राकडे त्याच्या पाळीव प्राण्यांची देखभाल मार्क करत होता. त्यांच्या मोठ्या घरात, तळघरात मद्याचा साठा होता. तिथून त्यानं एक-दोन वाइनच्या बाटल्या चोरल्या. अर्थातच चोरी पकडली गेली. मग यथाशक्ती अश्रुपातही झाला. त्या माझ्या मित्राकडे- ते एक छान जोडपं होतं- त्यानं जाऊन चूक कबूल करावी आणि क्षमा मागावी, असा माझा आग्रह होता. मार्कला ते फार अवघड वाटलं. मार्क अगदी किडकिडीत होता आणि त्याच्या अंगात धिटाई तर मुळीच नव्हती. त्याला खरं ते खूप लाजिरवाणं वाटत होतं; पण क्षमा मागायला तो तयार झाला. मार्कला चांगला धडा मिळाला. नीतिमत्तेचं उल्लंघन केल्याबद्दल क्षमा मागण्याची गरज आहे, हे नंतर त्याला जाणवलं असावं.

लहान असताना मार्क आणि एलिझाबेथला मी आणि डेव्हिड कलादालनं बघायला मुद्दाम घेऊन जात असू. अर्थात जोपर्यंत ते दोघं जायचं टाळत नव्हते, तोपर्यंतच. त्यातली कला त्यांना कळत नाहीये, खेळण्यात जास्त मजा वाटते आहे असं वाटेपर्यंतच. नंतरही काही वेळा वडिलांबरोबर बर्लिनमध्ये कलादालनं पाहायला मार्क जात असे. त्यानंतरही पॅरिस आणि फ्लॉरेन्समध्ये आम्ही दोघं मिळून गेलो होतो. नावं आणि खाली केलेली त्यांची वर्णनं यांच्याकडे लक्ष न देता, फक्त डोळ्यांनीच त्याचा आस्वाद घ्यायचा आणि ते समजून घ्यायचं, असाच आमचा प्रयत्न असे. मार्कची नजर पारखी होती. आणि त्यातली मजा त्याला घेता येत असे. एखादं पेंटिंग किंवा बिल्डिंग सुंदर का आहे, हे मार्कच्या नजरेला टिपता येत असे. त्याची काय जादू आहे किंवा यात काय चुकलंय, हे त्याला चटकन समजत असे. त्याच्याकडे एखाद्या गोष्टीतील नैसर्गिक सौंदर्य जाणवण्याइतकी संवेदनशीलता जात्याच होती.

डलविच कॉलेजच्या वसतिगृहात दोन आठवडे राहून मार्कनं आपल्याला कसं वाटतंय याचा अंदाज घेतला आणि मग घर सोडून दूर वसतिगृह असलेल्या शाळेत

दाखल होण्याचं ठरवलं. मार्कनं आपल्या शक्तीचा उपयोग विधायक उपक्रमांसाठी करावा यासाठी कायम मागे लागणाऱ्या आईपासून आणि मोठ्या बहिणीपासून त्याला सुटका हवी होती. आमच्यापेक्षा इतरही आणखी कोणाचातरी दबा्या त्याच्यावर असावा याबाबत मी आग्रही असे. एखादं जवळचं पुरुषमाणूस, एखादा काटेकोर कर्ता पुरुष; मी ज्या हक्कानं मार्कला सांगत असे, तसं हक्कानं अधिकारानं काही सांगू शकेल असा. 'अधिक आर्थिक पाठबळ मिळवण्यासाठी तू एखादी शिष्यवृत्ती मिळव,' असं माझं सांगणं असे. त्यासाठी त्यानं अर्ज करावेत असं मी प्रोत्साहन देत असे. बाखचं 'सिक्स सेलो सूट्स' त्यानं वाजवलं कारण ए लेव्हलसाठी सरेमधल्या चार्टर हाउस स्कूलसाठी त्याला संगीताची शिष्यवृत्ती मिळवायची होती.

आश्चर्याची गोष्ट अशी की, त्यानं 'जीसीएसई'मध्ये (माध्यमिक शालान्त परीक्षा) खरोखरच उत्तम यश मिळवलं. शाळेच्या शेवटच्या वर्षानंतर त्यानं पहिल्यांदा घर सोडलं, तेव्हा तो पियानो आणि व्हायोलिन वाजवत असे आणि गानवृंदातही गात असे. चार्टर हाउस हे फुटबॉलसाठी प्रसिद्ध होतं. तिथं जाऊन योग्य प्रशिक्षण देऊन एक उत्तम रग्बीचा संघ तयार करायचा, असा मार्कचा निश्चय होता. डलविच कॉलेजला जो प्रसिद्ध रग्बी संघ होता, त्याला टक्कर देण्याचाही त्याचा इरादा होताच.

त्या वेळी त्याच्याबरोबर असलेल्या 'एल'नं मार्कविषयी असे उद्‌गार काढले होते :

"मार्कची आठवण आली की माझे पाय आपोआप त्याच्या खोलीकडे वळत. खोलीत तो व्हायोलिनचा सराव करत बसलेला असे. त्याच्या वाजवण्यातून एक वेगळाच आकर्षक गोडवा प्रतीत होत असे. संगीतात त्याला फार छान गती होती. त्याला संगीतासाठी एक शिष्यवृत्तीसुद्धा मिळाली होती. अर्थात शिष्यवृत्ती हे काही त्याच्या वाजवण्यामागचं कारण नव्हतं. वाद्यवृंदाच्या सरावासाठी सगळी संध्याकाळ घालवावी लागते अशी तक्रार अगदी कटूपणे त्यानं केल्याचं मला आठवतंय. आपल्या खोलीत किंवा 'साउथ आफ्रिकन क्लॉइस्टर'च्या वर बसून जेव्हा तो स्वतःसाठी वाजवत असे, तेव्हा त्याच्या कलेला किती धुमारे फुटलेत, व्हायोलिनच्या गजाच्या प्रत्येक हालचालीतून आणि ध्वनीतून किती शांत प्रसन्न स्वर निघताहेत असं वाटत असे."

"मी आजपर्यंत खेळलेल्या संघांमध्ये हा रग्बी संघ सर्वांत रद्दी संघ होता," असं रग्बीच्या संघाचं वर्णन मार्क चेष्टेनं करीत असे. त्या संघामध्ये 'एन' त्याच्या समवेत खेळला होता. मार्कच्या मृत्यूनंतर त्यानं पत्रात लिहिलं होतं की,

“रग्बीत चालणाऱ्या झोंबाझोंबीत एखाद्या शिकारी कुत्र्याची भूमिका पार पाडणारा मार्क माझ्या पक्का स्मरणात आहे. नेहमीच पाठलाग करणारा आणि सगळ्या संघाचं नेतृत्व करणारा मार्क फार धाडसी होता. रग्बीत त्याच्यापेक्षा खूप मोठ्या धिप्पाड खेळाडूंचं आव्हानही तो लीलया पेलत असे. विचित्र कोंडीत सापडून जर तो पडला, तर झटकन स्वतःला सावरून ‘काही झालं नाही’ असे भाव चेहऱ्यावर आणून पुन्हा आपल्या कामाला लागत असे. शाळेत सर्व सामाजिक थरांमध्ये तो मिसळून जात असे. इतर ज्यांना कमी लेखत त्यांच्याबद्दल मार्कच्या मनात कधीच भेदभाव नसे. त्याची वागणूक सर्वांशी सारखीच असे. तो जगन्मित्र होता. ज्यांच्या अस्तित्वानं वातावरणात चैतन्य निर्माण होतं, अशा माझ्या परिचयाच्या काही व्यक्तींपैकी मार्क एक होता.”

शारीरिक आव्हानं कशी स्वीकारायची, ते त्याला जमू लागलं होतं. १९९८मध्ये त्याच्या ए लेव्हलच्या परीक्षेपूर्वी काही आठवडे त्यानं लंडन मॅरेथॉनमध्ये भाग घेतला होता आणि ती त्यानं ३ तास १४ मिनिटांत पूर्ण केली होती. अर्थात ते त्याला जमेल असंच मला वाटत होतं; पण नंतर मी त्याला हॉस्पिटलमध्ये घेऊन गेले होते. त्याच्या पायांना मलमपट्टी करायला आणि कुबड्या घ्यायला म्हणून!

मार्कची जडणघडण मुख्यतः बोर्डिंग स्कूलमध्ये झाली. आपल्याला काय करायचंय हे समजून घ्यायला त्याला बोर्डिंग स्कूलची मदत झाली. दर आठवड्याला मी त्याला भेटायला जात असे. मग आमच्या आवडत्या विस्लेच्या ‘रॉयल हॉर्टिकल्चर सोसायटी’ गार्डनमध्ये आम्ही जेवण घेत असू किंवा गोडालमिंगच्या पिझ्झा एक्सप्रेसमध्ये जात असू. त्याचे हे सगळे उपक्रम पाहून, त्याचं अभ्यासाकडे दुर्लक्ष तर होत नाही ना, अशी मला काळजी लागून राहत असे. आमचं नातं बदलत चालल्याचं मला जाणवू लागलं. आई आपल्या लेकराला ओळखून असते. तो मात्र आता मला कोणत्या गोष्टी सांगायच्या ते ठरवू शकत होता. माझं लेकरू हळूहळू मोठं होतंय, हे माझ्या लक्षात येत होतं. कोशातून सावकाश, पण बाहेर पडू लागलेला मार्क मला दिसत होता. पूर्वीची प्रतिकूल परिस्थिती आणि बोर्डिंग स्कूलची ही दोन वर्षं यांतून तावूनसुलाखून निघालेलं एक मोहक व्यक्तिमत्त्व... पण अजून कोवळंच! आम्ही दोघंही विचार करत होतो आणि बोलत होतो. कॅफेतल्या टेबलावर अनेकदा चर्चा करत होतो. एकमेकांच्या सहवासात बाहेर भटकत होतो. त्यातूनच फुलत गेलेलं आमचं नातं अधिकाधिक पक्व होत गेलं. रोजच्या आयुष्यातील घडामोडींवर आम्ही अनेकदा बोलत होतो, त्यावर उत्तरं शोधत होतो. नंतरच्या काळात त्याच्या सैनिक मित्रांची काळजी कशी घ्यावी, त्यांचे प्रश्न कसे हाताळावेत, हे जसं बोलत होतो अगदी तस्संच!

मार्कनं सोळाव्या वर्षी ए लेव्हलची परीक्षा दिली. बोर्डिंग स्कूलमध्ये बंधनमुक्त वातावरण असूनसुद्धा त्यानं दोन विषयांत चांगली श्रेणी मिळवली. पण तिसरा विषय मात्र त्याला पुन्हा पुढच्या वर्षी सेंट्रल लंडनमध्ये घोटावा लागला. त्या वर्षी तो घरीच राहत होता; पण मला तो दूर असल्यासारखा वाटे. मुक्कामाला तो घरीच असे असं नाही. शहरात तो बहकेल, अशी मला काळजी वाटे.

विद्यापीठात जायची घाई करू नकोस, असं माझं त्याला सारखं सांगणं असे. पुन्हा इथं मी विन्स्टन चर्चिलच्या प्रभावाखाली होते ना! आपली पूर्ण तयारी झाल्याखेरीज आपण पुढचं पाऊल टाकू नये, असं त्यांचं सांगणं होतं. मार्कची वाढ अजून पूर्ण झाली नव्हती. सुरुवातीची काही वर्षं त्याची प्रगती खुंटली असल्यामुळे ती वर्षं भरून काढताना तो जवळजवळ वयाच्या बाविशीपर्यंत वाढतच होता. विशीत काम करण्यापूर्वी किंवा विद्यापीठात जाण्यापूर्वी त्यानं जीवनातील अनुभव घ्यावेत, असं मला वाटत असे. त्यानं शिक्षणक्रमात खंड घेतलेल्या वर्षी मिळणाऱ्या सैन्य दलातील थेट प्रवेशासाठी अर्ज करावा, असं माझ्या डोक्यात आलं. सैन्य दलातील खडतर निवासी चाचणीनंतर, मार्क सैन्य दलातील नियमित अधिकारी म्हणून प्रवेश मिळण्यासाठीची निवड चाचणी पास झाला. त्यामुळे 'रॉयल मिलिटरी अ‍ॅकॅडमी सँडहर्स्ट'च्या प्रवेशाचा मार्ग खुला झाला. तो वयानं लहान असल्यामुळे त्याला खंड पडलेल्या वर्षी प्रवेश मिळाला नाही; पण आता सँडहर्स्टला तो केव्हाही रुजू होऊ शकतो, असं त्यांनी कळवलं.

२००१मध्ये दुसऱ्या वर्षी खंड न घेता, ऑस्ट्रेलियातील 'न्यू साउथ वेल्स' राज्यातील 'हे' गावातल्या 'मंगाडाल' इथं असलेल्या माझ्या एका दूरच्या भावाच्या १ लाख ४५ हजार एकरांतील मेंढीपालनाच्या शेतात, शिकाऊ शेती कामगार म्हणून जायचं मार्कनं ठरवलं. हे म्हणजे एखाद्या फिकट मुलायम कातडीच्या पामेरेयन कुत्र्यानं राकट देशात राहावं तसं! तिथं तग धरण्यासाठी इंग्लंडमधील शिक्षण आणि उच्चभ्रू पार्श्वभूमी काही कामाची नव्हती. मार्क विचारपूर्वक आपल्या कामाचा वाटा उचलतोय आणि आपल्या कंपूत मिसळतोय, हे पाहून तिथल्या कामगार पोरांनी त्याला होता तसा स्वीकारला. कामाचं स्वरूप कळावं यासाठी त्याला सगळी शेतजमीन हिंडून दाखवण्यात आली आणि दुसऱ्याच दिवशी मेंढ्या राखण्यासाठी म्हणून त्याला एकट्यालाच मोटरबाइकवरून त्याच्या झोपडीवजा घरापासून खूप दूर जावं लागलं. त्या दिवसाचा तो अनुभव मार्कसाठी अगदी खास होता. मी त्याच्यापासून हजारो मैलांवर होते; पण तो मला सांगितल्यावाचून त्याला राहवलं नाही.

अशा या रुक्ष देशाला नव्यानं लाभलेल्या परिपक्वतेच्या तो प्रेमातच पडला. न्यूझीलंडच्या धिप्पाड भामट्यांनी मेंढ्यांची लोकर क्षणार्धात भादरून डोळ्यांदेखत

चोरून नेलेली पाहून मार्क अवाकच झाला. अंगावरचा लोकरीचा थर नष्ट झालेल्या गुलाबी मेंढ्या सैरावैरा पळत सुटल्या. त्यांची लोकर कापण्याचं काम पार पडलं होतं; पण काही आठवड्यांतच मार्कला पुन्हा त्यांच्या अंगावरचे लोकरीचे पुंजके आणि शेपटीवरची लोकर कापावी लागली.

त्याची पहिली मैत्रीण तिथली स्थानिक प्रशिक्षणार्थी पशुवैद्य होती. त्या शेताच्या आवारात गस्त घालण्यासाठी मिळालेली मोटरबाइक, तो कुत्रा या सगळ्या त्याच्या मोठेपणाच्या पहिल्या खुणा होत्या. 'द पॉन इन् हे' या नावाचा रेडिओवरचा स्थानिक कार्यक्रम आठवड्यातून एकदा सादर करण्याची संधी त्याला मिळाली होती. अशा तऱ्हेनं ३०० मैलांवरच्या मेलबर्न येथील पत्रकार मामाचा 'हे'मधील तो प्रतिनिधी बनला होता. 'हे'च्या कापणी मजुरांच्या संघामध्ये तो रग्बी खेळत असे. 'हे'च्या पबमध्ये त्याला रग्बीत मिळालेलं अॅवॉर्ड अजूनही शोकेसमध्ये ठेवलेलं आहे. तिथलं त्याचं वास्तव्य फार आनंददायी होतं. इतकं की लंडनला तो परत आल्यावर मी माझं सगळं विकून ऑस्ट्रेलियात घर-जमीन घ्यावी आणि मार्कला त्याचा कारभारी नेमावं, अशी त्यानं मला गळच घातली. ऑस्ट्रेलियन तरुणांचा स्पष्टवक्तेपणा, बिनधास्तपणा, कष्ट करून प्रामाणिकपणे जगण्याची वृत्ती या सगळ्यानं तो फार भारावून गेला होता.

२००२ मध्ये 'ऑक्सफर्ड ब्रुक्स' विद्यापीठात इस्टेट मॅनेजमेंटचा अभ्यास करण्यासाठी मार्क लंडनला परतल; पण जरा नाखुशीनंच! आपण वेळेवर परत येऊ शकू की नाही, याची त्याला खात्री नव्हती. त्यामुळे ऑक्सफर्ड ब्रुक्समध्ये राहण्याची काही सोय होऊ शकते का ते तू बघ, असं ऑस्ट्रेलियात असतानाच त्यानं मला सांगितलं होतं. त्या आठवड्यातलं मला सगळं आठवतंय. गुरुवारी केम्ब्रिजमध्ये एलिझाबेथचा पदवीदान समारंभ झाला. मोठ्या ऐटबाज झालरींनी सजवलेल्या 'फेलोज गार्डन'च्या हिरवळीवर आम्ही स्ट्रॉबेरी आणि वाइनचा आस्वाद घेतला. दुसऱ्या दिवशी मी ऑक्सफर्ड ब्रुक्सला रवाना झाले. पहिल्या वर्षाच्या विद्यार्थ्यांसाठी राहण्याची पुरेशी व्यवस्था केलेली नसल्यामुळे मी एकाहून एक गचाळ फ्लॅट पाहून निर्णय घेण्याचा प्रयत्न करत होते. अर्थातच मी निवडलेला फ्लॅट काही फारसा चांगला नव्हता. काही आठवड्यांनी मार्क आला आणि दुसरा चांगला फ्लॅट शोधून तो मित्रांबरोबर तिथं राहू लागला.

विद्यापीठाच्या त्या वर्षात मार्कनं अनेकदा घरं बदलली आणि अनेकदा मित्रही. ती त्याची वर्षं फार मजेत गेली. हा काळ त्या सर्वांसाठी मर्यादांचं उल्लंघन करण्याचा काळ होता. आपल्या क्षमता तपासून पाहण्याचा आणि आपण काय करू शकतो याचा अंदाज घेण्याचा होता. त्यांची मैत्री याच काळात दृढ झाली. त्याच्या मृत्यूनंतर अनेकांनी मला पत्रं लिहिली. त्यातल्या एका मित्रानं लिहिलं होतं की, त्याचं सगळं आयुष्य साजरं करण्यासारखंच होतं. संपर्कात आलेल्या प्रत्येक

व्यक्तीवर मार्कचा प्रभाव पडे. त्याकडे लक्ष वेधून एकानं म्हटलं, "इतक्या छोट्याशा आयुष्यात खूप काही साध्य करूनच तो गेला."

'एम'नं लिहिलं,

> *"मार्कच्या भोवती असं काही वलय होतं की, त्यानं प्रवेश करताच आजूबाजूचा सगळा अंधकार लोप पावून आसमंत उजळून निघावा. त्याच्या अंगभूत चैतन्यामुळे तो तेथील सर्वांत प्रभावशाली व्यक्ती ठरत असे. त्यासाठी त्याला मोठ्यानं बोलण्याची गरज नसे, तसं करण्याकडे त्याचा कलही नव्हता. पण त्याच्या अंगी एक खोडकरपणा होता. त्याचं जगण्यावर प्रेम होतं आणि त्याची लागण इतरांना होत असे."*

नंतर काहींनी असंही म्हटलं होतं की, तो आमचा मित्र होता. अगदी जवळचा मित्र होता, सोबती होता. मार्कचा सहवास सर्वांना प्रिय होता. तो सर्वांना इतकं भरभरून देत असे की, त्याच्या प्रेमात इतके वाटेकरी असल्याचं कोणाला काही वाटत नसे. एकानं वर्णन केल्याप्रमाणे ही कदाचित त्याची नम्रता किंवा त्याच्या ठायी असलेला निःस्वार्थीपणा होता. त्याच्या मृत्यूनंतर अनेकांनी मला आधार दिला. त्या दुःखातून मी बाहेर यावं म्हणून ते मला जेवायला, लग्नकार्यांना बोलवत.

आर्थिक अडचणी उद्‌भवू नयेत म्हणून विद्यापीठात शिकत असताना, नृत्यालयात किंवा उपाहारगृहात वेटर म्हणून काम करणं यांसारख्या अर्ध वेळ नोकऱ्या मार्कनं केल्या. एकदा तो म्हणाला होता की, लोकांना काय हवंय ते आपण दिलं की लोकही आपल्याला त्याची योग्य ती बक्षिसी देतात. आयुष्यातला आणखी एक धडा. लोकांची सेवा करणाऱ्यांनाही लोक कसा प्रतिसाद देतात याबद्दलचं त्याचं निरीक्षणही त्यानं नोंदवलं होतं. काही त्यांना योग्य तो मान देतात; तर काही त्यांना तुच्छ लेखतात.

यथावकाश चार वर्षांनी मार्कनं पदवी मिळवली. अर्थात त्यासाठी त्यानं अभ्यासाचे फार मोठे कष्ट घेतले होते असं नाही. विद्यापीठात त्यानं घालवलेला हा काळ फार महत्त्वाचा होता. कौमार्यावस्थेतून वयात येण्याचा मोठा पल्ला त्यानं या काळात गाठला होता. स्वातंत्र्य उपभोगलं होतं आणि मजा केली होती. ऑक्सफर्ड ब्रुक्स ही मानवतावादी संस्था होती. विद्यार्थ्यांना तिथं मानानं वागवलं जाई. कितीही अडचणी आल्या तरी विद्यार्थ्यांतल्या चांगल्या गुणांना वाव देण्याचा तिथं प्रयत्न केला जाई आणि याच गोष्टीनं मी प्रभावित झाले होते.

मार्क बोर्डिंग स्कूलमध्ये असताना अगदी अजागळ, लहानखुरा आणि बारकुडा होता; पण मुलींना पाहून त्या वेळीच त्याचं मन चाळवलं गेलं होतं, याची मला

जाणीव झाली होती. वयात येण्याची जी प्रदीर्घ प्रक्रिया असते, त्याचा तो प्रारंभ होता. अगदी बिचकत बिचकत त्याची एका मुलीशी ओळख झाली होती. त्या वेळी त्याला स्वतःचीच खात्री वाटत नव्हती. पुरुषी शिष्टाचार वगैरेची जाणीव तर मुळीच नव्हती. तिला त्यानं धसमुसळेपणानं एकदा खड्ड्यात ढकलून दिलं होतं. एकदा एका मुलीच्या पहिल्या मजल्यावरच्या खोलीच्या खिडकीतून त्यानं उडी मारली होती, असंही मला कुणीतरी सांगितलं होतं. कारण तिथं जर तो पकडला गेला असता तर त्याला शाळेतून काढून टाकण्यात आलं असतं.

विद्यापीठात दुसऱ्या वर्षाला असताना, एकदा त्यानं मला निरोप धाडला होता की 'मला फोन करशील का?' परीक्षेत नापास झाला असणार किंवा पैसेबिसे हवे असणार अशी माझी समजूत होती. पण त्याऐवजी मोठ्या अभिमानानं आणि उत्साहानं त्यानं सांगितलं की, 'जी'नं माझ्याबरोबर बाहेर यायला अनुमती दिलीय. एका सुंदर आणि काळजी घेणाऱ्या मुलीशी त्याची ओळख झाली होती. त्यांची ही मैत्री दीर्घ काळ टिकली होती. तो एकदा मला म्हणाला, "एक सुंदर मुलगी आपल्याबरोबर बिछान्यात असणं यातली मजा तुला कळणार नाही." तो २२ वर्षांचा होता आणि ती त्याची जिवाभवाची मैत्रीण होती. छोटीशी, उत्साही, नटखट आणि मजा करणारी! जोडीला त्याची खडखड आवाज करणारी जुनी गाडी, छोटी मोटरसायकल.

मग आम्ही त्या वेळी ऑक्सफर्डला घर घेतलं. घराचा त्याला अभिमान होता आणि ते होतं त्याचं सुखनिधान. मी त्याला पैशांची मदत केली. त्यानं बरंचसं कर्ज काढलं होतं. मी त्या कर्जाला जामीन होते. असे आता आम्ही दोघं व्यावसायिक भागीदार होतो. त्यात थोडा धोका होता; पण त्यात आम्ही काही पथ्यं कसोशीनं पाळली आणि हा जोडीनं केलेला व्यवसाय फलदायीही ठरला. आता त्याला घराची काळजी घेणं भागच होतं. घरानं त्याला अनेक वस्तुपाठ दिले.

आपली वैयक्तिक, मानसिक आणि शारीरिक प्रगती व्हावी असं आतूनच त्याला वाटू लागलं होतं. त्यासाठी फ्रान्स आणि स्पेनमधला 'पिलग्रिम्स वे' त्यानं शोल्टोबरोबर २००६मध्ये तीन आठवड्यांत पार केला.

दक्षिण ध्रुवावर कोणाच्याही मदतीशिवाय जाणारी तरुण व्यक्ती आपण व्हावं, असं मार्कचं एक जुनं स्वप्नं होतं. २००६ मध्ये असा एक प्रयत्न करून पाहावा असं त्याच्या मनानं घेतलं. आदल्याच वर्षी कॅलिफोर्नियातल्या एका अत्यंत उदार, वृद्ध कार्थुझिअननं त्याला काही आर्थिक मदत देऊ केली होती. मार्कनं त्याच्या या स्वप्नाविषयी शाळेच्या नियतकालिकातून काही लिखाण केलं होतं, ते कार्थुझिअनच्या वाचनात आलं असावं. कमरेला टायर बांधून ते ओढत, पळत तो टेकडी चढतोय असं त्या लेखात दाखवलं होतं. ते मिळालेले पैसे मार्कनं १० दिवसांच्या एका

प्रशिक्षणासाठी खर्च केले. जिऑफ सॉमर्स यांच्या मार्गदर्शनाखाली नॉर्वेच्या अतिशीत टुंड्रा प्रदेशात टिकाव धरण्यासाठी काय करावं, हे प्रशिक्षण मार्कनं घेतलं. ग्लेशिअर्सच्या ओसाड प्रदेशात शून्याखालच्या तापमानात त्यांनी इग्लू बांधले होते. "अरे, नॉर्वे उत्तरेला आहे आणि दक्षिण ध्रुव दक्षिणेला, तुझी दिशा चुकली की काय?" त्याच्या मित्रांनी त्याची चेष्टा केली होती. अर्थातच दक्षिण ध्रुवाच्या सफरीचा नाद त्याला सोडावा लागला. कारण त्यासाठी लागणारे ९० हजार पौंड्स जमा करणं त्याला शक्य झालं नाही.

खूप दिवसांपासून मैत्री असलेल्या मैत्रिणीला भेटणं त्यानं अचानक थांबवलं. कारण त्याला आता एक बंधमुक्त युवक म्हणून जगायचं होतं, नवे अनुभव घ्यायचे होते. एका मोहक रुबाबदार तरुणाचा आत्मविश्वास वाढला होता. तो इतर मुलींनाही भेटू लागला. सगळ्याच सुंदर होत्या. पण कोणातही जास्त न गुंतण्याचं त्यानं ठरवलं होतं. अशी गुंतवणूक म्हणजे कोणावरही अन्याय झाला असता. कारण लवकरच तो अफगाणिस्तानात जाणार होता. पण सुंदर मुलींचा मोह त्याला नक्कीच होत होता. अशी एक मुलगी आपल्याला चुकीच्या वेळेला भेटली असं एकदा त्याच्या तोंडून आलं. 'मग दे की तूही पसंती' असं मी सहज म्हणताच तो रागावला. मला त्याचं लग्नच व्हायला हवं आहे, असा त्यानं आरोप केला.

आई आणि मुलगा म्हणून आमच्यात जवळीक होती. आमचं अगदी खास नातं होतं एकमेकांशी. माझ्यासारखीच त्यालाही बागकामाची फार आवड होती. बाग नव्यानं उभी करण्यात त्याचा मोलाचा वाटा होता. तो १३ वर्षांचा असल्यापासून बागकामावरचे सर्व कार्यक्रम आम्ही दोघंही लक्षपूर्वक पाहत असू. कंपोस्ट खत कसं करावं याच्यावरचा 'गार्डनर्स वर्ल्ड'चा एक एपिसोड मला आठवतोय. तो व्हिडिओ पुन्हा पुन्हा पाहूनसुद्धा पोनीटेलवाल्या 'बॉब फ्लॉवर ड्यू'नं सांगितल्याप्रमाणे, कंपोस्टच्या ढिगाऱ्यात 'टी' शिंपडावं की 'पी' (मूत्र) हे काही आम्ही ठरवू शकलो नाही आणि आमची अगदी हसून हसून पुरेवाट झाली.

बऱ्याचशा इतर गोष्टींतील आमची मतं आणि आकलनशक्ती सारखीच होती. लोकांबद्दलची संवेदनशीलता, गोष्टी अधिकाधिक चांगल्या करण्याकडे असलेला कल, समाजात मिसळण्याची वृत्ती या सर्वच बाबतींत. शुक्रवारी पुढच्या दरवाजावरची घंटा वाजली आणि दाराच्या काचेतून मला त्याची अस्पष्ट आकृती दिसली की, आता आपले पुढचे काही तास अगदी छान मजेत जाणारेत, हे मला ठाऊक असे. दरवाजातील त्याची प्रमाणबद्ध आकृती माझ्या मनात कायमच रेंगाळत राहील. मोठा झालेला माझा मार्क फार प्रेमळ होता. तो माझी फार काळजी घेत असे; पण काही बाबतींत तो अगदी ठाम असे. मी सदैव प्रयत्नशील असावं, माझी प्रकृती अगदी ठणठणीत असावी, मी स्वतःची कीव करू नये या बाबतीत तो फार आग्रही असे.

तो गेला त्याच्या आदल्याच वर्षी आम्ही दोघं 'ब्लॅक माउंटन' एकत्र चढून गेलो होतो; पण कोणत्याही तरुणांच्या गटानं आम्हाला ओलांडून आमच्या पुढे जाऊ नये म्हणून तो माझ्यावर सतत दडपण आणत होता. मी तेव्हा साठीची होते, तरीही मी स्पर्धा करावी आणि अधिकाधिक उत्तम कामगिरी करावी, असाच त्याचा आग्रह होता. अफगाणिस्तानला तो रवाना होण्यापूर्वी, काही आठवडे आधी आम्ही ऑस्ट्रेलिया आणि बालीचा दौरा करून आलो होतो. पण त्याच दोन आठवड्यांत आपल्या मित्रांबरोबर स्कीईंगला जाण्याचं त्यानं कबूल केलं होतं. मात्र त्यानं आपला शब्द पाळला नाही. का? तर ऑस्ट्रेलियातल्या कुटुंबाला माझ्यासह एकदा तरी (शेवटचंच) भेटता यावं यासाठी! अर्थातच हे सगळं मला मागाहून त्याच्या एका मित्रानं सांगितलं. त्या स्कीईंगच्या बेताबद्दल त्यानं माझ्याजवळ अवाक्षरही काढलं नाही. त्या ट्रिपमध्ये पहिल्यांदाच एक परिपक्व, सामाजिक परिस्थिती स्वतःच्या हिमतीवर, पूर्ण आत्मविश्वासानं आणि संवेदनशीलतेनं हाताळणारा तरुण मार्क पाहायला मिळाला. यापूर्वी मी त्याला सुट्टीसाठी घेऊन जात असे. या वेळी मात्र तो मला घेऊन गेला. आणि ज्या काही अडचणी वाटेत उद्‌भवल्या त्याला मला तोंड देता येईल अशी खबरदारीही त्यानं घेतली. ऑस्ट्रेलियातल्या उन्हात मी जेव्हा उन्हापासून संरक्षण करणारं लोशन वापरायला नकार दिला, तेव्हा त्यानं मला चांगलंच फैलावर घेतलं. एका अख्ख्या प्लॅटूनची जबाबदारी तो पेलत होता याचा मला विसर पडला होता का? तो जोर-बैठका काढत असताना किंवा पामबीचवर पळत असतानाच त्याचं धिप्पाड कमावलेलं शरीर पाहून त्यानं स्वतःची प्रकृती किती छान राखलीय, याची मला जाणीव झाली. नेहमीपेक्षा या वेळी त्यानं मला अनेकदा त्याचे फोटो काढायला लावले. कधी गरज पडली तर या सगळ्या गोष्टींची नोंद माझ्याजवळ असावी, असं त्याला वाटलं असावं. पोरकट विचार बाजूला सारण्याची इच्छा असलेली एक प्रौढ व्यक्ती, जिच्याविषयी आदर वाटावा अशी व्यक्ती मला मार्कमध्ये दिसू लागली होती.

हाँगकाँग विमानतळावर आम्ही निरोप घेतला. त्याच्याकडे पैसे नव्हते याविषयी मी वैषम्य व्यक्त करताच तो रागावला आणि एका मित्राला भेटायला निघून गेला. त्या शनिवारी, रविवारी काय केलं ते त्यानं नंतर फारसं सांगितलं नाही. फक्त स्पीडबोट आणि मौजमजेचा त्यानं उल्लेख केला. त्याच्या मृत्यूनंतर एका मुलीनं फार सुंदर प्रामाणिक आणि विचारपूर्वक पत्र लिहिलं होतं. ती त्याला एका पार्टीत भेटली होती आणि ती रात्र त्यांनी एकमेकांच्या सहवासात घालवली होती. ती दोघंही त्या वेळी कसल्याही बंधनात नव्हती. अशा मुलीनं आपल्या त्या मित्राच्या आईला पत्र लिहून आपल्या भावना पोचवल्या होत्या. माझ्या दृष्टीनं हे पत्र म्हणजे ही पिढी किती आस्थेवाईक आहे, याचं निदर्शक होतं–

“तो आता नाही ही बातमी फार धक्कादायक आहे. मला तुम्हाला असं सांगावंसं वाटतंय की आम्ही फक्त एक रात्रच एकमेकांना भेटलो होतो. आमची भेट कितीही अल्पकाळाची असली तरी मी त्याला कधी विसरणं शक्य नाही. मला कायम त्याचा वियोग जाणवत राहील, एवढा त्याचा माझ्यावर प्रभाव पडला होता. त्याच्याबरोबर अधिक काळ घालवता आला असता तर मला फार आनंद झाला असता; पण माझी आणि त्याची भेट तरी झाली. खरोखरच मी फार भाग्यवान आहे.”

दुःख याचंच वाटतं की, इतकं झळाळून उठलेलं त्याचं आयुष्य आणि त्यानंतर काही आठवड्यांतच त्याला असा भयानक मृत्यू यावा... किती विरोधाभास हा!

सैन्य दल

२००८च्या डिसेंबरमध्ये एक दिवस एक पत्र आलं. एका मळलेल्या पाकिटावर मार्कचं हस्ताक्षर दिसत होतं. त्यात टंकलिखित केलेल्या अहवालाची एक छायाप्रत होती. तो वेल्श गार्ड्सकडून आलेला त्याच्याबद्दलचा एक ताजा, खरं बोलायचं झालं, तर शेवटचा अहवाल होता. मागच्या बाजूला त्यानं पेन्सिलीनं खरडलं होतं, "खूश?"

तो अहवाल असा होता –

"लेफ्टनंट एव्हिसन यानं अधिकारी म्हणून काही वेगळीच छाप पाडली आहे. एक अतिशय तरतरीत, सकारात्मक विचार करणारा धट्टाकट्टा, आनंद आणि स्फूर्ती देणारा अधिकारी! युद्धभूमीवर तो मोकळेपणानं वावरतो आणि बराकीत एकदम तल्लख असतो. बुद्धिमत्तेच्या जोडीला असलेल्या नम्रपणा आणि मोहकपणा यांच्या सुरेख मिलाफामुळे तो त्याच्या समवयस्कांपेक्षा अगदी वेगळा उठून दिसतो. सैन्य दलाव्यतिरिक्त त्याला इतरही अनेक गोष्टींत रुची आहे आणि तो एक उत्कृष्ट संगीतकारही आहे.

"लेफ्टनंट एव्हिसनच्या सैन्य दलातील कारकिर्दीला जो प्रारंभ झाला, तोसुद्धा अगदी वैशिष्ट्यपूर्ण होता. प्लॅटून कमांडर्स डिव्हिजनमधून 'अ' श्रेणी प्राप्त करून तो वेल्श गार्ड्सच्या पहिल्या बटालियनमध्ये दाखल झाला. अशी श्रेणी मिळवणाऱ्या थोड्या अधिकाऱ्यांतील तो एक होता. अभ्यासक्रम पूर्ण करताना त्यानं सर्व गोष्टींत विशेष प्रावीण्य मिळवलं. खडतर प्रशिक्षणाच्या काळात त्याला जे जे करायला सांगितले गेलं, ते ते त्यानं उत्तम तऱ्हेनं केलं. कॅनडातील सफिल्ड येथील त्याचप्रमाणे जर्मनीतील ब्रिटिश सैनिकी प्रशिक्षण केंद्रात त्याची कामगिरी विशेष उठावदार होती. जर्मनीत ज्या अमेरिकन सैन्य दलानं निरीक्षक नियंत्रकाची भूमिका पार पाडली होती, त्यांनी एकट्या मार्कचीच निष्णात प्लॅटून कमांडर म्हणून निवड केली. बरोबरचे जवान त्याला '007' असे चेष्टेने म्हणत असले तरीही त्यातून त्याच्या

क्षमतेविषयी त्यांना वाटणारा आदरच दिसून येतो. हाताखालच्या लोकांबद्दल त्याला फार ममत्व वाटतं. त्यांना कशाचीही कमतरता भासू नये यासाठी तो स्वत: जातीनं काळजी घेतो. त्याच्या नॉन कमिशन्ड अधिकाऱ्यांबरोबर तो अगदी मिळून-मिसळून वागतो; पण अतिपरिचयात अवज्ञा तर होणार नाही ना, याची त्यानं काळजी घ्यावयास हवी.

लेफ्टनंट एव्हिसन हा माझ्या कंपनीतील वयानं सर्वांत लहान असलेला प्लॅटून कमांडर असला तरी तो सर्वांत उत्तम आहे. त्याच्यासारखा कमांडर मिळणं ही त्याच्या हाताखालच्यांसाठी फार भाग्याची गोष्ट आहे. मी आजपर्यंत जेवढ्या तरुण अधिकाऱ्यांच्या साथीनं काम केलं आहे, त्या सर्वांच्यात लेफ्टनंट एव्हिसननं स्वतःत सर्वांत जास्त क्षमता असल्याचं सिद्ध केलं. त्याचं तंत्र, हुशारी, डावपेच आखण्यातील कुशाग्रता आणि जोडीला असलेला नम्रपणा या सर्व गोष्टी सैन्य दलातील त्याचं भवितव्य उज्ज्वल असल्याचंच चिन्ह आहे. लवकरात लवकर त्याला 'कॅप्टन' म्हणून बढती दिली जावी.

लेफ्टनंट एव्हिसनला अधिक आव्हानात्मक आणि रोचक कामगिरी दिली जावी. थोड्याच अवधीत 'गार्ड्स पॅरॅशूट प्लॅटून (३ पीएआरए)चा 'ऑफिसर इन चार्ज' म्हणून तो उत्तम तऱ्हेनं जबाबदारी पार पाडू शकेल. त्यासाठी मी त्याच्या नावाचं जोरदार समर्थन करतो. 'हाउस होल्ड डिव्हिजन'च्या चांगल्या गोष्टींचं प्रतिनिधित्व तो करतोच; पण खेरीज पॅरॅशूट रेजिमेंटसाठीही तो अगदी लायक आहे. काही काळासाठी यूकेच्या स्पेशल फोर्ससाठी निवडलं जाणं , हे त्याचं उद्दिष्ट आहे. तिथं स्वतःच्या कामगिरीचा तो नक्कीच ठसा उमटवू शकेल, असा माझा कयास आहे. दीर्घ काळाचा विचार करता, 'बटालियन स्टाफ अपॉइंटमेंट' (ॲडज्युटंट ऑपरेशन्स ऑफिसर किंवा इंटेलिजन्स ऑफिसर) म्हणून लेफ्टनंट एव्हिसनना डावलताच येणार नाही. एक उत्तम रायफल कंपनी कमांडर होण्यासाठी लागणारे सर्व आवश्यक गुण त्यांच्या अंगी आहेतच.

कमिशनसाठी तो निःसंशय पात्र आहे.''

हे सर्व वाचून मी खरोखरच खूश झाले! माझ्या मनात आई म्हणून माझ्या मुलाची एका खोडकर मुलाचीच प्रतिमा होती. शाळेत त्याचं नापास होणं, त्याचं अपयश हे आता मला मनावर घ्यावंसं वाटेना. तेव्हा त्याच्यातील क्षमता जागृत झालेली नव्हती. हा व्रात्य मुलगा आता त्याच्या बटालियनचं नेतृत्व करत होता आणि त्याच्या या क्षमतेची दखल त्याच्या नव्या वरिष्ठांनी घेतली होती. 'ऑपरेशनल फोरकास्ट'पेक्षासुद्धा हे एक चांगलं करिअर होतं.

मोठेपणी सैन्य दल हेच मार्कचं आयुष्य होतं. तिथंच त्याचा विकास झाला, तो परिपक्व झाला. त्याच्यातले नैसर्गिक गुण, स्वतःहून चटकन विचार करणं, इतरांविषयी आस्था बाळगणं, त्याच्या मनाचा मोठेपणा, त्याच्यातला उत्साह, शारीरिक तंदुरुस्ती, शिस्त, साहसाची ओढ या सगळ्याला तिथंच वाव मिळाला. सैन्य दल त्याच्यासाठी होतं आणि सैन्य दलावर त्याचा विलक्षण जीव होता.

मार्कला सैन्यात का जावंसं वाटलं असावं? याची बीजं कोणती? दिशा शोधणाऱ्या या तरुण मनावर कोणत्या गोष्टींचा प्रभाव पडला? तेरा-चौदाव्या वर्षीच डलविच कॉलेजच्या 'कम्बाइन्ड कॅडेट फोर्स'मध्ये १९९६ मध्ये मार्क सर्वोत्तम 'कॅडेट' ठरला होता. १९९७मध्ये तो सर्वोत्तम गनर ठरला होता. सभोवतालच्या परिस्थितीतून मार्ग काढण्यात त्याला वेगळीच गोडी होती आणि त्याची मजा त्यानं चाखली होती, याची मी साक्षीदार होते. कदाचित त्याची मुळं आणखी मागे जाऊन शोधावी लागतील. मार्क अगदी लहान होता, कोवळा होता आणि पाऱ्यासारखा गतिमान होता तेव्हा त्यानं 'बालवीर' असा पुरस्कार मिळवला होता. असा पुरस्कार मिळवणारा त्यांच्या बालवीर गटाचा तो पहिला मानकरी होता. तो पुरस्कार त्याला एका माननीय कमिशनरांच्या हस्ते दिला गेला होता. तेव्हाच एका उन्हाळ्यात दक्षिण लंडनला छोट्या झुडपात तो एकदा हरवला होता. दूरवर कुठंतरी भटकताना कसल्यातरी अज्ञाताचा शोध लावण्याच्या इच्छेनं तो पुढे पुढे जात राहिला आणि हरवला होता. सुट्टीत आम्ही टेकडी चढायला जात असू, त्या वेळी एकदा टेकडी चढण्यातच आमची दमछाक होत असे आणि तो मात्र तेवढ्यात दोनदा टेकडी चढत असे. तो १३-१४ वर्षांचा असताना 'पील' जिल्ह्यातील 'हॅड्रिअन्स वॉल'ला त्याचे वडील त्याला कँपिंगला आणि भटकायला घेऊन गेले होते. त्या दोघांनाही बाहेर भटकणं, बदलणारी दृश्यं, मोकळी हवा आणि त्यातली निर्भरता फार आवडत असे.

सोळाव्या वर्षी दर रविवारी चार्टर हाउसच्या चर्चमध्ये तो चर्चचा गायक म्हणून गात असे. त्या वेळी तो बोर्डिंग स्कूलमध्ये होता आणि त्याचाही मोठा प्रभाव त्याच्यावर होता. चर्चची ती इमारत फारच भव्य आणि शोभिवंत आहे. पहिल्या महायुद्धात धारातीर्थी पडलेल्या कार्थुझिअन्सच्या सन्मानार्थ बांधली गेलेली ती इमारत म्हणजे यू.के.तील युद्धाचं सर्वांत मोठं स्मारक आहे. 'जेरुसलेम' नावाची कविता शाळेत गायली जाते. ती सुंदर कविता ब्लेकनं लिहिली असून १९१६ मध्ये सर ह्यूबर्ट पॅरीनं त्याला स्फूर्तिदायक संगीत दिलं होतं. पहिल्या महायुद्धानं आणि 'सफ्रेज मूव्हमेंट'नं दिलेलं व्यक्तिस्वातंत्र्य आणि विचास्वातंत्र्य ती कविता अधोरेखित करते. त्याची शेवटची कडवी इथं देते, जी त्यानं अनेकदा गायली असतील,

आणुन द्या मज धनु कनकाचे
आणुन द्या मज शर इच्छेचे
आणुन द्या भाला मेघांनो
पसरा माझे रथ अग्नीचे
मन संगर नच थांबायाचे
खड्गाला नाही विश्राम
जोवर बांधत नाही आपण इंग्लंडमध्ये जेरुसलेम
सस्यश्यामल या भूमीवर बांधत नाही जेरुसलेम

ते काव्य तरुणांना स्फूर्ती देणारं आणि देशभक्तीनं ओतप्रोत भरलेलं आहे. अश्रूंच्या अभिषेकाखेरीज मी ते कधीच पुन्हा ऐकू शकणार नाही.

२००७मध्ये मार्कनं 'रॉयल मिलिटरी अ‍ॅकॅडमी', सँडहर्स्ट इथं प्रवेश घ्यायचं ठरवलं. अ‍ॅकॅडमीनं चार वर्षांपूर्वीच त्याला प्रवेश देऊ केला होता. साहस, प्रवास, स्कीईंग, डोंगर चढून जाणं, त्याच्या मनात असलेली दक्षिण ध्रुवाची सफर या सगळ्या गोष्टींची संधी मला सैन्य दलातच मिळेल, असं त्याला वाटत होतं. तो महत्त्वाकांक्षी तर होताच, पण व्यवहारीही होता. त्याला हेही ठाऊक होतं, की समजा सैन्य दलात त्याला हवं ते मिळालं नाही तरी सैन्यात त्याच्या वैयक्तिक प्रगतीच्या दृष्टीनं प्रशिक्षण मिळू शकेल, त्याची इतर कौशल्यं वाढू शकतील, त्यांचा उपयोग त्याच्या पुढच्या आयुष्यात किंवा दुसऱ्या कोणत्याही करिअरसाठी होऊ शकेल; नुसतं टेबलापाशी बसून दिवसभर काम करणं त्याला कधीच जमणार नाही. कदाचित उत्तरायुष्यात हे जमेल याची त्याला पूर्ण जाणीव होती. त्यानं हा निर्णय घेतला तेव्हा तो घरीच होता, काहीतरी करण्यास उतावीळ होता, उत्साहानं भरलेला होता, मोठं होऊन जीवनाला सामोरं जाण्यास उत्सुक होता. आता तो या प्रशिक्षणाचा आनंद घेऊ शकणार होता. त्यानं त्याचा कस लागणार होता. म्हणूनच त्यानं सैन्य दलाची निवड केली.

२०० वर्षं जुनी असलेली ही सँडहर्स्टची प्रशिक्षण संस्था ब्रिटिशांच्या धैर्य आणि नेतृत्वगुणाचं प्रतीक आहे. संस्थेनं मार्कला विवेकी केलं, इतरांसाठी असलेल्या जबाबदारीची जाणीव करून दिली. मार्कमधील ही जबाबदारीची जाणीव मला कधीमधी दिसली होती, पण आता ती दृढ झाली आणि मार्कच्या आयुष्याला अधिक अर्थ आला. आव्हानं माणसाला पुढे जाण्यास प्रवृत्त करतात आणि मोठं बनवतात. कोणतंही आव्हान आणि त्यातले अवघड अनुभव माणसाला घडवतात आणि शिकवतात. हे माझे विचार आणि तिथलं शिकवणं योगायोगानं जुळत होतं. अधिक आत्मविश्वास असलेला आणि विचारी मार्क माझ्या डोळ्यांसमोर मोठा होताना मी बघत होते.

सँडहर्स्टमधील पहिले तीन महिने अनिश्चितता आणि साशंकता यांचा समूळ नायनाट करण्यासाठी फार महत्त्वाचे असतात, असं मार्कनं मला सांगितल्याचं आठवतंय. ज्यांना नव्यानं घडवायचंय, अशा भरती झालेल्या नव्या उमेदवारांना घरी जाण्याची सुट्टी दिली जात नाही. त्यांना खडतर प्रशिक्षणाला सामोरं जावं लागतं. ते पहिले काही आठवडे त्यालाही फार अवघड गेले; पण त्यानं त्याबद्दल माझ्याजवळ कधी अवाक्षरही काढलं नाही. पॉलिश करणं, स्वच्छता करणं, कवायत करणं, इस्त्री करणं, सार्जंट्सच्या आज्ञांचं पालन करणं, त्याच्याशी जुळवून घेणं हे सारं मार्कनं जमवलं, याचं मी मनाशी आश्चर्य करत राहिले. तरुण निष्पाप जिवांना युद्धाच्या विध्वंसाला तोंड कसं द्यायचं, प्रशिक्षणाच्या सुरुवातीच्या काळात आणि लवकरात लवकर हे युद्धातलं क्रौर्य अंगवळणी कसं पाडून घ्यायचं, लढायचं कसं, मारायचं कसं हे कळावं याचीच ही तयारी होती. ते ब्रिटिश सैन्य दलातले अधिकारी होणार आहेत, हे सतत त्यांच्या मनावर बिंबवलं जात होतं.

या तरुणांना आघाडीवर राहून नेतृत्व कसं करायचं, हे सँडहर्स्टनं शिकवलं. तुमच्या स्वतःच्या आयुष्यापेक्षा तुमचं कर्तव्य आणि त्याग महत्त्वाचा आहे, हे पटवून दिलं. कर्तव्यपालनाला कोणतीही सीमा नसते; अगदी तुमच्या आयुष्याचीही. तुमच्या सैनिकांसाठी तुम्ही जीवन देणं, हे स्वाभाविकच समजलं जातं असे. त्यापुढे दुसरा कोणताही विचार संभवतच नसे. त्या सर्वोच्च बलिदानासाठी सैनिकांची तयारी व्हावी यावरच तिथं भर दिला जाई. आपल्या प्लॅटूनला प्रेरणा कशी द्यायची, आधार कसा द्यायचा, हे भरती झालेल्यांना शिकवलं जात होतं. प्रत्येकाची गरज ओळखायची आणि कर्तव्य पालन करून नेतृत्व करायचं. त्यांनी ध्येयाला वाहून घेतलं होतं. साहसाची त्यांना खुमखुमी होती. पण प्रत्यक्षात जेव्हा युद्ध सुरू झालं तेव्हा त्याच्यातल्या काहींनी युद्धाकडे पाठ फिरवली, ते सैन्य दल सोडून गेले. हे धक्कादायक होतं.

मार्क सैन्य दलात दाखल झाला; पण त्यातल्या धोक्यांचा विचारसुद्धा मनात आणण्याचं मी टाळलं. ती त्याची पसंती होती. मी त्याऐवजी काळजीनं त्याच्या मोटरबाइक्सचीच काळजी केली आणि त्याला छेडत राहिले. "कोणाचाही जीव घेणं जमेल का तुला?" हे मात्र मी विचारलं. पण तोपर्यंत सँडहर्स्टमध्ये त्याचं ते अवघड सत्र सुरू होऊन गेलेलं होतं आणि ते त्याला जमेल अशी त्याच्या मनाची तयारीसुद्धा करून घेण्यात आली होती. इतकंच नव्हे, तर मृत्यू आणि मृत्यूचे परिणाम यांबद्दल तो निर्विकार झाला होता. पण जीव घेण्यातल्या नैतिकतेचा त्यानं नक्कीच विचार केलेला असणार. देशप्रेम आंधळं नसावं, हे कळण्याइतका तो नक्कीच शहाणा होता. त्याचे वडील शांततावादी आहेत आणि ते अशा देशात राहतात जिथं युद्धाच्या आघातांनी पुढच्या पिढ्यांना युद्धविरोधी बनविलं आहे; पण दहशतवादातील भयानकता आणि क्लेश यांची मार्कला जाणीव होती. २००५ मध्ये लंडनमध्ये

झालेल्या बाँबस्फोटानंतर लगेचच मार्कनं लंडनच्या रस्त्यावरून सायकलनं फेरफटका मारला होता. 'मृत्यू' आणि 'जीव घेणं' या गोष्टींचा स्वीकार करायला सँडहर्स्टनं शिकवलं होतं आणि त्याच्या स्वतःच्या अनुभवांनीही त्याला पुष्टी दिली होती. ते करणं त्यांना भागच होतं, तो त्यांच्या नव्या कामाचाच एक भाग होता.

मार्कची सँडहर्स्टमधील रोजनिशी, माणसाच्या निरागस पिल्लाचं एका गंभीर प्रौढात रूपांतर कसं झालं, याचा प्रवास दाखवते –

'सोमवारी, युद्धाच्या अभ्यासावरचा एक प्रबंध मी सादर केला आहे. आणि आता मला प्रतीक्षा आहे ती गुणांची. माझ्या शैक्षणिक कारकिर्दीत बहुधा मी प्रथमच एवढे कष्ट घेतले असतील. या प्रबंधासाठी दोनदा कच्चा खर्डा तयार करण्याचे मी कष्ट घेतले आहेत. लायब्ररीतील पुस्तकांचा मी योग्य तऱ्हेनं अभ्यास केला आहे. लेखन वेळेपूर्वीच संपवून नंतर त्यात दुरुस्त्याही केल्या आहेत. माझ्या व्यक्तिमत्त्वात काही प्रमाणात तरी बदल झाला असणार. माझी जागरुकता कैक पटींनी वाढल्याचं माझ्या लक्षात आलं आहे. मी सदासर्वदा सावध असतो आणि माझ्यातली ऊर्जासुद्धा कैक पटींनी वाढली आहे. शारीरिक व्यायाम आणि मर्यादित झोप या दोन्हींचा हा परिणाम असणार. विद्यापीठात असताना मला दहा तासांची झोपसुद्धा पुरत नसे. तेच आता मला आठ तासांपेक्षासुद्धा कमी झोप पुरते. कमी झोपेमुळे दिवसभरात खूप काही करायला वेळ मिळतो.'

चांगलं काहीतरी करावं अशी प्रबळ इच्छा आणि हातून काही चूक झाली तर त्याला वाटणारी हळहळ, ही त्याच्या सँडहर्स्टच्या रोजनिशीत पानोपानी दिसते. त्याच्या एका सरावाविषयी तो लिहितो – "जे पर्वा करत नाहीत त्यांचा प्रश्नच नसतो; पण मला मात्र हा सराव चांगलाच करायचा असतो- माझ्या स्वतःचं समाधान व्हावं म्हणून." मार्कचं हे रूप वेगळंच होतं. त्यानं कष्ट घेतले आणि मग तो नीटनेटका व शिस्तप्रिय होऊ लागल्याची चिन्हं दिसू लागली. अर्थात मजा करण्याचा त्याचा स्वभाव तसाच होता.

मार्कच्या मृत्यूनंतर त्याच्या सँडहर्स्टमधील एका मित्रानं मार्कच्या स्वभावाचं वर्णन करणारं पत्र लिहिलं होतं –

"तुम्हाला पत्र लिहिण्याचं दुसरं एक कारण आहे. मार्कच्या स्वभावाची जी बाजू मला माहीत झाली आणि आम्ही प्रथम कसे भेटलो ते मला तुम्हाला सांगावंसं वाटतं आहे.

सँडहर्स्टच्या सुरुवातीच्या दिवसात मी मार्कला अनेक वेळा पाहिल्याचं मला स्मरतं आहे. आम्ही एकाच प्लॅटूनमध्ये होतो आणि बरोबरच शिकत होतो. ब्रेकॉनमध्ये प्रशिक्षण चालू असताना मी जखमी झालो त्या वेळेपर्यंत. मार्क एक चांगला माणूस आहे आणि त्याच्याशी ओळख करून घ्यायला मला नक्कीच आवडेल हे त्याच्याबद्दलचं माझं पहिलं मत मला चांगलंच आठवतं आहे. लोकांवर त्याचा असाच प्रभाव पडत असे. त्याची भेट झाली की, त्याचा सहवास मिळावा आणि त्याच्याशी मैत्री व्हावी असंच कोणालाही वाटत असे. ज्यांचा असा ठसा माझ्या मनावर उमटलाय अशा फारच थोड्या व्यक्ती असतील. मार्क सर्वार्थानं त्यांच्यापैकीच एक होता. वेल्शमध्ये असं साहस प्रशिक्षण घेताना, एकमेकांबरोबर असा एक आठवडा घालवल्यावर आमची घट्ट मैत्री झाली. मार्क नसता तर तो आठवडा फारच कंटाळवाणा वाटला असता. संध्याकाळी गावात चक्कर मारायला अथवा मासेमारीला आम्ही दोघं जात असू. बऱ्याचदा आमच्या दुसऱ्या एका दोस्ताबरोबर, समुद्रकिनारी बिअरचे घुटके घेत, गप्पा मारत, चेष्टामस्करी करण्यात वेळ घालवत असू.

चेष्टामस्करी करण्यात मार्कचा कोणी हात धरू शकत नसे. आमच्या वार्षिक तपासणीच्या थोडंसंच आधी त्यानं एक मेलेली खार माझ्या मोज्यांच्या खणात ठेवून दिली होती. नशिबानं मला ती वेळेतच दिसली! कोणाचा विश्वासही बसणार नाही इतका तो तंदुरुस्त होता. सँडहर्स्टमधील प्रशिक्षण त्याला फारसं जड गेलं नाही. जेव्हा मी कंटाळून जात होतो आणि मागे पडत होतो तेव्हा मार्कच माझ्या पाठीशी राहून मला प्रोत्साहन देत असे. मदतीची गरज पडली की, सर्व जण हटकून मार्ककडे धाव घेत असत आणि तोही त्यांच्यासाठी आवर्जून वेळ काढीत असे.

ओमानला आम्ही सगळे एकत्र गेलो होतो. बाहेर जाऊन आम्ही मद्यपान केलं आणि मुस्लिम देशात तसं करणं धोक्याचं होतं. पहाटे आमच्या लक्षात आलं की, पोलिसांच्या मोठ्या जथ्यानं आम्हाला घेराव घातलाय. मला तर बेड्या घालून 'मिडल ईस्टर्न पोलीस जेल'मध्ये नेण्यात आलं. हे काही फारसं भूषणावह नव्हतं. मार्क सोडून सर्वांनी पळ काढला. मार्क एकटा पोलीस स्टेशनमध्ये आला आणि त्यानं माझी सुटका करावी म्हणून रदबदली केली. मार्क नसता तर सैन्य दलातील माझी छोटी कारकीर्द कधीच संपुष्टात आली असती.

तुमच्या मुलाचा मी अनेक गोष्टींसाठी आभारी आहे. त्याची मैत्री आणि त्याचा विश्वास माझ्यासाठी फार मोलाचा होता. वेल्श गार्ड्समध्ये आपल्याला

जायला मिळणार याचा त्याला फार आनंद वाटला होता. सँडहर्स्टमध्ये असलेल्या सर्वांच्यात फक्त मार्कच एकटा असा होता की, ज्यानं केवळ त्या रेजिमेंटमध्ये नव्हे, तर अख्ख्या सैन्य दलातच आपलं स्थान निर्माण केलं होतं. सैनिक असणं त्याला फार प्रिय होतं आणि त्याच्या सैनिकांवर त्याचा फार जीव होता. वेल्श गार्ड्समध्ये असल्याचा त्याला फार अभिमान होता आणि आपल्या आयुष्याचा त्यानं पुरेपूर उपभोग घेतला.

२००८ मध्ये अफगाणिस्तानच्या नाद-ए-अलीमध्ये मी होतो त्याच भागात नंतर मार्कही गेला. तिथलं वातावरण फार कष्टप्रद होतं. मी परतल्यानंतर त्याविषयी आम्हा दोघांचं बोलणं तासन्‌तास चालत असे. मी परतल्यानंतर मला शुभेच्छा देणारा तोच पहिला होता. माझं बस्तान पुन्हा बसवून द्यायला त्यानं फार मदत केली. तिथल्या त्याच्या सैनिकांना अभिमान वाटावा असाच तो वागला हे मला माहीत आहे. आमच्याप्रमाणेच तसंच प्रेम त्यांनीही मार्कवर केलं.''

वेल्श गार्ड्सच्या रेजिमेंटची निवड मार्कनं केली. तो तिकडे आकृष्ट झाला आणि ते त्याच्याकडे. सर्वांनी मिळून एखादा सराव केल्यावर ते वेल्शचे सैनिक गप्पागोष्टी करत, हसत-खिदळत, आपली सुखदुःख एकमेकांना सांगत, गाणी गात, रग्बी खेळत. मार्कच्या दृष्टीनं या अशा एकजुटीत वेगळीच ताकद होती. ते एकमेकांना आपले कुटुंबीयच मानत. ते एकमेकांचे भाऊ होते, एकत्र काम करणारे आणि एकमेकांची काळजी घेणारे. अत्यंत अडचणीच्या काळात ते एकमेकांच्या अधिकच जवळ येत, ते एकमेकांवर विसंबून होते. त्यांच्यात स्पर्धा नव्हती, तर सहकार्य होतं. एक रेजिमेंट म्हणून त्यांना काही शाही समारंभातही भाग घ्यावा लागे. बकिंगहॅम पॅलेसमधल्या कडक कपड्यातल्या सैनिकांवर देखरेख ठेवण्याचं काम करत असताना मार्क सोन्याच्या ताटातून जेवला होता, हे त्यानं कौतुकानं सांगितलं होतं. ते एक वेगळंच जग होतं त्याच्यासाठी.

सात नंबरची प्लॅटून, वेल्श गार्ड्सच्या क्रमांक तीनच्या कंपनीचा एक भाग होती. क्रमांक तीनची कंपनी मेजर गाय स्टोनच्या आधिपत्याखाली होती. त्या सात नंबरच्या प्लॅटूनचा सर्वांत तरुण लेफ्टनंट म्हणून मार्क रुजू झाला.

वेल्श गार्ड्सच्या मासिकात छापून आलेल्या मृत्युलेखात त्याचे पुढचे १८ महिने कसे होते, याचं विवरण मला मिळालं.

''ब्रेकॉनच्या प्लॅटून कमांडर्सच्या अनिवार्य अभ्यासक्रमात मार्कला 'अ' श्रेणी दिली गेली आणि इन्स्ट्रक्टर म्हणून त्यानं पुन्हा रुजू व्हावं अशी

शिफारसही दिली गेली. बटालियनमधलं मार्कचं पहिलं वर्ष इतरांचं जसं जातं तसंच फार धकाधकीचं होतं. रेजिमेंटच्या जुन्या व धाडसी सहकाऱ्यांबरोबरच्या नॉर्मंडीच्या युद्धभूमीच्या भेटीनंतर, राणीच्या वाढदिवसाची परेड आणि त्यापाठोपाठ कॅनडा व जर्मनीतल्या कसरती आल्या. २००८च्या हिवाळ्यात अफगाणिस्तानात रुजू होण्यासाठीचं प्रशिक्षण जोरात सुरू झालं. अशी त्यांच्या प्लॅटूनची घोडदौड चालूच होती. आपल्याला एक कुशल नेतृत्व लाभलं आहे, याची सैनिकांना जाणीव व्हायला फारसा वेळ लागला नाही. पुढच्या मोहिमेसाठी आपल्या प्लॅटूनला योग्य व्यक्तीच्या हाती सोपवल्याची जाणीव त्यांना झाली.''

१७ सप्टेंबर, २००८ला मार्कची ई-मेल मला मिळाली.

''डिअर मॉम,

इकडे सगळं ठीक आहे. प्रत्यक्ष गोळीबार थांबवून आम्ही आता घुसखोरांच्या विरुद्ध मोहीम हाती घेतली आहे. इथं ४०० अफगाणी नागरिकांना पाठवलं आहे. त्यांच्यापैकी कोणालाच इंग्लिशचा गंध नाही. या विशिष्ट उद्दिष्टांसाठी वसवलेल्या तीन गावांत त्या नागरिकांचा मुक्काम आहे. आम्हाला त्यामुळे खऱ्याखुऱ्या प्रशिक्षणाचा अनुभव मिळणार आहे. हे सगळं आश्चर्यकारक आहे!

माझा पाय आता पुष्कळच सुधारलाय, हे बरं झालं. बाकी विशेष काही नाही. आमच्या प्लॅटूनचं काम चांगलं चाललंय. पुढच्या वर्षी जवानांना तिथून हलवता आलं तर फार बरं होईल. सगळे जण अगदी खास आहेत!''

प्लॅटूनमधल्या सर्व जवानांची तो काळजी घेत असे. त्यांच्या स्वास्थ्याची त्याला चिंता असे. ते किती यशस्वीपणे लढा देऊ शकतील या काळजीनं त्यांची भीतीही त्याचीच होऊन जाई. युद्धासाठी सज्ज होण्यापूर्वीच ते परागंदा तर होणार नाहीत ना... त्यांचं नीतिधैर्य कसं टिकवून ठेवायचं... या सर्व गोष्टींचा तो विचार करत असे.

मार्कच्या सैनिकांनी त्याच्या मृत्यूनंतर मला सांगितलेलं आठवतंय की, या पेशासाठी लागणारे सगळे गुण त्याच्या ठायी होते. कितीही दडपण असलं तरी त्याचं डोकं शांतच असे. डावपेचांची आखणी कशी करायची याबद्दलची त्याची जागरुकता, त्यांच्यापुढे उत्तम उदाहरण ठेवण्याची धडपड आणि आपली प्लॅटून ही सर्वोत्तमच असली पाहिजे ही कळकळ! सरावाच्या वेळी न भिजण्याची मुभा असूनसुद्धा मार्कच्या नेतृत्वाखालील प्लॅटून नदी पार करून गेली होती. स्कॉटलंडमधील

एका मोहिमेत प्रथम कडाक्याच्या थंडीत खूप कपडे अंगावर चढवलेले असताना ते खवळलेल्या उत्तर समुद्रात शिरले होते आणि नंतर दोन आठवडे तशाच ओल्या कपड्यांनिशी घनदाट स्कॉटिश जंगलात तग धरून राहिले होते. सैन्य दलानं आपल्या अहवालात त्यानं एकट्यानं दाखवलेल्या सकारात्मक वृत्तीचा उल्लेख केला होता. खच्चीकरण करणाऱ्या या आव्हानाला तो कसा हसतमुखानं सामोरा गेला आणि इतरांनाही त्यानं कशी मदत केली, हे सर्व त्या अहवालानं अधोरेखित केलं होतं. मार्क हा असा होता!

सँडहर्स्टमध्ये त्यानं ज्या वेळी प्रवेश केला, त्या वेळी अफगाणिस्तानात जावं लागेल ही एक शक्यता होती; तसं निश्चित नव्हतं. कालांतरानं आपल्याला कुठं जावं लागेल हे कळल्यावर मात्र तो त्याबाबत जागरूक झाला. सँडहर्स्टमध्ये इतरांप्रमाणेच किंवा बहुतांशी त्यानं विचार केला असणार की, सर्वांत मोठा धोका म्हणजे मृत्यू किंवा जिवावरची दुखापत ही इतर कोणालाही होऊ शकते. ह्या सगळ्याची काळजी वाटून त्यानं स्वतः तंदुरुस्त राहण्यावर लक्ष केंद्रित केलं असणार. त्यामुळेच आपलं संरक्षण होऊ शकेल असा विचार त्याच्या मनात आला असावा. आम्ही उत्तम कामगिरी केली तर त्यातून सहीसलामत बाहेर येऊ शकू असं एका मित्राजवळ तो बोलला होता; पण नशीब आणि भाग्य यांचं तुमच्या प्रयत्नांशी काही देणं-घेणं नसतं. हेल्मंडमध्ये मार्कची सातवी प्लॅटून ही आता मेजर हेन्री बॅटिन्सनच्या नेतृत्वाखालची क्रमांक दोनची कंपनी झाली होती. मेजर गाय स्टोन हा आता अफगाण राष्ट्रीय सेनेच्या सैनिकांचा आणि 'सँगिन'मधल्या क्रमांक ३च्या कंपनीचा मार्गदर्शक असणार होता. वेल्श गार्ड्स बॅटल ग्रुप आता लेफ्टनंट कर्नल रुपर्ट थॉर्नलोच्या आधिपत्याखाली असणार होते. बॅस्टिअनच्या 'ऑपरेटिंग रूम'मधून तो सगळ्याची व्यवस्था पाहणार होता. अनेक लढाऊ फौजा मिळून एकोणिसावी ब्रिगेड बनली होती आणि त्यातलीच मार्कची प्लॅटून होती. हे सगळे मिळून जवळपास सहा हजार जवान ब्रिगेडिअर टिम रॅडफोर्डच्या आधिपत्याखाली होते. त्यांचं मुख्य ठाणं होतं– लष्करगाह.

ॲल्डरशॉटमध्ये वेल्श गार्ड्सच्या बराकीत, शेकोटीपाशी काही माहिती पुरवण्यासाठी ब्रिगेडिअर रॅडफोर्डची गाठ मार्कनं घेतली होती. 'त्या' संध्याकाळी काय झालं ते मला सांगण्यासाठी मार्क अगदी उतावीळ झाला होता. उत्तम नेतृत्व गुण आणि लवचीकता यांवर ब्रिगेडिअर रॅडफोर्डचा भर होता. इथं त्यांचा पाडाव होऊ शकतो याची शक्यता त्याच्या लक्षात आली होती. म्हणून या संपूर्ण मोहिमेत हेल्मंडच्या या भागाचं महत्त्व काय, तसंच ते आपण जिंकू शकतो अथवा गमावू शकतो, हे त्यानं स्पष्ट केलं होतं.

सँडहर्स्ट सोडून जवळजवळ १५ महिने झाले होते. सातव्या प्लॅटूनमध्ये

प्रशिक्षणही अनेक महिने चालू होतं. त्यानंतर आमचा निरोप घेऊन मार्क गेला आणि काही तासांतच अफगाणिस्तानातल्या दक्षिण हेल्मंड परगण्यात दाखल झाला. त्याची नेमणूक झाली होती ते ठिकाण फार धोक्याचं होतं. तो होता नाद-ए-अलीजवळचा टेहेळणी किल्ला– हाजी अलेम. २००९ मध्ये वेल्श गार्ड्सनं गस्तीचे जे तीन तळ ताब्यात घेतले होते, त्यातलंच हे एक होतं. हाजी अलेम, तांदा आणि पारांग अशी ती तीन ठाणी एकमेकांच्या जवळ होती. प्रत्येक ठिकाणी एक प्लॅटून होती, आणि प्रत्येकीचा म्होरक्या एकेक तरुण लेफ्टनंटच होता. आता सहा महिने हेच त्यांचं घर असणार होतं. ते शत्रूच्या सीमारेषेच्या मागेच होतं. पृथ्वीवरचं अत्यंत असुरक्षित धोकादायक ठिकाण अशा शब्दांत मार्कनं आपल्या मैत्रिणीजवळ त्याचं वर्णन केलं होतं.

त्याच्या काही ई-मेल्स, पत्रं आणि 'तो' एक फोनवरचा लांबलचक संवाद याव्यतिरिक्त मला त्याला तिथं कसं वाटतंय याबाबत फारशी माहिती नव्हती. पण मार्क आणि बाकी सगळे सैनिक आनंदात असावेत. त्या सर्वांचीच माणसाला माणसाच्या सहवासाची वाटणारी ओढ, त्या सहा महिन्यांत अफगाणिस्तानातल्या अगदी अंतर्भागातल्या त्या घाणेरड्या धुळीनं माखलेल्या, गस्तीच्या छावणीत पुरेपूर भागली असावी. एकत्र राहणं, लढणं, एकमेकांबरोबर हास्यविनोद करणं, एकमेकांसमोर स्वतःला सिद्ध करणं, गिचमिड जागेत राहिलेले अनेक पुरुष आणि अगदी साधं आयुष्य असा हा विलक्षण पहिलाच अनुभव! भीती, काळजी, राग, रक्तातील ॲड्रिनॅलीन, टेस्टोस्टेरॉन या वाढलेल्या संप्रेरकांमुळे माणूस माणसाविरुद्ध लढायला उभा ठाकत असे, या सगळ्याचं त्यांना प्रशिक्षण मिळालेलं होतं. पण हे त्याहीपेक्षा अधिक काही होतं. ती धूळ, ती वेदना, ते संकट– एखादा युद्धपट बघण्यापेक्षासुद्धा तो युद्धपट जगणंच होतं ते! अनेक वर्षांनंतर, निवृत्ती घेऊन लंडनमध्ये एखादं बैठं काम करताना सैन्यातल्या सैनिकांना आपसातील ती जवळीक, ती मजा, तो निःस्वार्थीपणा पुन्हा हवासा वाटेल.

लंडनहून निघण्यापूर्वी मार्कला त्याच्या एका मैत्रिणीनं निरोपादाखल एक रोजनिशी भेट दिली होती. १९३७ ते १९५० या कालावधीत मार्कचे आजोबा चीन देशात मिशनरी म्हणून काम करत होते. ते त्यांचे अनुभव त्यांनी सविस्तर लिहून ठेवले होते. आजोबाची ती रोजनिशी मार्क टंकलिखित करत होता ते तिला ठाऊक होतं. त्यात त्या काळाचं अत्यंत विलोभनीय तपशीलवार वर्णन होतं. मनाला भावणारी एकटेपणाची, अनिश्चिततेची वेगळ्या वाटांची- पर्यायानं संकटांची गोष्ट होती ती! त्या वृत्तान्ताची साधीसुधी पण मनाला मोहवणारी शैली आणि गतकाळावर नेमकं ठेवलेलं बो, यानं मार्क प्रभावित झाला होता.

मार्कच्या या पहिल्या नेमणुकीची सुरुवात या नव्या रोजनिशीनं झाली. गस्ती

छावणीतल्या मार्कच्या एका फोटोत ती दिसते आहे. कोपऱ्यातली त्याची शस्त्रसामग्री, सैन्य दलातील टांगता बिछाना, मच्छरदाणी या पसरलेल्या सामानातच ती रोजनिशी दिसते. घर सोडतानाच्या आठवणी आणि त्याच्या मृत्यूपूर्वी काही दिवस तो कंदाहार विमानतळावर उतरल्यानंतरच्या गोष्टींची नोंद त्याच रोजनिशीत सापडते. अफगाणिस्तानातलं वातावरण कसं होतं, तिथली गरमी आणि माश्यांच्या सान्निध्यात केलेलं हे लिखाण म्हणजे एक चालता-बोलता आलेखच आहे. एकटेपणात मनाला विसावा देणारी ही रोजनिशी आपल्या तुकडीला मार्गदर्शन करणाऱ्या एकाकी अधिकाऱ्याच्या विचारांना योग्य ती दिशा आणि आधार देण्याचंच काम करत होती जणू!

लढणाऱ्या फौजा म्हणजे वास्तवाचं भान असलेलं संघटन. सरकारनं आणि नेत्यांनी जे काय आदेश दिले असतील त्याबरहुकूम पावलं उचलण्याचं काम सैनिक करत असतात. जी काही सामग्री त्यांना दिलेली असेल ती वापरून. अर्थात ते करत असलेल्या युद्धाच्या चांगल्या-वाईट परिणामांचा विचारही त्यांच्या मनात असतोच. ''माझ्या पुढच्या मोहिमेत बंदुकींच्या फैरी झाडाव्या लागल्याच नाहीत, तर मला फार आनंद होईल,'' असा उल्लेख एका अनुभवी लेफ्टनंट कर्नलनं माझ्याजवळ केला होता. मार्क त्याच्या रोजनिशीत त्याचे विचार, निरीक्षण नमूद करत असे.

मार्कची रोजनिशी

मार्क गेल्यानंतर दोन महिन्यांनी म्हणजे ९ जुलै, २००९च्या गुरुवारी दोन महत्त्वाच्या गोष्टी घडल्या. एका पाठोपाठ एक. पुढच्या घडामोडींच्या दृष्टीनं सार्थ अशा.

सैन्य दलाकडून माझ्यासाठी एक मोठं पार्सल आलं. ती मार्कची खासगी रोजनिशी होती. त्या दिवशी हवा तशी गरमच होती. मी माझ्या बागेजवळच्या खोलीत बसले होते आणि शेजारीच सोफ्यावर ते पार्सल होतं.

मी बसलेली असताना अचानक फोन वाजला. फोन 'न्यूजनाइट'च्या निर्मात्यांचा होता. 'अफगाणिस्तानच्या युद्धासाठी द्यावं लागलेलं जिवाचं मोल' या विषयावर बोलण्यासाठी म्हणून माझं नाव सुचवलं गेलं होतं. येत्या सोमवारी जेरेमी पॅक्समन मुलाखत घेणार होता. द्यावी का मुलाखत? मी काहीच कबूल केलं नाही. माझं आयुष्य आमूलाग्र बदललं होतं. याबाबत माझा दृष्टिकोन काय होता, ते विचारण्यात आलं. मी माझ्या परीनं उत्तर देण्याचा प्रयत्न केला. आम्ही अफगाणिस्तानात लढत होतो, कारण आम्हाला दहशतवादाचा बीमोड करायचा होता. युद्धामुळे पुढच्या दहशतवादाला आळा बसला होता, हे मी मान्य केलं. मादक द्रव्यांचा ब्रिटनमध्ये होणारा चोरटा व्यापार आणि स्त्रियांचे हक्क अशा दुसऱ्या गोष्टींशीही हे युद्ध निगडित होतं. मार्क त्याचं काम करत असताना आणि देशसेवा करत असताना कामी आला. सैन्य दलाकडून आलेलं पार्सल माझ्या शेजारीच होतं आणि ते मी अजून उघडलेलंच नसल्याचंही मी सांगितलं. त्या निर्मातीला त्याविषयी अधिक जाणून घ्यावंसं वाटलं. तुझ्या संमतीसाठी मी पुन्हा फोन करेन, असं बोलून तिनं निरोप घेतला.

त्या पार्सलमध्ये मार्कची रोजनिशी होती. तो क्षण तिथंच थबकलाय, असं वाटलं. माझ्या भावना काहीशा उद्दीपित झाल्या. माझं बाळ त्यात (त्या रोजनिशीत) आपल्या भावना प्रकट करत होतं, लिहीत होतं. त्या पानांना त्याच्या बोटांचा स्पर्श झाला होता. ती एक सुरेख बांधणीची, कातडी रोजनिशी होती. किंचित पिवळसर पानांची आणि त्यात होतं, अतिशय नीटनेटकं, विचारपूर्वक केलेलं लिखाण. कुठंही खाडाखोड नाही, फेरफार नाही. एकटाकी केलेलं लिखाण. ते जणू मला मार्कविषयी सांगू पाहत होतं, मृत्यूपूर्वी दोन दिवसांपर्यंत मार्क कसा होता ते! ते लिखाण संपूर्ण

नव्हतं. माझ्यावर आणि त्याच्या माघारी साऱ्या घरादारावर त्याचा काय आघात होईल याची पुसटशीही कल्पना केली नसेल मार्कनं.

जॉनला, माझ्या सहचराला मी फोन केला आणि त्यातील काही अंश वाचून दाखवला. त्याचे राजकीयदृष्ट्या काय परिणाम होऊ शकतात, ते जॉनच्या लक्षात येण्यास फार वेळ लागला नाही. एका मृत सैनिकाच्या रोजनिशीवर आता सैन्य दलाचे कोणतेच निर्बंध लागू नव्हते. ती त्याची खाजगी रोजनिशी होती. ते प्रसिद्ध करावं, जगानं पाहावं अशा उद्देशानं लिहिलेलंच नव्हतं. त्यातल्या प्रामाणिकपणाची शंका घेण्याचं कारणच नव्हतं. त्यात मार्कचा काहीच स्वार्थ नव्हता किंवा ते लिहिण्यामागे त्याचा काही अंतःस्थ हेतू नव्हता. त्याला जे काही दिसलं, त्याला जे काही वाटलं, एवढ्यापुरतचं ते मर्यादित होतं. त्यातला काही भाग खरोखरच खाजगी होता, इतरांच्या नजरेस पडावा असा नव्हता. मी गोंधळून गेले. काय करावं मला सुचेना. एकदा वाटलं, हे सगळं खूप खाजगी आहे; ते इतरांनी पाहावं असं सार्वजनिक नाही... आणि एकदा वाटलं इतरांनी वाचावं यासाठी हे उपलब्ध करून देणं माझं कर्तव्य आहे. म्हणजे भविष्यात इतिहासकारांना पुरावा म्हणून ते उपयोगी पडेल. 'डेली टेलिग्राफ'चा एक वार्ताहर माझा मित्र होता आणि मार्कला अगदी लहानपणापासून ओळखत होता. त्याच्याशी मी संपर्क साधला आणि रोजनिशीतला काही अंश त्याला वाचून दाखवला. दुसऱ्या दिवशी त्याच्या संपादिकेशी त्यानं माझी भेट ठरवून दिली.

त्यानंतर क्लब सेक्रेटरी, वेल्श गार्ड्सचे काही घोडदळ अधिकारी, पिकॅडलीच्या गार्ड्स क्लबचे काही अधिकारी यांच्याबरोबर मला दुपारच्या भोजनाचं निमंत्रण होतं. मार्क त्यांचा एक सदस्य होता आणि आता त्यांच्या स्मरणिकेत मार्कचं नाव नोंदलं जाणार होतं. मी त्या वेळी रोजनिशीचा उल्लेख केला. ती कोणी वाचली होती का... आपल्या हातून मर्यादेचं उल्लंघन तर झालं नाही ना, अशी मला काळजी वाटली. मला असं वाटलं की, हा दस्तऐवज स्फोटक ठरू शकेल. वेल्श गार्ड्सना कोणताही कमीपणा येऊ नये असं मला वाटत होतं. त्याचं एक कारण म्हणजे मार्कचं त्याच्या रेजिमेंटवरचं आणि सैन्य दलावरचं प्रेम मला ठाऊक होतं. वस्तुस्थिती अशी होती की, वेल्श गार्ड्सच्या मृत अधिकाऱ्यांना वॉटन बॅसेट येथे हवाई दलाच्या तळावर ताब्यात घेणारा एक अधिकारी त्या भोजनाच्या वेळी उपस्थित होता आणि त्यानं ती रोजनिशी वाचलेली होती. ''आज मी 'डेली टेलिग्राफ'च्या कार्यालयात जाणार आहे.'' या माझ्या वक्तव्यावर त्यानं काहीच प्रतिक्रिया दिली नाही. रोजनिशी प्रकाशित करायला त्याची मूक संमती आहे, असाच अर्थ मी त्यातून काढला. त्यानं जे पाहिलं होतं त्याविषयी त्याला वाटणारी कळकळ त्याच्यामागे असावी.

डेली टेलिग्राफच्या संपादिकेला मी दुपारी भेटले. त्या रोजनिशीबद्दल तिनं

विशेष कुतूहल दाखवलं. ती प्रकाशित करण्यासाठी तिनं बरीच रक्कम देऊ केली. 'मार्क एव्हिसन' संस्थेची स्थापना आम्ही नुकतीच केली होती. ही रक्कम त्या संस्थेला देण्यात यावी, असा आम्ही आग्रह धरला. ती, जॉन आणि शोल्टो यांनी मग प्रकाशनच्या कायदेशीर बाजू, करारनामा, हक्क आणि जगभरातलं त्याचं वितरण याविषयीच्या कायदेशीर बाबी हाताळल्या.

येत्या सोमवारी 'न्यूजनाइट'मध्ये सादर होणाऱ्या 'अफगाणिस्तानसाठी द्यावं लागणारं प्राणाचं मोल' या कार्यक्रमात जेरेमी पॅक्समनसमवेत मीही हजेरी लावावी, यावर दोन दिवसांनी शिक्कामोर्तब झालं. पूर्वी मी लोकांना सामोरी जाण्यास बुजत असे; पण आता मी निर्ढावले होते. मृत्यूखेरीज कशानंही फरक पडणार नव्हता. मी मुलाखत न देण्याचं काहीच कारण नव्हतं. याउलट मुलाखत देण्यास माझ्याजवळ सबळ कारणं होती. जे मला माहीत होतं ते मी लोकांना सांगू शकत होते. कारण ते ऐकण्याची आणि समजून घेण्याची त्यांची इच्छा स्पष्टपणे दिसत होती. गस्तीच्या तळछावणीत मार्कला ज्यांनी आणलं, त्यांची लढाई पुढे चालूच होती. त्या सैनिकांना खरी कशाची गरज आहे, याची आता मला जाणीव झाली होती. हेल्मंडमध्ये जे लढत होते त्यांच्या भल्यासाठी आपण आपल्या परीनं जी मदत करता येईल ती करावी, असा माझा प्रयत्न होता. मार्कची जबाबदारी आता माझ्या खांद्यावर होती.

'न्यूजनाइट'मध्ये मी हजेरी लावण्यापूर्वी संरक्षण मंत्रालयानं मला तिथं जाण्यापासून परावृत्त करता यावं यासाठी प्रयत्न केले होते. कारण मार्कच्या मृत्यूनं मी संतापले आहे असं त्यांना वाटत होतं. वेल्श गार्ड्सनं त्यांना तसं काही नसल्याची ग्वाही दिली. संरक्षण मंत्रालय कसं दडपण आणतं, याची जाणीव होण्याची ही माझी पहिलीच वेळ होती. काहीही गरज नसताना मला अडवण्याचा प्रयत्न करणं, हे पूर्णपणे अयोग्य होतं. कदाचित पुढे काय वाढून ठेवलंय याचंच हे दुश्चिन्ह होतं.

त्या सोमवारी माझी तीन वेळा मुलाखत झाली. न्यूजनाइट आणि डेली टेलिग्राफचे वार्ताहर यांनी माझी घरी येऊन मुलाखत घेतली आणि संध्याकाळी जेरेमी पॅक्समननं. माझा ठाम निश्चय होता म्हणून मी त्याला भेटले आणि तो सगळा वेळ अगदी सौजन्यानं, विचारपूर्वक आणि माझ्या भावना लक्षात घेऊन बोलला. नंतर एका छोट्या खोलीत मला नेलं. तिथं इतर अनेक लोक होते. त्यांचे सर्वांचे भिन्न भिन्न दृष्टिकोन होते म्हणून त्यांना आमंत्रित केलं होतं. पुढे काय होईल या हुरहुरीनं वातावरणात जरा अवघडलेपण होतं. कदाचित काही वादविवाद होतील या भीतीनं किंवा कदाचित इतक्या लगेच आम्हाला कोणालाच काही स्पष्टीकरणं द्यावीशी वाटत नसतील म्हणूनही असेल, पण आम्ही एकमेकांशी फारसं बोललो नाही. नंतर माझी पाळी आल्यावर मी स्टुडिओत गेले. तिथं सर्वत्र अत्यंत प्रखर दिवे होते. सर्व श्रोत्यांना आणि मला थोडी उसंत मिळावी म्हणून मी प्रयत्नपूर्वक सावकाश बोलत

होते. कार्यक्रमाच्या प्रथेनुसार आम्हाला प्रश्नांची पूर्वसूचना दिलेली नव्हती. त्यामुळे उत्तर देताना विचार करावा लागत होता. टेलिव्हिजनवर पहिल्यांदाच येताना ही गोष्ट खूप अवघड वाटली. त्यामुळे मी थकून गेले. खूप उशीर झाला होता आणि कार्यक्रमानंतर मी अगदी निःस्त्राण झाले. मी बोलत असताना देशभरातले लाखो लोक आपल्या घरात बसून मला पाहत होते. हा अनुभव काही वेगळाच होता असं मला जाणवलं; पण अशा प्रसंगाला सामोरं जाण्यासाठी मी मार्कच्या अंत्यविधीच्या वेळी जे केलं होतं तेच केलं. मी मनाला समजावलं होतं, हे माझे सगळे हितचिंतकच आहेत, माझ्याच बाजूनं आहेत, माझ्यासाठीच आहेत; त्याचा उपयोग झाला.

कार्यक्रमाच्या शेवटी निरोप घेताना जेरेमी पॅक्समननं विचारलं की, मार्कचा मृत्यू एका उचित कारणासाठी झाला असं वाटतं का? मी म्हटलं, "एका मातेच्या दृष्टीनं अपत्याच्या मृत्यूची भरपाई कशानंही होऊ शकत नाही; पण सैनिक होण्याचा मार्ग मार्कनं निवडला होता. सैन्य दलावर त्याचं प्रेम होतं, त्याला त्याचं आकर्षण होतं. हे आव्हान त्यानं स्वीकारलं होतं." या मुलाखतीनंतर अनेक शोकाकुल मातांनी माझ्याशी संपर्क साधून मला सांगितलं की, मी अगदी त्यांच्याच मनातली भावना व्यक्त केली. ते ऐकून मला खूप बरं वाटलं. हा कार्यक्रम मी नंतर पुन्हा पाहिला; पण मी ज्या पद्धतीनं ते सादर केलं, ते मला तितकंसं आवडलं नाही, पण लोकांना मात्र आवडलं असावं.

मार्कची थोडीशी संपादित केलेली रोजनिशी दुसऱ्या दिवशी १४ जुलैला डली टेलिग्राफमध्ये प्रकाशित झाली. वर्तमानपत्राच्या तीन पानांवर ती छापली होती. सोबत पहिल्याच पानावर होतं, गणवेशातलं रुबाबदार सुंदर मार्कचं छायाचित्र!

त्यानंतर शेकडे लोकांनी हृदयस्पर्शी व्यक्तिगत पत्रं लिहिली. अनेक अपरिचितांची मला सहानुभूतीपूर्ण पत्रं आली. हा मार्कच्या मृत्यूनंतर लाभलेला अनपेक्षित उभारी देणारा अनुभव होता. ही पत्रं म्हणजे अपरिचितांनी माझ्या भावना जाणून घेऊन मला दिलासा देण्याचा केलेला प्रयत्न होता. यांतल्या बऱ्याच लोकांनी इतर युद्ध सोसलेली होती. काही जण वयस्क होते आणि माझं दुःख जाणू शकत होते. मार्कची रोजनिशी सर्वांना उपलब्ध केल्याबद्दल त्यांनी माझे आभार मानले. कारण त्यांनाही ते सर्व जाणून घेता आलं.

१४.७.२००९

प्रिय मिसेस एव्हिसन,

तुमच्या उमद्या मुलाच्या निधनाने तुमच्यावर आणि कुटुंबियांवर ओढवलेल्या दुःखात मी आणि माझे कुटुंबीय मनापासून सहभागी आहोत हे कळवण्यासाठीच हे पत्र लिहीत आहे. मार्कची विलक्षण रोजनिशी आणि तुमची मुलाखत यांनी

आमची अंतःकरणं हेलावून टाकली. या दोन्हीचा राजकीय धारणेवर समयोचित परिणाम झाल्याशिवाय राहणार नाही.

राजकीय दृष्टीनं आणि सैन्य दलाच्या दृष्टीनं हा काळ मोठाच बिकट आहे. त्याहीपेक्षा ज्या कुटुंबांना याची झळ बसली, त्यांच्यासाठी हे अधिकच अवघड आहे. मनात सारखे तुमचेच विचार येतात.

माझीही मुलं सैन्य दलात आहेत आणि होती. (आयरिश गार्ड्स आणि स्पेशल एअर सर्व्हिस, ग्रीन जॅकेट आणि स्पेशल एअर सर्व्हिस) मोठा मुलगा 'एम' हा मागील वर्षी अफगाणिस्तानात ब्रिटिश फोर्समध्ये कमांडर होता.

आमच्या शुभेच्छा तुम्हा सर्वांच्या पाठीशी आहेत. पत्रोत्तराची आवश्यकता नाही.

तुमचा अंतःकरणपूर्वक,
'एम' (मेजर जनरल सर)

दुसरं पत्र असं होतं.

१७.७.२००९

प्रिय मार्गरिट एव्हिसन,

तुमच्या मुलानं अफगाणिस्तानात लिहिलेली रोजनिशी वाचून डोळ्यांत पाणी आलं.

मार्कमध्ये मला माझीच मुलं दिसली. सर्वांजवळच इतकं देण्यासारखं होतं आणि मोठं कृतिशील आयुष्य त्यांच्यापुढे असताना त्यांना जावं लागावं आणि आपण मात्र मागे उरावं, हे अतर्क्य आहे. एक व्यक्ती म्हणून आणि एक सैनिक म्हणून तुम्हाला मार्कचा सार्थ अभिमान असणार, यात शंकाच नाही. परंतु एकटेपणात आपल्या अपत्याचा वियोग सहन करणं तुम्हाला किती जड जात असेल, याची मी कल्पना करू शकते. त्यातल्या त्यात समाधानाची गोष्ट ही की, या रोजनिशीमुळे इंग्लंडमधील सर्व घरांत या युद्धाविषयी जागृती निर्माण झाली आहे. त्याविषयी आपण विचार करू लागलो आहोत आणि योग्य ती राजकीय कृती केली जावी, अशी आशा आहे. त्यांनी आपल्यासाठी केलेल्या त्यागाची जाणीव या रोजनिशीनं करून दिली आहे. ही तरुण मुलं खरोखर किती शूर आहेत, हेही आपल्याला कळतं.

या तुमच्या नुकसानाची मला मनापासून खंत वाटते. देशभरातील जनता तुमच्या दुःखात सहभागी आहे आणि अफगाणिस्तानातील युद्धात जखमी

झालेल्या आणि कामी आलेल्या जवानांची वेदना आपल्या सर्वांच्याच हृदयात ठसठसते आहे.

आम्ही तुमच्या दुःखात सहभागी आहोत.

प्रसारमाध्यमांना हा सगळा प्रश्न फार सोपा वाटत होता; पुरेशी हेलिकॉप्टर्स नसणं आणि पंतप्रधानांचा पाठिंबा नसणं, इतकंच. मला ते पार्सल मिळाल्याच्या पाचव्या दिवशी म्हणजे १४ जुलै, २००९ रोजी डेली टेलिग्राफमध्ये एक लेख झळकला की, हेलिकॉप्टर्सचा खर्च २००१ पासून निम्म्यानं कमी केला गेलाय; पण मार्कच्या रोजनिशीत उल्लेख केल्याप्रमाणे अनेक महत्त्वाच्या मुद्द्यातला हा एक होता, याची मला जाणीव झाली होती. त्यातच भर होती, जुनी साधनं आणि अपुऱ्या पुरवठ्याची. जनरल सर रिचर्ड डॅनेट, सैन्य दलाचे प्रमुख (आता लॉर्ड डॅनेट) यांनी मोठ्या प्रमाणावर याची दखल घेतली होती. अपुरा निधी, उपलब्ध साधनं आणि यात अंतर्भूत असलेली नीतितत्त्वं या गोष्टी ते अनेक वर्षं अधोरेखित करत होते. 'डेली मेल'च्या सारा सँड्सला १० ऑक्टोबर, २००६ रोजी दिलेल्या एका खळबळजनक मुलाखतीत त्यांनी पहिल्यांदा उघडपणे यावर एक टिप्पणी केली होती. त्यांनी म्हटलं होतं की, इराक आणि अफगाणिस्तानात या दोन आघांड्यावर लढणाऱ्या फौजेवर यामुळे फार मोठं दडपण येईल. ते जुन्या पठडीतील सैनिकी नीतितत्त्वांचा अभिमान बाळगणारे जुने सैनिक असल्यामुळे सैन्याच्या बांधिलकीबाबत ते संवेदनशील होते; पण ही बांधिलकी परस्पर बांधिलकी होती. देशासाठी लढणाऱ्या सैनिकांना राष्ट्र, समाज आणि सरकार यांचा पूर्ण पाठिंबा असावयास हवा आणि त्यांना योग्य तऱ्हेने वागवलं जावयास हवं असा त्यांचा आग्रह होता. सैन्य दलाची आपल्या सैनिकांप्रती- विशेषतः आघाडीवर लढणाऱ्या सैनिकांविषयी असलेली जबाबदारी ते जाणून होते. पण सैन्य दलाच्या तीन प्रमुखांत ते एकटे पडल्यानं त्यांच्या दृष्टीनं सैन्य दलाचे जे प्राधान्यक्रम असायला हवेत ते (इतर दोघांच्या वेगळ्या दृष्टिकोनामुळे) मागे पडत असत. मार्कची रोजनिशी अशी होती :

अफगाणिस्तानात २००९

१५ एप्रिल

रोजनिशीला आरंभ करणंच मोठं अवघड असतं. कारण कोठून सुरुवात करावी, तेच कळत नाही. आपल्या गतभावनांपासून सुरुवात करावी का सुरुवातीपासूनच आरंभ करावा? जसं माझे आजोबा एकदा म्हणाले होते तसं- कागद पुढे ओढावा पेन घेऊन त्यावर लिहावयास लागावं, हेच उत्तम!

आत्ता या क्षणी काय वाटतंय याचं वर्णन करायचं झालं तर अपेक्षा, उत्सुकता,

भय असे काहीही शब्द वापरता येतील; पण प्रामाणिकपणे सांगायचं तर माझ्या मनात एकच भावना आहे- ती म्हणजे अनिश्चिततेची. मी आत्ता कंदाहारच्या हवाईतळावर तोफगोळ्यांपासून सुरक्षित निवाऱ्यात निऑन दिव्याखाली बसलोय. त्यामुळे मी आता कुठं आहे, हे मला जाणवत नाहीये. दुसरी जाणीव आहे म्हणजे मी जे मागे सोडून आलोय त्यामुळे वाटणाऱ्या रिक्ततेची. निरोप घेणं तसं सोपं नसतं; पण आयांचा, बहिणींचा, वडिलांचा निरोप घेण्याची आपण मानसिक तयारी करू शकतो; इतर काहींचे निरोप अनपेक्षितपणे तुम्हाला छळतात आणि ज्यांच्या बाबतीत ते जमेल असं वाटतं त्यांच्या बाबतीत ते इतरांपेक्षा अधिक अवघड बनतं. एका प्रिय व्यक्तीचा शेवटचा निरोप घेण्यासाठी मी काल लंडनला गेलो होतो; पण शेवटी तेच सर्वांत कठीण गेलं. मी गोंधळलेल्या मनःस्थितीत आहे.

आम्ही आता बॅस्टिअनच्या तळाकडे हर्क्युलिस विमानानं उड्डाण करणार आहोत. मग उद्या आमचं पूर्वतयारीचं सत्र दुपारपासून सुरू होईल आणि ते जीवघेणं असेल, असं मला बजावण्यात आलंय.

१६ एप्रिल

आता आम्ही बॅस्टिअन तळावर येऊन दाखल झालोय आणि पूर्वतयारी सत्रात पूर्णपणे गुंतलो आहोत. यात चार दिवस प्रत्यक्ष गोळीबाराचा सामना करावा लागतो. अफगाणिस्तानात येणाऱ्या सर्वांना हे अनिवार्यच असतं. नवीन परिस्थितीशी जुळवून घेण्याचा तो योग्य मार्ग असतो. जी उपकरणं मिळालेली असतात ती सगळी वापरून पाहायची असतात; अगदी चिलखतासकट.

बॅस्टिअन हे अगदी विलक्षण ठिकाण आहे. वाळवंटाच्या मध्यभागी वसवलेलं. त्यापासून १० किलोमीटर अंतरावर दक्षिणेला आणि उत्तरेला उत्तुंग पर्वत! बॅस्टिअनचा भूभाग सपाट आहे. भोवती असलेल्या संरक्षक भिंती २० फूट उंच असल्यानं हा भाग सगळ्यांपासून तुटून वेगळा झाल्यासारखा एकाकी वाटतो. हे एकाकीपण इतकं तीव्र आहे की, आपण युद्धभूमीवर आहोत आणि त्या भिंतीपलीकडे बाहेर काही किलोमीटर अंतरावरच तुमच्यावर हल्ला करायला टपलेले लोक आहेत, असं जाणवतच नाही. सगळ्यात कळस म्हणजे इथलं जेवण मस्त आहे. इथं एक 'पिझ्झा हट' आहे आणि एक इंटरनेट कॅफेही आहे. इंटरनेटची इथली सेवा घरच्या सेवेपेक्षाही जलद आहे.

आज आम्ही गोळीबार मैदानावर जाऊन आमची हत्यारं तपासून पाहत होतो तेव्हा माझा शाळेपासूनचा एक जुना परिचित 'क्ष' भेटला. तो अफगाणिस्तानात एका फिरत्या कृती दलातून सहा महिने फिरत होता. मी कुणीकडे निघालोय याची त्यानं चौकशी केली. नाद-ए-अलीला मी जातोय असं लक्षात येताच तो एक पाऊल मागे

सरकला आणि 'देव तुझं रक्षण करो' असं म्हणाला. हे असं अनेकदा घडलं आहे. मला वाटतं, याची दोन कारणं असू शकतील. एक तर पूर्ण माहिती असल्यानं ते खरोखरच किती धोकादायक आहे याची त्याला कल्पना असेल, दुसरं म्हणजे ऐकीव माहितीवरून तो राईचा पर्वत करतोय. काही असलं तरी आता बॅस्टिअनमध्ये वाट पाहत थांबणं फारसं सुखावह नाही. या क्षणी तरी तिथं प्रत्यक्ष जाऊनच मला कसं आहे ते पाहायचंय. प्रत्यक्ष गेल्यावर माझी पहिली प्रतिक्रिया काय असेल? मी एकदम स्तंभित होईन की माझी योग्यता सिद्ध करीन? या क्षणी तरी वाट पाहण्याखेरीज गत्यंतर नाही. प्रत्यक्ष त्या क्षणापर्यंत तर्क करण्याखेरीज माझ्या हातात दुसरं काहीच नाही.

१७ एप्रिल

या गार्ड्सच्या बाबतीत एकच अडचण असते की, प्रत्यक्ष रणभूमीवर असूनसुद्धा ते तैनात झाल्यावरही नियमांच्या बाबतीत काटेकोर असतात. आज सकाळी बटालियनचा दुसऱ्या क्रमांकाचा अधिकारी माझ्याकडे आला आणि मी माझी हॅट अशी कापायला नको होती, असं म्हणाला. मी घेतली तेव्हाच ती अशी होती अशी मी त्याला ग्वाही दिली. 'हे आजकालचे प्लॅटून कमांडर्स', असं पुटपुटत तो निघून गेला. आमच्या बटालियनला लवकरच दुसऱ्या महायुद्धानंतरच्या अशा भयानक लढाईला तोंड द्यावं लागणार होतं. पण यापेक्षा आम्ही कसे दिसतो याचीच त्याला जास्त फिकीर होती. एका विशिष्ट मर्यादेपर्यंत सैनिकांची तयारी झाली होती. पण त्यांची मानसिक तयारी झाली होती का, हा एक निर्णायक मुद्दा ठरणार होता, असं मला वाटलं. लढायला त्यांनी नकार दिला तर मला आश्चर्य वाटणार नाही. पण तसं झालं तर कशा रीतीनं त्यांचं मन परिवर्तन करायचं? ते कठीणच असेल. पण चांगली गोष्ट ही की, मला इथे एक पुल अप बार सापडलाय. वा! केवढं मोठं यश!

२१ एप्रिल

आता मी सिलाबच्या आघाडी सैन्यतळावर पोहोचलोय. नाद-ए-अली जिल्ह्यात बॅस्टिअनच्या पश्चिमेला १५ किलोमीटर अंतरावर. आम्ही कालच बॅस्टिअन सोडलं आणि वाळवंटातून गनिमांच्या स्फोटकापासून वाचण्यासाठी 'व्हायकिंग' लष्करी वाहनातून अफगाणिस्तानच्या 'ग्रीन झोन'मध्ये गेलो.

स्कँडेनेव्हियात तत्कालीन रशियन राजवटीच्या हल्ल्याविरुद्ध वापरता येण्यासाठी 'व्हायकिंग' वाहनांची रचना केलेली होती. रॉयल मरिन्सनी त्याचा वापर फार मोठ्या प्रमाणात केला होता. वाळवंटात वापरता येण्यासाठी त्यात सुधारणा केल्या होत्या. माऱ्याची क्षमता वाढवली होती आणि ते वातानूकुलितही केलं होतं.

सकाळी आम्ही पहिली गोष्ट केली ती म्हणजे आम्ही त्या वाहनात चढलो. काही घाबरलेले प्रवासी म्हणजे त्यात मीही होतोच. त्यानंतर एक तासाच्या लांबलचक भासणाऱ्या प्रवासानंतर आम्ही सिलाबमध्ये शिरलो. पुढचे काही दिवस तेच आमचं घर असणार होतं. अफगाणिस्तानच्या आणि तिथल्या 'प्रसिद्ध कम्पाउंडचा' तो माझा पहिलाच अनुभव असणार होता. हा अंदाजे २०० × १०० मीटरचा आघाडी सैन्यतळ होता. त्यात ३ × १०५ तोफा होत्या. दिवसाचे २४ तास रोखलेल्या तोफा आणि इस्टोनियन्स सज्ज असलेले, ते चार वाळूच्या पोत्यांनी संरक्षित केलेले संगर होते. इंटरनेट आणि इतर सुविधांनी सज्ज असलेल्या 'ऑपरेटिंग रूम्स' उत्तरेकडे होत्या. मी ज्या कंपाउंडमध्ये होतो, ते आणखी पश्चिमेकडे होतं. ऑपरेशन्स रूम्सपासून खूप लांब आणि गन लाइनच्या नजीक कसलीही सूचना न देता धडाडलेल्या तोफांमुळे आत्तापर्यंत दोनदा माझी गाळण उडाली.

एक दिवसाच्या विश्रांतीनंतर आघाडीवरचा हा तळ बॅस्टिअनपेक्षा कसा वेगळा आहे, हे कळलं. याला सरावल्यावर दुसऱ्या दिवशी सकाळी आठ वाजता मी गस्त घालण्यास सज्ज झालो.

त्या गस्तीत शस्त्रागाराची भेटही आलीच. युनायटेड किंग्डममध्ये सगळ्या गोष्टींचा हिशेब जबाबदारीनं दिला जातो. इथं एकदा एखादी गोष्ट उदाहरणार्थ, दारूगोळा हातात सुपूर्त केला की तो वापरला गेला असं समजलं जातं; मग तो प्रत्यक्षात डागला गेला असो वा नसो. आणि दुसरं म्हणजे, इथं शस्त्रास्त्रांचे इतके विविध प्रकार आहेत की, त्यातले काही मी पाहिलेलेही नाहीत किंवा त्याविषयी ऐकलेलंही नाही. शस्त्रांच्या खोलीतून मी १५ मिनिटांनी बाहेर आलो, स्वतःसाठी काही पुरेसा दारूगोळा घेऊन. त्यात रणगाडाविरोधी शस्त्रं, दोन रेड फॉसचे हातबॉंब आणि त्याखेरीज इतरही काही सर्वसामान्य वैयक्तिक दारूगोळा होता.

रात्री मी लवकरच आडवा झालो आणि झोपी गेलो. त्याची मला फारच गरज होती.

दुसऱ्या दिवशी सकाळी मी लवकर उठलो, नाश्ता केला. आठ वाजता बाहेर पडण्यापूर्वी माझी हत्यारांची पिशवी पुन्हा एकदा तपासून घेतली. प्लॅटून कमांडरला भेटून गस्तीची थोडक्यात माहिती घेतली. आम्ही एका रस्त्यानं उत्तरेकडे कूच करणार होतो आणि आमच्यातलेच काही पश्चिमेकडे जाणार होते. कम्पाउंड्सच्या कडेकडेनं आमचा मार्ग होता. गोळीबारासाठीची काही ठिकाणं त्या कम्पाउंड्सच्या बाजूनंच होती. आम्ही ग्रीन १च्या दिशेनं कूच करत होतो. रस्ता आणि कालवा तेथे एकत्र येऊन मिळत होते आणि तेच ठिकाण तालिबानी नियमितपणे वापरत असल्याचं मला सांगण्यात आलं होतं. पहिली २० मिनिटं अगदी निकराची होती. कधी काय घडेल याचा नेम नाही अशी सतत टांगती तलवारच म्हणा ना! काहीच

घडलं नाही. माझी खात्री आहे की, ज्या क्षणी आपण आमने-सामने येतो, त्या क्षणी आपल्याला त्या त्रासदायक भीतीचा विसर पडतो आणि मग आपण अत्यंत महत्त्वाच्या गोष्टींवर आपलं लक्ष केंद्रित करतो. तीन अफगाणींबरोबर आम्ही काही सल्लामसलत केली आणि आघाडीच्या सैन्यतळावर परत आलो. त्यांच्याजवळ काहीच नाही आहे, हे अक्षरशः खरं आहे.

गोड चेहऱ्याची छोटी मुलं हसत असतात. पुरुष मंडळी जास्त दक्ष असतात, आणि सर्वसाधारणपणे थोडी तुसडी असतात. परंतु त्यांची बोलण्याची इच्छा असते. अर्थात मला दिल्या गेलेल्या माहितीच्या हे अगदी विरुद्ध होतं. उरलेला दिवस मला हाजी अलेमला जी काही कारवाई करावयाची होती, त्याची तयारी करण्यात गेला. हाजी अलेम ही चोरट्या व्यापाराची एक छोटीशी गढी आहे. माझी प्लॅटून २४ तारखेला इथं येऊन दाखल झाली की त्या गढीचा ताबा घेईल. इथं नेमकं काय नाही किंवा काय आहे, याचा मी शोध घेतोय. दिसतंय त्यापेक्षाही हे कठीण आहे. कागदोपत्री घेतलेल्या भागाचा अस्तित्वात नसण्याकडेच कल असतो. सद्यःस्थितीत रेडिओ, पाणी, अन्न आणि वैद्यकीय उपकरणं या सगळ्याची इथं कमतरता आहे. या असल्या मोहिमांत मनुष्यबळाची नेमकी उणीव असते. अत्यंत धोकादायक भागात दोन आठवडे पुरेलइतकंच पाणी, अन्न आणि वैद्यकीय सामग्री घेऊन एखाद्या प्लॅटूनला पाठवण, हे अगदी लाजिरवाणं आहे. ज्या दुखापती होतील त्यावर मी औषधोपचार करूच शकणार नाही, आणि सैनिकांचे बळी जातील. ते खरंतर टाळता येऊ शकतील. हे म्हणजे आम्ही डोंबाऱ्यासारखं दोरावरून चालणंच आहे. योग्य ती खबरदारी घेतली नाही, तर आम्ही दोरावरून पडण्याचीच शक्यता जास्त. भिंतीवर डोकं आपटून घेण्यासारखंच आहे हे. मला हे सगळं फारच भयानक वाटतंय, म्हणजे इतकं की, भीतीनं मी आजारीच पडेन. आज रात्री मी मॉमशी हे सगळं बोलेन आणि त्यानंच कदाचित मला थोड उत्साह येईल. उद्या सकाळी नऊलाच निघायला हवं, इस्टोनियन्सबरोबर. म्हणजे रात्री लवकरच झोपायला हवं.

२६ एप्रिल

हाजी अलेम. या गढीचा ताबा आता माझ्या प्लॅटूननं घेतलाय. ही गढी तशी अलीकडेच बांधलेली असावी. पण याची रचना जुन्या, पूर्वीच्या काळातल्या किल्ल्यासारखी आहे. त्यामुळे बचावाला अगदी उपयुक्त चार कोपऱ्यांतले चार टेहेळणी बुरुज. त्यातून आवारातल्या सगळ्या ठिकाणांवर नजर ठेवता येते. नाद-ए-अलीतील ही सगळ्यांत उंच वास्तू अगदी मनात भरणारी अशीच आहे.

प्लॅटून तीन दिवसांपूर्वीच इथं दाखल झाली. पण दोन दिवसांपूर्वी मला ताप आल्यानं मी कालच रात्री त्यांच्यात सामील झालो. इस्टोनियन्सबरोबर मी २२

तारखेलाच सकाळी कूच केलं होतं. मग हाजी अलेमला पोचल्यावर मी तेथील प्लॅटून कमांडरबरोबर दोन तास गस्तीच्या कामाची पाहणी केली. त्या वेळी मला सर्व प्रकारचा त्रास झाला आणि मग मागे सिलाबला परतावं लागलं. प्लॅटून दुसऱ्या 'क्ष' अधिकाऱ्यावर सोपवून मला काही दिवस विश्रांती घ्यावी लागली.

तापाचा जोर बऱ्यापैकी होता. घाम येणं, हातपाय आणि डोकं दुखणं. मुख्य म्हणजे तापात माझी भूकच गेली आणि मग दोन दिवसांत माझं वजनच घटलं. आता मला पुष्कळच बरं वाटतंय. गमावलेलं वजन पुन्हा कमावण्यासाठी मला शक्य तेवढं खाल्लं पाहिजे. जेफ्री आर्चर मी कधीच वाचणार नाही, ही माझी शपथ मोडून मला ते वाचावंच लागलं. त्याचं लिखाण चांगलं आहे. त्याच्या गोष्टी कल्पक असतात; पण लिखाण प्रवाही असतं.

सिलाबमध्ये माझी तब्येत मूळपदावर येत असताना 'क्ष'नं प्लॅटूनला त्यांच्या पहिल्या गस्तीसाठी नेलं. हाजी अलेमच्या नैर्ऋत्येला तालिबान्यांचे अड्डे आहेत. खरंतर ही जागा अशी आहे की, ज्यांना लढाईचा प्रत्यक्ष अनुभव नाही आणि युद्धातल्या खाचाखोचा माहीत नाहीत, अशा सैनिकांना तिथं नेणं हे धाडसाचंच ठरेल. हे त्यांना काळाबरोबरच जमू लागेल. या अड्ड्यांवर टेहळणी करण्याचं काम त्यानं दिवसाचं तापमान ज्या वेळी कमाल होतं, अशा वेळी केलं. पाच तासांच्या रखडपट्टीनंतर त्याला उष्माघात झाला. परत आल्यामुळे तो हल्ल्यात सापडण्यापासून वाचला. या उष्माघातानंतर त्याला हाजी अलेमहून हलवलं जात असताना सामोऱ्या आलेल्या एका नागरिकाला त्यानं जखमी केलं. तो नागरिक दुर्दैवाने बॅस्टिअनमध्ये दगावला.

त्यानं आपली प्लॅटून तिकडे का नेली असावी? माझ्या मते दोन कारणं असू शकतील. सगळ्यात पहिलं कारण हे की, तो कंपनीतील दुसरा वरिष्ठ अधिकारी असल्यानं पुढचे काही महिने ऑपरेशन रूम्सचं काम व्यवस्थित चालतंय की नाही, याची खात्री करणं, हे त्याचं मुख्य काम असणार आहे. हे कारण विश्वसनीय आहे. अफगाणिस्तानात मी लढलोय आणि शत्रूवर मी गोळीबार केलाय, असं म्हणण्याची संधी त्याला होती. दुसरं कारण अगदी सरळ आहे की, तो या कामाला लायक नाही. त्या अड्ड्यांकडे ये-जा करण्यासाठी त्यानं जो मार्ग निवडला होता त्यावरून हे सिद्ध करता येऊ शकतं. जो मार्ग त्यानं निवडला होता तो उंचावर होता. त्यापलीकडे अफूची शेतं होती. लगतच्या अफूच्या शेतापलीकडे सुमारे ३३ मीटर अंतरावरच तालिबान्यांची गोळीबाराची ठिकाणं असल्याचं माहीत होतं. कारण काहीही असो, पण त्यानं त्याच्या कल्पनेपेक्षा मोठा धोका पत्करलेला होता, असं मला वाटतं.

सकाळचे ६ वाजून ४५ मिनिटं झाली आहेत. मी बिनतारी यंत्रणेपाशी बसलोय. अफगाणिस्तानातला आणखी एक झगमगीत दिवस आमच्यावर चालून येणारा. एकही ढग दिसत नाही आहे आकाशात. मळभ आलेल्या रोजच्या ब्रिटिश हवामानाच्या

तुलनेत कितीतरी वेगळा. हे त्यांना ठाऊक असेल का नाही, कोणास ठाऊक! या किल्ल्याचे वेगवेगळे भाग केलेत. येथे (आठवड्यातून एकदा) शॉवर घेता येतो, विरंगुळ्यासाठी बार्बेक्यूही आहे (बार्बेक्यूत शिजवायला काहीच नाही आहे) आणि जिमसुद्धा. स्वच्छतागृहं अगदीच प्राथमिक आहेत. लघवीसाठी जमिनीवर केलेलं एक भोक आणि शौचासाठी एक अल्युमिनिअमचं भांडं. त्या भांड्याची क्षमता जो संपवतो त्या बिचाऱ्याला आतला मैल जाळून नष्ट करावा लागतो. सहा महिन्यांचा काळ आम्हाला इथं घालवावा लागणार आहे. त्यामुळे याच्याशी जुळवून घेणं आणि राहणीमानाचा दर्जा कायम राखणं, असं केल्यास या मुलांना थोडा आराम मिळेल.

मी हाजी अलेमला परत आलो हे बरं झालं. मी परतता क्षणीच प्लॅटूननं माझं उत्साहानं स्वागत केलं. म्हणजे माझ्या अनुपस्थितीतमुळे त्यांना चुकल्याचुकल्यासारखं वाटलं असणार!

२७ एप्रिल

इथं बाहेरची गरमी काही वेगळीच आहे. मी इतका उष्मा कधीच अनुभवलेला नाही. ओमान आणि मोरोक्को दोन्हीकडे उष्म्याची तीव्रता सारखीच असते; पण दोन्हीकडचा अनुभव वेगळा असतो. सूर्याची उष्णता इथं अधिक तीव्र वाटते. म्हणजे सकाळी नऊलाच उन्हं चढलेली असतात आणि सूर्य आग ओकतोय असाच भास होतो. सकाळी ११ ते दुपारी दोन कमाल तापमान असतं, नंतर ते एकाएकी उतरतं आणि पाचपर्यंत तुलनेनं थंड होतं. समुद्रसपाटीपासूनची उंची आणि विषुववृत्ताच्या जवळ असणं या दोन्हीशी यांचा संबंध असू शकतो. जोडीला किल्ल्याच्या भिंतीच्या सान्निध्यात तर भट्टीत असल्यासारखंच वाटतं. यापासून सुटका नाही आणि सावलीनं काही खास फरक पडत नाही.

गेले दोन दिवस आम्ही किल्ल्यात अडकून पडलोय. अर्थात याला दोन कारणं आहेत. एक तर आमचं इलेक्ट्रॉनिक गणक यंत्र बिघडलंय आणि आमच्या कमांडिंग ऑफिसरनं २०० मीटर या परिसरातच टेहळणी करण्याचं बंधन आमच्यावर घातलंय. बिनतारी संदेश यंत्रणा आणि स्कॅनर असलेला एखादा दुभाषा जोपर्यंत मिळत नाही, तोपर्यंत आम्हाला पुढं जाण्यासाठी वाट पाहावी लागणार असं दिसतंय.

याची जमेची बाजू म्हणजे प्लॅटूनला काही मर्यादित क्षेत्रात टेहळणी करताना उष्णतेची (गरमीची) सवय करून घेता येईल.

आज सकाळी काही जिवंत प्राणी उदाहरणार्थ, मेंढ्या-गुरे इत्यादी आम्हाला मिळाले. सार्जंट 'क्ष'नं एका स्थानिक रहिवाशाला गाठलं, खुणांच्या भाषेत त्याच्याशी संवाद साधून, घासाघीस करून २५ डॉलरला एक टर्की त्यानं विकत द्यावी म्हणून मन वळवलं. सैनिकांनी त्याचं 'टेरी' असं एक तात्पुरतं नाव ठेवलं आहे. आमच्या

पुढे एक प्रश्न आहे आणि तो तसा महत्त्वाचाच आहे असं म्हटलं पाहिजे. टेरीला बिस्किट ब्राउन किंवा बिस्किट फ्रुट नापसंत आहेत. पुढच्या रविवारी रात्री त्याला बार्बेक्यूत भाजण्याचा आमचा बेत आहे; पण त्याचं वजन कमी होऊ नये असं आम्हाला वाटतंय. नाहीतर त्याला आधीच शिजवावं लागेल. हे काम कसं उरकावं ते कळत नाही आहे. त्याला गोळी घालून मारणं योग्य वाटत नाही. त्यामुळे सुरी हाच योग्य पर्याय आहे. आत्ता या क्षणी तरी आयुष्य मजेत चाललंय.

२८ एप्रिल

आता कंटाळा आणि विफलता आतमध्ये खदखदायला सुरुवात झाली आहे. वैफल्य अशासाठी की, नेमकं काय करता येईल हे मला माहीत आहे; ते मला करता येत नाही आहे आणि सैनिकांना बराचसा काळ फालतूपणा करण्यात घालवावा लागतोय, याचा कंटाळा आलाय. अफूचा हंगाम अद्यापही चालूच असल्यानं तालिबानी शांत आहेत. ते प्रतीक्षेत आहेत. त्यांनी आत्ता हल्ला केला तर आम्ही प्रतिहल्ला करू हे त्यांना ठाऊक आहे. त्यामध्ये स्थानिक जनतेपासून दुरावण्याचा धोका आहे. आज दोन कुटुंबं दोन वाहनांवरून, पिशव्या भरून सामान घेऊन उत्तरेकडून दक्षिणेकडे जाताना दिसली. कदाचित अफूचा हंगाम संपत आल्यामुळे जात असतील किंवा तालिबान्यांनी त्यांना त्या भागातून निघून जायला सांगितलं असेल, अशी शक्यता आहे.

सैनिकही आता अगदी उतावीळ झालेत. खूप काळ शांततेत गेल्यावर त्यांनी उतावीळ होणं साहजिकच आहे. तर्कवितर्कांनी त्यांच्यावर कुरघोडी करण्यापूर्वीच सैनिकांना आता कारवाईत उडी घ्यावीशी वाटत असणार. आपापली शस्त्रं परजायची आता अगदी सुरसुरी आली असणार. युद्ध हे काही या विशिष्ट प्रश्नाचं उत्तर नाही, यावर विश्वास ठेवणारा बहुधा मी एकटाच असेन इथं. अफगाणींचं भविष्य घडवायचं असेल तर त्यांच्याशी चांगले संबंध प्रस्थापित करण्यावर भर दिला पाहिजे. ही माझी भूमिका कदाचित पुढच्या काही दिवसांत, आठवड्यांत बदलेलसुद्धा.

३० एप्रिल

पहिला बळी. काल सकाळी १० वाजून ४८ मिनिटांनी गेरेष्कच्या उत्तरेला तोफखान्याचा सार्जंट फॅस्फोस हा ऑपरेशनल मेंटॉर आणि लायझन टीमचा एक जण आणि अफगाण राष्ट्रीय सेनेचा एक जण यांच्याबरोबर गस्त घालत होता. त्यांच्या संदेशांमुळे त्यांचा ठावठिकाणा उघड झाल्यामुळे दुर्दैवानं तो आणि एक दुभाषा जागेवरच ठार झाले. लाइट ड्रॅगन्सचा कॅप्टन अतिगंभीरपणे जखमी झाला. तातडीच्या वैद्यकीय पथकानं त्याना तत्काळ बॅस्टिअनला हलवलं. वेल्श गार्ड्सना हा मोठाच धक्का

आहे. फॅस्फोस आपल्या कामात तरबेज असलेला आणि नावाजलेला असा एक लान्स सार्जंट होता. तो नसल्याची हुरहूर वाटत राहील. ही बातमी सैनिकांपर्यंत पोचवणं फारच अवघड होतं. मला वाटतं, वास्तव आता अगदी दाराशी येऊन ठेपलंय. 'क्ष' माझा बालमित्र, त्यानं या बातमीचं मनाला फारच लावून घेतलंय. पुढचे काही दिवस तो ठीक आहे की नाही, यावर बारकाईनं लक्ष ठेवलं पाहिजे. काही आठवड्यांपूर्वी मी सार्जंटशी बोललो होतो, याचा विचार केल्यावर किती विचित्र वाटतंय. जीवन किती क्षणभंगुर असतं आणि इथं तर असं वाटतं की एका क्षणात ते नष्ट होऊ शकतं. त्यामुळे आयुष्य किती मौल्यवान आहे हे कळतं आणि आयुष्याची क्षणभंगुरताही. पाश्चात्त्यांना त्याची जाणीव नसते, असं मला वाटतं.

आम्ही आता पूर्णपणे सज्ज आहोत, आणि किल्ल्यात आमच्या हालचाली चालू आहेत. अफगाण राष्ट्रीय सेनेचे दहा सैनिक, एक दुभाषा आणि बिनतारी संदेश यंत्रणा आणि स्कॅनर असं आज सकाळीच आमच्यात सामील झालेत. माझं काम आता अधिक सुकर झालंय आणि रोमहर्षकही.

दुपारच्या जेवणासाठी भात शिजवला होता. मी त्याच वेळी त्यांना भेटलो. प्लॅटून टेहळणी करत असताना त्यांना त्यात कसं सामावून घेता येईल याची आम्ही चर्चा केली. ते आल्यानंतर थोड्याच वेळात त्यांची जवळच्या मोर्च्यांवर रवानगी करण्यात आली. आम्ही इथं असल्यानं स्थानिक जनतेला हायसं वाटतंय. तालिबान कुठं असू शकतील असं त्यांना वाटतं, याचं मार्गदर्शन ते आम्हाला करत आहेत. तालिबान नैर्ऋत्येला असावेत असं वाटतंय, त्यामुळे आम्ही उद्या तिकडे टेहळणी करू.

पुढच्या सहा महिन्यांतील या किल्ल्यातल्या वास्तव्यात जवानांचं मानसिक धैर्य कसं टिकवायचं, याचीच मला मोठी काळजी आहे. आमच्याजवळ आत्ता तरी उपग्रहाद्वारे वापरता येण्यासारखा फोन आहे; पण तो चार्ज करण्याची सुविधा नाही आहे. विशेष म्हणजे आज जे पथक येऊन दाखल झालं (कॉंबॅट लॉजिस्टिक पेट्रोल) त्याच्याबरोबर आम्हाला प्रतीक्षा असलेलं टपालच नव्हतं. सिलाबमधील अधिकाऱ्यांजवळ इंटरनेट आणि दोन उपग्रहाद्वारे वापरता येण्यासारखे फोन आहेत. पण आत्ता तरी आघाडीवरील सैनिकांचं मनोधैर्य कायम ठेवण्याचा उत्तम मार्ग म्हणजे टपालच आहे, हे त्यांनी लक्षात घ्यावयास हवं. सर्व आयपॉड्सच्या बॅटऱ्या निकामी झाल्या आहेत आणि त्या परिस्थितीत पत्रं न येणं, हे काही क्षम्य नाही. आघाडीच्या गस्ती तळावरचं आयुष्य फार जिकिरीचं आहे आणि मानिसक धैर्य आम्हाला जितकं मिळेल तितकं हवंच आहे. आम्ही एक दंड आकारण्याची पद्धत सुरू केली आहे. त्यामुळे संपूर्ण प्लॅटून रोज रात्री एकत्र येते. एकूणच मनोधैर्य टिकवण्याचा हा एक उत्तम मार्ग आहे. या मोहिमेच्या अखेरीला संपूर्ण प्लॅटूनला रात्री बाहेर मजा करता येईल इतकी रक्कम त्यात जमा होईल, अशी आशा आहे.

अफगाण राष्ट्रीय सेना हा एक मजेदार गट आहे. त्यांनी जर अफूची मशागत केली तर ते महिना चार हजार डॉलर्स कमावतील. त्या तुलनेत त्यांना इथं महिना फक्त २०० डॉलर्स मिळतात. त्यांच्यातले बरेच जण तालिबानबरोबर असलेल्या हाडवैरामुळे तालिबानविरुद्ध लढतात, की त्यांच्या कुटुंबातल्या अनेक व्यक्तींचा बळी तालिबान्यांनी घेतलेला असतो यासाठी, हे माहीत नाही. त्यांचं एकच ध्येय असतं, ते म्हणजे तालिबान्यांना मारण्याचं. पण प्रत्यक्ष तालिबानी समोर आल्यावर ते काय करतील हे पाहणं फार रंजक असेल. सध्या तरी ते जिवावर उदार झाल्यासारखेच दिसतात. हेल्मेट अगर चिलखत वगैरे काहीही न वापरता गस्ती चौकीवरून बिनधास्त बाहेर जातात. त्यांच्याकडे विविध शस्त्रास्त्रं असतात. उदाहरणार्थ एके 47, एम16 रायफल्स, रॉकेटमध्ये भरून उडवायच्या दारूगोळ्यानं भरलेल्या थैल्या इत्यादी. एकूणच हे सगळं विलक्षण वाटतं.

आता उद्या सकाळी आम्ही २४, २२ आणि १९ या कम्पाउंडांकडे कूच करू. सात नंबरच्या प्लॅटूनचा या ठिकाणी एक आठवड्यापूर्वी शत्रूशी समाना झाला होता.

१ मे

शत्रूशी झालेला माझा पहिला सामना. सकाळी नऊच्या सुमाराला प्लॅटून कालव्याच्या दिशेनं निघाली. याच ठिकाणी साधारण एक आठवड्यापूर्वी त्यांची लढाई झाली होती. परिस्थितीवर ताबा राहील अशा तऱ्हेनं गटांच्या हालचाली करत आम्ही दक्षिणेकडे कूच केलं.

माझा सगळ्यात पुढचा गट कालव्याच्या बाजूनं दक्षिणेकडे कूच करत असताना, शत्रूनं केलेल्या अचूक गोळीबाराला, त्यांना तोंड द्यावं लागलं. एक छोटासा स्फोट झाला. ज्या बंदूकधाऱ्यांशी आमची अचानक गाठ पडली होती त्यांनी तिथून पोबारा केला आणि दुसऱ्यानं आमच्या बगलेवर मारा करण्याचा प्रयत्न केला. पण त्याला तशी संधी मिळू नये अशी आम्ही हालचाल केली. आम्ही पूर्वेकडे १७ आणि १३ नंबरच्या कम्पाउंडांकडे निघालो. तिथं पोचल्यावर आम्ही प्लॅटूनच्या तळाकडे परत येण्यास सुरुवात केली.

आमच्या तुकडीच्या आघाडीच्या विभागाला मी पुलावरून नेण्याच्या प्रयत्नांत असताना शत्रूच्या चार-पाच ठिकाणांहून आमच्यावर अचूक मारा झाला. त्या गोळीबारानं मला जखडून टाकलं. आमच्यापासून दोन मीटर अंतरावर एक गोळा फुटला आणि माझ्या छातीत धस्स झालं.

बिनतारी यंत्रणा बंद पडली होती. त्यामुळे सिलाब किंवा गन लाइन यांपैकी मला कुठंच संपर्क साधता येईना. त्यामुळे मला स्वतःला माझी शस्त्रं वापरावी लागली. मी हातबॉंब, मशिनगन आणि क्षेपणास्त्रांचा उपयोग केला. ज्या ठिकाणाहून गोळीबार झाला होता त्यावर दोन क्षेपणास्त्र सोडून हल्लेखोरांचं एक ठिकाण नेस्तनाबूत केलं.

सात जवान आणि मी एवढेच फक्त आम्ही कालव्याचा पलीकडच्या बाजूला अजून लगटून होतो. अशा परिस्थितीत पलीकडे जायचं का, असा निर्णय आम्हाला घ्यायचा होता. आमची प्लॅटून गोळीबार करत असताना आम्ही कालव्याच्या काठानं सुसाट निघालो. कालवा पार करून सुरक्षित काठाला आलो आणि गस्ती चौकीकडे निघालो. केवळ नशीब बलवत्तर म्हणून आमची प्लॅटून सुखरूप तळावर परतली. तळाच्या भिंतीमागे पोचल्यावर जी लढाई लढून आलो होतो, ती आठवून हसत सुटलो.

मी चुकीचा निर्णय तर घेतला नाही ना, असा भीतीचा पगडा माझ्या मनावर अजूनही आहे. गस्ती तळावरच्या प्रत्येक व्यक्तीसाठी मी जबाबदार असणार आहे. आज सुदैवानं आम्ही वाचलो. पण नेहमीच अशी परिस्थिती असणार नाही, अशी आता भीती वाटते आहे.

पुन्हा असा गोळीबार झाला तर मी घाबरून जाणार नाही, एवढं तरी मी आज सिद्ध करू शकलो. असा हल्ला होण्याची वेळ फार दूर नसेल.

२ मे

मनोधैर्य इथं फार चटकन वर-खाली होताना दिसतं. आज दुपारीच आम्हाला डाक मिळाली. 'क्ष'नं परत पत्र लिहिलंय. अनपेक्षितपणे 'डी'कडून एक पार्सल आलंय. खूप विचारपूवक पाठवलेलं दिसतंय. कांद्याचं लोणचं, उकडलेला मका, बदकाचं लिव्हर आणि एक उत्तम प्रतीची सिगार. वा! मजा आली!

आमचा प्रत्येकाचा उत्साह वाढवण्यासाठी आम्ही 'डील ऑर नो डील' खेळलो आणि उद्या रात्री 'द आर्मी हॅज गॉट टॅलेंट' खेळणार आहोत.

फोनवरून कोणाशी संभाषण करता न आल्यानं मात्र मोठाच विरस होतो. आमच्यातल्या काहींना गेल्या तीन आठवड्यांत त्यांच्या बायको-मुलांशी बोलताच आलेलं नाही. ही गोष्ट खरोखरच फार भयंकर आहे. अर्थात माझा नंबर या यादीत शेवटचाच आहे. मला आईशी खूप बोलावंसं वाटतंय. पाहू या, कदाचित पुढच्या काही आठवड्यांत ते शक्य होईल.

३ मे

कालची एक खूशखबर. एका विशेष पथकाचं (कॉम्बॅट लॉजिस्टिक पेट्रोलचं) काल आगमन झालंय. नुसते सैनिकच खूप आलेत असं नाही, तर त्यांनी बरोबर एक जनरेटरसुद्धा आणलाय. पण ते त्याच्यात इंधन भरून आणायलाच विसरलेत. आम्ही एका लाटलेल्या वाहनातलं इंधन काढून ते जनरेटरसाठी वापरलंय. उपग्रहामार्फत वापरता येणाऱ्या फोनसाठी आम्ही चार्जरही मिळवलेत आणि काय महाराजा! आमच्या तळावर आता वीज आली आहे. बाहेरच्या जगाशी आम्हाला आता संपर्क साधता येतोय.

बाबांनी पाठवलेलं पार्सलसुद्धा मिळालंय. चहाचं भांडं, बांबूचा कप, दोन बॅटऱ्या आणि 'बुक ऑफ कॅथेड्रल्स ऑफ इंग्लंड' अशा अनेक गोष्टी आहेत. 'क्ष'कडूनही पार्सल आणि पत्र आलंय.

गेले दोन दिवस येथे अगदी शांतता आहे. दोन दिवसांपूर्वी आमची छोटीशी लढाई झाली; पण ती लवकर संपली. गोळीबार करणारी शत्रूची ठिकाणं शोधणं फार कठीण काम आहे. त्याचं पूर्ण ज्ञान असल्याशिवाय मला निर्णय घेता येत नाहीत. मी खरोखरच कुचकामी आहे. जवळची छावणी पारांगला या गोळीबाराची चांगलीच झळ बसली आहे. तिथं पुढचे काही दिवस लढाई चालूच राहील, अशी लक्षणं आहेत.

या किल्ल्याभोवती पहारा करणं सोपं नाही. सुरक्षा काही नाही; त्यामुळे हालचालींवर फार मर्यादा येतात. नैर्ऋत्येकडे सरकायचं म्हटलं तरी पुन्हा परत येणं अवघडच असतं. बाहेर लगेचच कालवा आहे. खरं म्हणजे त्याच्या आश्रयानं जाता येतं; पण त्याचे दोन्ही काठ इतके उघडे आहेत की ते कमीत कमी तीन ते चार गोळीबाराच्या ठिकाणांच्या टप्प्यात आहेत. एकाच ठरावीक पद्धतीचा अवलंब करणं योग्य नाही; पण त्या भागात फक्त दोनच मार्ग उपलब्ध असताना दुसरं काही करता येण्यासारखं नाही. हे सगळं हाताळायचं यासाठी वरिष्ठांकडून योग्य ते मार्गदर्शन केलं जात नाही. नेमकं काय करायचं आहे हेही मला अजून सांगण्यात आलेलं नाही.

७ मे

काल रात्री आम्ही पहिला हल्ला केला. एका ठिकाणाहून रात्री साधारण १० वाजता पारांगवर हल्ला चढविला गेला. प्रत्युत्तरादाखल त्यांनी छोट्या बंदुकींनी प्रतिहल्ला केला. दक्षिणेकडे १७ नंबरच्या कम्पाउंडकडे सुटलेली, मागे धूर सोडत जाणारी क्षेपणास्त्रं, वळसे घेत जाणाऱ्या काजव्यांप्रमाणेच भासत होती. आणि हे विलक्षण दृश्य आमच्या संगरमधून साकार होताना आम्ही पाहत होतो.

पश्चिमेकडे या सगळ्या चकमकी हळूहळू मंदावत चालल्या आहेत, असं वाटतंय न वाटतंय तोच दारूगोळा भरलेल्या स्फोटकांचा मारा आणि छोट्या बंदुकींच्या फैरी आमच्या दिशेनं होऊ लागल्या. आमच्या संगरमधून आम्हीही त्यांच्या ठिकाणांच्या दिशेनं भडिमार करून चोख प्रत्युत्तर दिलं. शेवटी आम्हाला जसं हवं होतं तसं होत होतं. जरी आम्हाला शत्रूच्या एकाही सैनिकाला मारता आलं नसलं तरी आम्ही त्यांना खरोखरच काही वेगळा विचार करण्यास प्रवृत्त केलं असावं. आम्ही पकडलेल्या बिनतारी संदेशात फिरोजचं नाव होतं, तोच या हल्ल्याला उद्युक्त करत होता. हा संदेश इतका स्पष्ट होता की, तो किल्ल्याच्या जवळच होता. ज्या दुसऱ्या दोन नावांचा संदेशात उल्लेख होता ती नावं आधीच्या हल्ल्यातही ऐकलेली होती, हे मला आठवलं.

सगळ्यात चिंतेची बाब ही आहे की, हे हल्ले त्यांच्या योजनेनुसार होत आहेत. लपतछपत येऊन गोळीबारासाठी योग्य तो आडोसा शोधण्यात ते तरबेज आहेत. त्यामुळे गोळीबाराची त्यांची ठिकाणं शोधणं अशक्य आहे. जसजसा काळ जाईल, तसतशी या परिस्थितीत आम्ही सुधारणा करू शकू, असा मला विश्वास वाटतो.

आज सकाळी मॉमशी संवाद झाला. मी तिला घाबरवून टाकलं नसेल अशी मला आशा वाटते. मी इथं काय करतोय याचं तिला कौतुकच असणार किंवा याचं तिनं कौतुक करावं, असं मला वाटतं. काही दिवसांपूर्वीच्या चकमकीचा उल्लेख मी करायला हवा होता, असं मला वाटत नाही. ते पचवणं फार अवघड आहे, कारण ही दोन्ही जगं एकमेकांपासून अगदी वेगळी आहेत. आमच्या कुटुंबीयांना ज्यांना हे वाचायची इच्छा आहे, त्यांना ही रोजनिशी त्या सगळ्याचं यथार्थ दर्शन घडवेल, अशी मला आशा वाटते. हे योग्य शब्दांत मांडायचं झालं तर असं म्हणता येईल की, तुम्हाला एका लांबलचक सराव सत्रासाठी नेण्यात आलंय. तिथं कोणत्याही सोयी-सुविधा नाहीत. आणि हेही माहीत नाही आहे की, चार-पाच दिवसांनंतर एक गाडी तुमच्या दाराशी तुम्हाला बराकीत घेऊन जाण्यासाठी येणार आहे. आणि मग तिथं तुम्हाला मस्त स्नान करता येणार आहे. मऊ बिछान्यावरही झोपता येणार आहे.

इथे असह्य माश्या आहेत. आता या क्षणी मी हे लिहीत असताना सुमारे १० तरी माझ्या पायांवरून चालत आहेत आणि झुंडीच्या झुंडी माझ्या डोक्यावर घोंघावत आहेत. आश्चर्याची गोष्ट म्हणजे संध्याकाळ होण्यापूर्वी त्या नाहीशा झाल्या की त्यांची जागा घ्यायला त्रास देणारे दुसरे कीटक म्हणजे डास अवतीर्ण होतात. कोणत्याही कपड्यातून ते आत घुसू शकतात आणि बँकेवर दरोडा घालणाऱ्यांप्रमाणे ते मच्छरदाणीतूनसुद्धा आत येतात. मच्छरदाणीच्या खाली पडलेल्या शरीरातील रक्त पुढचे कित्येक तास मनसोक्त पितात आणि त्याला बेजार करून टाकतात.

पण जगणं जर सुकर असत, तर ते नक्कीच कंटाळवाणं वाटलं असतं.

❖

९ मेला म्हणजे दोन दिवसांनी झालेल्या चकमकीत टेहळणीच्या प्रारंभीच फक्त एका गोळीनं मार्कच्या खांद्यावर प्राणघातक इजा केली. आपल्या सैनिकांना त्यानं सुरक्षितपणे माघारी आणलं आणि तासाभरातच रक्तस्रावानं तो बेशुद्ध झाला. त्यानंतर तो पुन्हा कधीच शुद्धीवर आला नाही.

मार्कच्या मृत्यूचा शोध

सेली ओक हॉस्पिटलमध्ये मार्कच्या शरीराला जोडलेली जीवरक्षक प्रणाली आम्ही बंद करून टाकली होती; पण अफगाणिस्तानात काय घडलं यातलं मला फारसं काहीच माहीत नव्हतं.

दुर्दैवानं मार्कचा मृत्यू कसा झाला, हे मला हळूहळूच उलगडत गेलं होतं आणि त्यामुळेच पुढे कित्येक महिने रोज माझ्या मनाचा कल्पनेचा खेळ चालू असे. मार्कचा मृत्यू कसा झाला, ते जाणून घेण्याची प्रक्रिया दुःखद होती. तिचंच प्रतिबिंब हेल्मंडमध्ये ओढवलेल्या सैनिकांच्या आणखी मृत्यूंमुळे जनतेत हळूहळू होत गेलेल्या त्याविषयीच्या जागरूकतेत दिसतं. २००६ मध्ये संरक्षणमंत्र्यांनी म्हटलं होतं की, या युद्धात गोळी झाडण्याचा प्रसंगही येणार नाही, अशी त्यांना आशा वाटते. पण, वस्तुतः २००९ सालापर्यंत सहा वर्षांत सुमारे १४० सैनिक मृत्युमुखी पडले होते. मार्कचा मृत्यू वर्षाच्या प्रारंभीच झाला. ते वर्ष फार खडतर होतं. २००९मध्ये अशा बळी गेलेल्यांची संख्या या मोहिमेच्या इतर वर्षांत गेलेल्या बळींच्या संख्येपेक्षा अधिक होती. त्याला आता युद्धाचं स्वरून प्राप्त झालं होतं. सैनिक जखमी होत होते आणि मृत्युमुखीही पडत होते; पण युनायटेड किंग्डममधील जनतेला त्यात फारसं स्वारस्य नव्हतं. जनतेनं त्याची दखलच घेतली नव्हती. पंतप्रधान गॉर्डन ब्राउन यांना व्यक्तिशः या युद्धात रस नसल्याचं दिसत होतं. इराकनं राजकारण्यांची थोडी पंचाईतच केली होती. ती भरून न आलेली सार्वजनिक जखम होती. आणखी एक युद्ध स्वीकारण्याची देशाची मानसिक तयारी नव्हती. जनतेचा अविश्वास आणि अनभिज्ञता ही मार्कच्या मृत्यूची पार्श्वभूमी होती.

मार्कच्या मृत्यूनंतर काही दिवसांनी हाउसहोल्ड विभागाचे प्रमुख मेजर जनरल बिल क्युबिट हे मला आणि डेव्हिडला भेटायला माझ्या घरी येणार असल्याचं सांगण्यात आलं. सैन्य दलाची ती एक कौटुंबिक भेट आहे, हे माझ्या तेव्हा लक्षात आलं नाही. कदाचित त्यांना कशाचीच उत्तरं ठाऊक नसावीत. ते फक्त दिलगिरी व्यक्त करणार असावेत, हेच मुळी मला कळलं नाही. तो सगळा एक उपचाराचा भाग वाटला. या अशा गोष्टी बोलताना योग्य शब्द सुचणं किती कठीण असतं!

नेहमीप्रमाणे आम्ही दिवाणखान्यात बसलो होतो. अगदी नम्रपणे आणि अत्यंत तणावाखाली अवघडलेले! भेटीचं वेळापत्रक, त्याची औपचारिकता, जनरल क्युबिट यांची उपस्थिती, त्यांचा अधिकार, या सगळ्यामुळे जे अवघड प्रश्न मला विचारवेसे वाटत होते, ते मात्र मी विचारू शकले नाही. शेवटी मी फक्त इतकंच म्हणाले, ''इतक्या अननुभवी आणि तरुण अधिकाऱ्यावर त्याच्या पहिल्याच मोहिमेत इतकी अवघड जबाबदारी का सोपवण्यात आली? इतक्या धोकादायक भागात का पाठवण्यात आलं?'' जनरल क्युबिट उत्तरले, ''मार्क हा एक कर्तबगार अधिकारी गणला गेला होता. आणि मार्कला अगदी उत्कृष्ट प्रशिक्षण देण्यात आलेलं होतं.'' तिथं लढण्यासाठी पुरेसे सैनिक नव्हते, असं मार्कनं सांगितलं होतं हे मला माहीत होतं.

२६ मे, २००९ रोजी मार्कच्या मृत्यूनंतर त्याच्या अंत्यविधीपूर्वी लेफ्टनंट कर्नल रुपर्ट थॉर्नलो यांनी मला एक पत्र दिलं होतं. त्यातून प्रथमच मार्कच्या मृत्यूचा तपशील मला कळवला होता –

सगळ्या रेजिमेंटच्या आणि विशेषतः मार्कच्या वेल्श गार्ड्सच्या मित्रांच्या वतीनं मी मार्कच्या भीषण मृत्यूविषयी अंतःकरणापासून सहानुभूती व्यक्त करतो. तुम्ही जे काही गमावलंत त्याची मला जाणीव आहे. या दुःखात तुमचं सांत्वन करण्यास माझ्याजवळ शब्दच नाहीत. या अस्वस्थ करून टाकणाऱ्या संकटात आम्ही सदैव तुमच्या पाठीशी आहोत. रेजिमेंटमध्ये मार्क अत्यंत प्रिय होता. त्याच्या अकाली दुर्दैवी मृत्यूनं सगळ्यांनाच हादरवून टाकलं आहे.

तिसऱ्या कंपनीतील सातव्या बटालियनमध्ये एक वर्षापूर्वी दाखल झाल्यापासून तिचं नेतृत्व मार्ककडेच होतं. एक उत्तम कार्यक्षम अधिकारी म्हणून त्यानं थोड्याच अवधीत नावलौकिक मिळवला होता. धडधाकट, सक्षम, शांत आणि कसल्याही तणावात खंबीर राहणारा तो तरुण अधिकारी होता. हाताखालच्या माणसांच्या कल्याणाची काळजी कशी घ्यावी, याचं उत्तम उदाहरण त्यानं घालून दिलं होतं, आणि म्हणूनच हाताखालच्या माणसांसाठी तो वंदनीय होता. त्याचं अनुकरण करण्यास ते सदैव तत्पर असत. मार्कनं सर्वांवरच आपली छाप पाडली होती. त्यामुळेच वेल्श गार्ड्सच्या चुरशीच्या स्पर्धेतसुद्धा एक उत्तम प्लॅटून कमांडर म्हणून त्याची अल्पावधीतच गणना होऊ लागली होती.

अफगाणिस्तानात मार्कची प्लॅटून नंबर दोन कंपनी ग्रुपमध्ये सामील झाली होती. नाद-ए-अली जिल्ह्यातल्या दक्षिण भागाच्या संरक्षणाची जबाबदारी या नंबर दोन कंपनीवर होती. हेल्मंडची बहुसंख्य वस्ती त्या परगण्यातील राजधानी लष्करगाहच्या बाहेर असल्यानं, नाद-ए-अली हे एक महत्त्वाचं केंद्र आहे.

कंपनीच्या गस्तीच्या चार चौक्या आहेत. मार्कच्या प्लॅटूनचा मुक्काम हाजी अलेम या चौकीत होता. ती त्या चारपैकीच एक आहे. त्या छोट्या चौकीतला मार्क हा सर्वांत ज्येष्ठ अधिकारी होता. खरंतर एका तरुण प्लॅटून कमांडरवर सोपवलेली ही फारच मोठी जबाबदारी होती; पण आपल्या सहज कर्तृत्वानं आणि कौशल्यानं मार्क ती निभावून नेत होता. हाजी अलेमसारख्या गस्ती तळावरून आसपासच्या भागात टेहळणीसाठी पथक पाठवून बंडखोरांच्या कारवायांना दहशत बसवणं आणि स्थानिक रहिवाशांना सुरक्षा पुरविणं, हा त्यांच्या दैनंदिन कामाचाच एक भाग आहे.

९ मे, २००९ रोजी सकाळी साडेआठ वाजता मार्क अशाच एका गस्तीपथकाचं नेतृत्व करत होता आणि नेमकं त्याच वेळी त्यांचं पथक शत्रूच्या भयंकर गोळीबारात सापडलं. आपल्या हाताखालच्या गस्तीपथकावर पूर्णपणे ताबा ठेवत मार्कनं सर्वांना हलवून सुरक्षेसाठी इमारतीत नेलं. परंतु गस्तीच्या दुसऱ्या पथकाला मात्र शत्रूच्या भयंकर माऱ्यानं जखडून ठेवलं. अशा वेळेला प्रसंगावधान राखून शत्रूच्या माऱ्यापासून दुसऱ्या टेहळणी पथकाला वाचवण्याची गरज होती. म्हणून मार्क ज्या इमारतीत होता, त्याच्या दरवाजापाशी उभा राहिला आणि नेमकी एक गोळी त्याच्या खांद्यात घुसली.

सैन्याचं नेतृत्व करणारा अधिकारी जेव्हा असा युद्धात किंवा सरावाच्या वेळी जखमी होतो, तेव्हा सगळीच गणितं चुकतात, विशेषतः तो अधिकारी मार्कसारखा कार्यक्षम असला तर अधिकच. पण मार्कच्या हाताखालचे सैनिक धीरोदात्तपणे वागले. (बहुधा ज्या उच्चप्रतीचं प्रशिक्षण मार्कनं त्यांना दिलं होतं, त्याचाच हा परिणाम असावा.) मार्कवर त्यांनी तत्काळ प्रथमोपचार केले. गोळीबार करून शत्रूला काबूत ठेवलं. (शत्रूच्या दोन सैनिकांना त्यांनी ठार केलं.) गस्तीपथकाला तेथून हलवून मुख्य तळावर आणलं, त्याचप्रमाणे मार्कलाही मुख्य तळावर आणलं- जेणेकरून त्याला तिथून हेलिकॉप्टरमधून हलवता येईल. या सर्व काळात मार्क पूर्णपणे शुद्धीवर होता आणि अतिशय प्रसंगावधान राखून शांतपणे काय करायचं, याच्या प्लॅटूनला सूचना देत होता. या त्याच्या कृतीमुळे त्या दिवशी अनेकांचे प्राण वाचले असतील, यात मला काहीच शंका वाटत नाही. गार्ड्समन गिझीची आणि तुमची भेट झाली आहे असं मला वाटतं. त्या चकमकीत शत्रूचा मारा चुकवून परतत असताना गिझीच्या दोन्ही पायांच्या घोट्यांवर बंदुकीच्या गोळ्या लागल्या.

बॅस्टिअनच्या तळावरील हॉस्पिटलमध्ये मार्क जेव्हा दाखल झाला, तेव्हा त्याच्या शरीरातून फार मोठ्या प्रमाणावर रक्तस्राव झाला होता आणि तो अत्यवस्थ होता. वैद्यकीय पथकानं मार्कला वाचवण्याचे आटोकाट प्रयत्न

केले. त्याची मुळचीच धडधाकट असलेली प्रकृती आणि विलक्षण जिद्द यांमुळे सुरुवातीला त्याची वेगानं प्रगती झाली. इतक्या प्रगतीची वैद्यकीय पथकाला आशा नव्हती, असं त्यांनी सांगितलं. त्यामुळेच मार्कला हवाई रुग्णवाहिकेनं यूकेत आणणं त्यांना शक्य झालं आणि मार्कला अखेरचा निरोप देण्याची संधी तुम्हाला देऊन तुमचं दुःख थोडं हलकं करता आलं.

मार्कच्या अंत्यविधीची व्यवस्था जवळजवळ पूर्ण झाली आहे. गार्ड्स चॅपेलमध्ये अंत्यविधी होईल असं मला समजलं. अंत्यविधीच्या दिवशी धर्मगुरू आमच्या सर्व प्रमुख गस्तीच्या चौक्यांना भेट देतील आणि तिथं त्यांच्यासाठी प्रार्थना करतील. मार्कच्या अंत्यविधीला यूकेत प्रारंभ झाला की, आम्हीही त्याच्या स्मरणार्थ इथं एक मिनिट शांतता पाळून श्रद्धांजली वाहू. कॅप्टन डॅरेन प्राइडमोअर (आमच्या बटालियनचे वेल्फेअर अधिकारी) आणि कर्नल टॉम बोनस, रेजिमेंटचे मदतनीस अधिकारी यांना तुम्ही भेटलेल्या आहात; पण तरीही रेजिमेंट तुम्हाला काही मदत करू शकत असेल किंवा तुम्हालाही काही अधिक माहिती हवी असेल तर कृपा करून डॅरेन, टॉम किंवा मला कधीही विनासंकोच विचारा.

मार्कचा मृत्यू म्हणजे एका तरुण सुंदर आयुष्याचा गेलेला दुःखद बळी! तो केवळ एक चांगला सैनिक होता असे नाही, तर तो एक विचारी, उमदा, सुयोजन असलेला तरुण होता. त्याची विनोदबुद्धी चांगली होती आणि ऑफिसर्स मेसमध्ये मार्क अतिशय लोकप्रिय होता. सगळ्यांना त्याच्याबद्दल आदर होता. त्याच्या हाताखालच्या सैनिकांचंही त्याच्यावर फार प्रेम होतं. याबद्दल माझं अनेकांशी बोलणं झालं होतं. गार्ड्समन गिझीसुद्धा होता त्यात. मार्कच्या मृत्यूनं अपरिमित हानी झाल्याची सर्व सैनिकांची भावना आहे.

दुःखाची ही संवेदना सांत्वनापलीकडचीच आहे. तुमच्या भावना काय असतील याची मी फक्त कल्पनाच करू शकतो. वेल्श गार्ड्समधील त्याचे मित्र, सहकारी त्याला कधीच विसरू शकणार नाहीत, असं मी तुम्हाला खात्रीनं सांगू इच्छितो. कदाचित त्यानं तुमच्या मनाला थोडी शांती मिळेल. ऑफिसर्स मेसमधील अनेकांशी त्याचं जणू भावाचं नातं होतं. तुमच्याप्रमाणेच आम्हालाही मार्कशिवाय चुकल्याचुकल्यासारखं वाटत राहील. आजच्या कठीण काळात मार्कनं आपलं आयुष्य ज्या प्रकारे घालवलं, ते इतरांसाठी खरोखरच प्रेरणादायी होतं. त्यानं जे उद्दिष्ट बाळगलं होतं, त्याचा आम्हाला सदैव अभिमानच वाटत राहील. तुमच्या दुःखात आम्ही सहभागी आहोत.

तुमचा नम्र,
रुपर्ट थॉर्नलो

हे सहृदय पत्र बरंच काही सांगून गेलं; पण सगळ्यात महत्त्वाचं हे की, त्या पत्रानं मला त्या वेळी बळ दिलं. खूप वेदना होत असताना जखमी अवस्थेतही मार्क तग धरून होता. आटोकाट प्रयत्न करणं; निदान तेवढं तरी मी करायला हवं त्याच्यासाठी, त्याची हीच इच्छा असणार या विचारानंच मला पुढची वर्षं बळ दिलं.

अर्थात त्या पत्रानं झालेला खुलासा अपुराच होता, अनेक महत्त्वाचे प्रश्न अनुत्तरितच होते. गस्तीच्या तळावर नेमकं काय झालं? तो बेशुद्ध झाल्यावर त्याला परत कसं नेलं? तो कसा होता? सेली ओक हॉस्पिटलमध्ये मी मार्कला पाहिलं होतं. त्याचं शरीर काम करत होतं, पण कृत्रिम यंत्रांच्या साहाय्यानं. लहान मेंदू काम करत नव्हता. मेंदूकडून शरीरानं श्वासोच्छ्वास करावा असासुद्धा संदेश जात नव्हता आणि इतर कोणत्याही क्रियेसाठीदेखील. हे सगळं मला तपशीलवार समजावण्यात आलं होतं; पण हे नेमकं कधी झालं, त्याबाबत मात्र मौन पाळण्यात आलं होतं.

या पत्रानंतर अनेक महिने, माझ्या कल्पनाशक्तीच्या बळावर मला जी काही वस्तुस्थिती माहीत होती त्यानुसार मी एक रंगीत चित्र उभं केलं होतं. ते फार भीतिदायक होतं. पहाटेच्या वेळी हमखास थरकाप उडवणारी दुःस्वप्नं मला पडत आणि दचकून जाग येत असे. त्याबद्दल मला वाटणारा अविश्वास वाढत जात असे. मार्कची पत्रं, रोजनिशी, ई-मेल्स, आणि आमचं त्रोटक संभाषण यांतून मला ती मध्ययुगीन रुक्ष ओसाड जागा कशी होती याची कल्पना आली होती. आणि कुठंतरी ती मनात घर करून बसली होती. गोळी लागलेला मार्क मला दिसे, कधीकधी तो रक्तानं माखलेला असे, कधीकधी आत्यंतिक वेदना होत असताना हळूहळू रक्तस्राव होत असलेला मार्क असे. त्याच्या अवतीभोवती निर्बल, काहीही करू न शकणारी माणसं असत. हे सगळं मी पुन्हा अनुभवत असताना शेवटी मार्कला पुन्हा रक्तस्राव होत असे, वेदना होत असत आणि त्याचा अगदी शक्तिपात झालेला असे. कधीकधी तो बेशुद्ध असे आणि अशा स्थितीत त्याला माघारी आणलेलं असे. सातत्यानं होणारे चित्रविचित्र भास आणि ते भास होत असताना मी काही करू शकत नसल्याची भावना, हे सगळं ताब्यात ठेवणं अतिशय अवघड आणि अशक्य असे. माझा शोकावेग आणि या विलक्षण कल्पना...हे सगळं माझ्यासाठी एकच झालं होतं. त्यामुळे मला ज्ञात असलेला मार्क कसा होता, ते मला स्मरतच नसे.

त्यानंतरचा दिवस मला निरर्थक, उजाड रखरखीत भासे. मी शोकमग्न असे. बहुतेक वेळा आतल्या आत आक्रोश करत असे. नक्की काय झालं, मार्क कसा होता, तो शुद्धीवर होता की त्याला वेदना होत होत्या- या सगळ्याचा शोध घेण्याची गरज आहे, हे मला कळत असे. माझ्या लेखी हे सगळं फार महत्त्वाचं होतं. बहुधा माझ्या एका मनाला वाटे की, जशी मी कायम असे तसंच त्या वेळीही त्याच्या शक्य तितकं जवळ असायला हवं. पण कोणाही आई-वडिलांसारखंच मलाही

जाणून घ्यायचं होतं. कारण तो माझा मार्क होता, माझं लेकरू. आत कुठंतरी हेही समजत होतं की, मार्कचा मृत्यू कसा झाला, ते कळेपर्यंत मृत्यूचा स्वीकार करणं- अंगवळणी पाडून घेणं, फारच कठीण होतं. कुठंतरी आत असं वाटत होतं की, ते समजून घेतल्यावर थोडं मुक्त झाल्यासारखं वाटेल किंवा पहाटेच्या त्या भयानक स्वप्नांपासून सुटका होईल. मला वाटत होतं तशी वस्तुस्थिती नव्हती, असंही कदाचित त्यातून निष्पन्न होईल. ते मोलाचे शब्द ऐकण्यासाठी मी अगदी आतुर झाले होते– ''त्याला वेदना झाल्या नाहीत.''

जून महिन्यात मार्कच्या अंत्यविधीनंतर अनेक आठवड्यांनी वेल्श गार्ड्सच्या अधिकाऱ्यांच्या मातांना आणि पत्नींना दुपारच्या भोजनाचं निमंत्रण होतं. ते होतं घोडदळ आणि पिकॅडलीच्या गार्ड्स क्लबच्या भव्य वास्तूत. तिथल्या भिंती अधिकाऱ्यांनी गाजवलेला पराक्रम मोठ्या अभिमानानं मिरवत होत्या. दक्षिण ध्रुवावरच्या एका मोठ्या बर्फाच्या वादळात तंबू सोडून जातानाचं कॅप्टन ओटिसचं एक भव्य पेंटिंग मी तिथं पाहिलं. चटका लावणारी गोष्ट ही की, त्या भोजनाचं आयोजन आमच्या मुलांनीच मोहिमेवर जाण्यापूर्वी केलं होतं. सगळ्या मातांनी आणि पत्नींनी आपल्या मुलाबद्दल आणि पतीबद्दल वाटणारी काळजी एकमेकांजवळ व्यक्त केली. ते सगळे एकमेकांना अपरिचित असूनसुद्धा एकमेकांच्या जवळ असावेत, असं वाटलं. पण मी एकटीच त्यांच्यात अशी होते की, जिनं आपलं काहीतरी कायमचं गमावलं होतं. त्या सगळ्यांना याची जाणीव आहे याचं मला दडपण वाटलं. हे फक्त माझ्या आणि माझ्या मुलाच्या बाबतीतच झालं होतं. सहसा असं होत नाही. मी घरी परतले; पण लगेचच मी अंथरुणावर पडले. माझा उरलेला दिवस उदासवाणा गेला. भोजनाच्या वेळी उपस्थित असलेल्या एका आईनं हेलिकॉप्टरमध्ये मार्कला हार्टअॅटॅक आल्याचं ऐकलं, असं मला सांगितलं. असंच घडलं होतं का, मी चक्रावूनच गेले. जुलै महिन्याच्या शेवटी लेफ्टनंट कर्नल रुपर्ट थॉर्नलो विश्रांतीसाठी रजेवर जाणार होते. त्या वेळी मार्कच्या बाबतीत नेमकं काय झालं आणि मार्क कसा होता, याविषयी काही सांगण्यासाठी ते मला येऊन भेटतील असं मला कळवण्यात आलं होतं. म्हणजे अजून फार काळ होता. प्रतीक्षा करण्याखेरीज गत्यंतरच नव्हतं; पण मग तरी काय घडलं ते नक्की कळेल असं मला वाटून गेलं.

लंडनमधले वेल्श गार्ड्स अनेक महिने, अनेक वर्षं इतक्या जिव्हाळ्यानं, संवेदनशीलतेनं मला जे सहकार्य करत होते, आधार देत होते, ते खरोखरच कौतुकास्पद होतं. १३ जूनला राणीच्या जन्मदिनी होणाऱ्या संचलनाला उपस्थित राहण्याचं मला निमंत्रण होतं. त्या दिवशी स्वच्छ सूर्यप्रकाश होता. तो मोठ्या उत्साहाचा दिवस होता. सर्वांच्या आनंदाला जणू काही उधाण आलं होतं. बँडपथकांसाठी एक अभिमानाचा दिवस. त्यांचं वादनकौशल्य आणि असामान्य दर्जाचं गायन, संचलन करणाऱ्या

सैनिकांच्या अंगात ओतप्रोत भरलेलं धैर्य आणि संगीताच्या तालावर सभोवती असलेल्या त्यांच्या सोबत्यांच्या सान्निध्यामुळे सैनिकांच्यात जोश संचारलेला होता. मला क्षणभर त्यांचा हेवा वाटून गेला. मार्कही त्यांच्यात असला असता. त्याच दिवशी नंतर मी टेलिव्हिजनवर लेफ्टनंट कर्नल थॉर्नलो यांना पाहिलं. अफगाणिस्तानातून त्यांनी संपर्क साधला होता. त्यांच्या बोलण्यात आत्मविश्वास जाणवत होता. ''गरजेच्या सर्व गोष्टी आमच्याजवळ आहेत आणि अफगाणिस्तानातला संघर्ष योग्य प्रकारे हाताळला जात आहे,'' असं त्यांनी सांगितलं. पण प्रत्यक्ष पडद्यामागे काही वेगळंच घडत असल्याचं नंतर माझ्या कानावर आलं. संरक्षण दलातील त्यांच्याहून वरिष्ठ अधिकाऱ्यांशी बोलताना ही परिस्थिती फारशी आशादायक नाही, असा उल्लेख लेफ्टनंट कर्नल थॉर्नलो यांनी स्पष्टपणे केला होता. रस्त्यांवर जागोजागी अत्याधुनिक स्फोटकं पेरलेली असल्याचं, तसंच मनुष्यबळ आणि हत्यारांची कमतरता असल्याचं त्यांनी उघडपणे म्हटलं होतं. मार्क गेला त्यापूर्वी एक दिवस त्यांनी सांगितलं होतं की, सैनिकांची क्षमता याहून आता अधिक ताणता येणार नाही. फक्त मर्यादित कारवाईच हाती घेण्यात यावी.

त्या दिवशी मी जे पाहिलं तो सैन्य दलाचा जनतेला दाखवायचा उदात्त चेहरा होता; पण प्रत्यक्षात जो अनुभव येत होता तो नेमका विपरीत होता. तो युद्धाच्या वेदनेनं, भीतीनं काळवंडलेला होता. लेफ्टनंट कर्नल थॉर्नलो यांची जी मुलाखत प्रसारित झाली होती, त्यानंतर १ जुलै, २००९ रोजी ते मारले गेले. आघाडीवरून नेतृत्व करण्यासाठी शस्त्रास्त्रांनी फारशा सुसज्ज नसलेल्या लष्कराच्या गाडीतून ते जात असताना, रस्त्यावरच्या बॉंबस्फोटात त्यांचा बळी गेला. काही आठवड्यांतच मृत्युमुखी पडलेला वेल्श गार्ड्सचा हा तिसरा अधिकारी; त्यांचा नेता होता. असं वाटलं की, वेल्श गार्ड्सची मोठीच हानी होत आहे.

अर्थात तरीही युद्धाच्या जगताविषयी मी तशी अनभिज्ञच होते. मला माझ्याच जखमा निवारायच्या होत्या. अलंकारिक भाषेत सांगायचं झालं तर आपल्या जखमा निसर्गतःच चाटून बरी करणारी मांजरच! मार्क कसा होता.. तो का आणि कसा गेला हे कळवून घेण्याची मला खरी गरज होती; पण मी ते आता कोणालाच विचारू शकत नव्हते, तो मुद्दा लावून धरू शकत नव्हते. अत्यंत अवघड परिस्थितीत वेल्श गार्ड्स अनेक लढाया लढत होते. जून, २००९पासून 'पँथर्स क्लॉ' नावाची सैन्याची एक नवीनच आक्रमक कारवाई सुरू झाली होती. लष्करगाहवर मोठ्या संख्येनं हल्ल्याच्या तयारीत असलेल्या तालिबान्यांना बाबाजी भागातून हुसकावून लावण्याची, या ब्रिगेड लेव्हलच्या कारवाईची योजना होती. यात जर यश मिळालं तर अफगाणिस्तानाच्या पुनर्बांधणीचा प्रयत्न त्यांना करावयाचा होता. यात अमेरिकन सैन्याच्या हजारो तुकड्यांचा सहभाग असणार होता. म्हणजे इतक्या मोठ्या मनुष्यबळासहित केलेली ही निकराची आक्रमक कारवाई असणार होती. आत्तापर्यंत

ती छोट्या गस्तीचौक्यातून एकट्या-दुकट्या तुकडीनं पुकारलेली तालिबान्यांच्या आव्हानाला प्रत्युत्तर देणारी लढाई होती, असं एका सैनिकानं सांगितलं.

'मार्कला नक्की काय झालं?' याची विचारणा करणारं पत्र मी हेल्मंडच्या प्लॅटूनच्या प्रमुखाला लिहिलं आणि मला तसं करण्यास वेल्श गार्ड्सनी पाठिंबा दिला. "त्या वेळी गस्तीतळावर मी हजर नव्हतो," असं त्यानं मला उत्तर पाठवलं; पण त्या पत्रातला जिव्हाळ्याचा सूर मला स्पर्शून गेला. ते सगळे हाडामांसाचे सैनिक होते. मला जाणवलं की, त्यांना मला मदत करायची होती, दिलासा द्यायचा होता, मला स्पष्टीकरणं द्यायची होती, माझ्याबरोबर आपले अनुभव वाटून घ्यायचे होते; पण न जाणो ते काही बोलले आणि माहिती देण्यास त्यांच्यावर असलेल्या बंधनांचा भंग झाला तर? म्हणून ते काहीच बोलले नाहीत.

शेवटी मार्कच्या मृत्यूनंतर सहा आठवड्यांनी मला अफगाणिस्तानातून एक फोन आला, मार्कच्या तुकडीचा सेकंड कमांड लान्स सार्जंट लीऑन पीक यांचा. मला भेटून गेलेल्या मेजर गायस्टोन यांनी त्याला फोन करण्याचं सुचवलं होतं.

सैन्य दलातील अधिकाऱ्यांच्या बायकांचा एक छोटा गट, 'हायग्रुव्ह' येथील प्रिन्स चार्ल्स यांच्या उद्यानाला भेट देणार होता. वेल्श गार्ड्सनी मला 'तेथे जायला आवडेल का?' असं विचारलं होतं. बागकामाची आवड असल्यामुळे मी ते निमंत्रण नाकारू शकले नाही. काळजीपूर्वक निगराणी केलेल्या तिथल्या लतामंडपातून मी भटकत होते. त्यात दडलेल्या नयनरम्य गोष्टी अनपेक्षितपणे सामोऱ्या येत होत्या. तोच माझा मोबाइल वाजला. तो लीऑन पीक होता. अर्धवट तुटक तुटक बिनतारी संदेशातून त्याचं संभाषण ऐकू येत होतं. मला भेटायची फार इच्छा असल्याचं त्यानं व्यक्त केलं. त्याला माझ्याशी बोलायचं होतं. माझ्याबरोबर रडायचं होतं. आपल्याला समजून घेणाऱ्या व्यक्तीच्या संपर्कातले ते काही क्षणसुद्धा मला फार फार मोलाचे वाटले. का कोण जाणे; पण ते काही क्षण एकमेकांच्या सोबत असल्याची आश्वस्त करणारी जाणीव देऊन गेले. तो कोणीतरी आपला सुहृद असल्याचं वाटून माझं दुःख पुन्हा उफाळून आलं. मला पक्कं आठवतंय, गालांवरून ओघळणारे अश्रू मला थोपवितास येईनात. मी अशा व्यक्तीशी बोलले होते, ज्याला माझ्या भावना सर्वार्थानं कळल्या होत्या. कदाचित त्यानंही त्या अनुभवल्या असाव्यात. मला फार फार आभार मानावेसे वाटले. असा फोन करणं त्याला किती जड गेलं असेल. तो जे बोलला त्यातून ती एक शोकांतिकाच असल्याचं ध्वनित होत होतं. एक अशी गोष्ट-ज्यात सगळं चुकतच गेलं.

सर्व मातांना आणि कुटुंबातल्या जवळच्या व्यक्तींना, त्यांच्या प्रेमाच्या व्यक्तीचा मृत्यू कसा ओढवला हे तपशीलवार सांगण्याचं सैन्य दलाचं धोरणच असतं, हे मला ठाऊक होतं. त्यांच्या मृत्यूसमयी त्यांच्याजवळ असलेल्या व्यक्तींशी बोलण्याची

संधी सर्वसाधारणपणे त्या कुटुंबाला दिली जाते. मार्कच्या नंबर २ कंपनीचा कमांडर, मेजर बेटिन्सन जुलैमध्ये विश्रांतीसाठी घरी आला होता. त्या वेळी अर्थात त्यानं प्राधान्य कुटुंबालाच दिलं असतं आणि अशी रजा दुर्मीळ असल्यानं त्याला स्वतःचा वेळ महत्त्वाचा होता. मार्कला जाऊन एव्हाना दोन महिने झाले होते. माझ्याजवळ लेफ्टनंट कर्नल थॉर्नलोचं औपचारिक पत्र होतं. मार्कचा कमांडिंग ऑफिसर म्हणून मेजर बेटिन्सन त्या लढाईत बिनतारी संदेश यंत्रणेच्या माध्यमातून सतत मार्कच्या संपर्कात असणार किंवा मार्कच्या आसपासच्या ऑपरेशन्स रूमचा प्रमुख म्हणून तरी कार्यरत असणार. मला उगीचच आशा वाटत होती की, तो मला फोन तरी करेल किंवा प्रत्यक्ष भेटायला येईल. पण त्याच्याकडून काहीच न कळल्यानं माझा अगदी अपेक्षाभंगच झाला. मार्कचा मृत्यू मला प्रतिदिन छळत असताना तर आणखीनच.

त्यानंतर ३१ जुलैचं, हेल्मंडमधल्या नंबर २ कंपनी सार्जंट मेजरचं मला पत्र मिळालं. त्यात असं म्हटलं होतं की, ''काय घडलं हे मी तुम्हाला सांगण्यापेक्षा सैन्य दलाच्या विशेष तपास विभागाकडून जो शोध घेतला जाईल त्यातून सगळा तपशील आणि वस्तुस्थिती अधिक योग्य तऱ्हेनं बाहेर येण्याची मी वाट पाहतो आहे.'' या सगळ्याचा उद्देश जरी चांगला असला तरी तो काळ माझ्यासाठी फार कठीण होता. मला द्यावयाच्या माहितीवर काही बंधनं असतील एवढंच मी गृहीत धरलं होतं; पण ते पूर्णपणे बचावात्मक पवित्र्यात होते. त्यांनी राबवलेल्या मोहिमेबद्दल ते बोलतच नव्हते. माझ्या लेकराला काय झालं होतं?

त्या पाठोपाठच यूकेमधील वेल्श गार्ड्सच्या वरिष्ठ अधिकाऱ्याचा फोन आला आणि त्यानं सांगितलं की, सैन्य दलाचे अधिकारी अस्वस्थ झालेत. मला अधिक माहिती देण्यात येऊ नये असे आदेश त्यांना देण्यात आलेत. कारण मार्कच्या मृत्यूची जी चौकशी अपेक्षित होती, त्यात त्यानं अडथळाही आला असता. त्यांच्या रजेच्या काळात जरी ते घरी परतले असले तरीही माझ्याशी संपर्क साधण्याची त्यांना परवानगी नव्हती; पण मार्क माझा मुलगा होता आणि त्याला नेमकं काय झालं ते मला कळावं, असंच मला वाटत होतं. शासनाची जी काही कायदेशीर कारवाई होती त्यापुढे मान तुकवणं, हे अगदी चुकीचं, उथळपणाचं आणि असंवेदनशीलच होतं. यामुळे सुरुवातीला मला राग आला. शेवटी त्याचं रूपांतर तीव्र दुःखात झालं. जसजसा अधिक काळ जात होता, तसतसं नुसती प्रतीक्षा करणं, याचं मला दिवसेंदिवस ओझं वाटू लागलं.

एखाद्या छोट्या मुलाला त्याच्या आई-वडिलांच्या अंत्यविधीला जर उपस्थित राहू दिलं नाही आणि सर्व वडीलधाऱ्यांसमोर त्याच्याकडे दुर्लक्ष केलं गेलं तर कसं वाटेल, तशीच काहीशी माझीही अवस्था झाली होती. वेल्श गार्ड्स हे मार्कचं दुसरं कुटुंबच होतं. वेल्श गार्ड्सच्या म्हणण्याप्रमाणेही त्यांच्या कुटुंबात आता त्यांनी मला

सामावून घेतलं होतं. मग असं असताना मी त्यांच्याशी का बोलू शकत नव्हते किंवा जे काय घडलं ते माझ्यापासून का लपवून ठेवलं जात होतं? प्रत्यक्ष लढणारे सैनिक आणि अधिकारी हे सगळे मला साधेसरळ, भले वाटले आणि त्यांचा उद्देशही चांगलाच होता. मग नेमकं गाडं अडत होतं कुठं? सत्य काय आहे हे शोधण्यासाठीच तर चौकशी समिती होती; सत्याचा नवा अन्वय लावण्यासाठी नव्हे. कॉरोनर कोर्टाची जी मदतनीस होती तिच्याशी मार्कच्या मृत्यूनंतर काही आठवड्यात माझं बोलणं झालं होतं. म्हणून तिच्याशी बोलून मी पुन्हा खात्री करून घेतली. तेव्हा तिच्या सांगण्यात असं आलं की, कायदेशीरदृष्ट्या यात काहीच अडचण नाही. कॉरोनर कोर्टाच्या दृष्टीनं मला माहिती देण्यात काहीच गैर नव्हतं. हे योग्यच होतं.

मग अशी खबरदारी घेण्यामागचा हेतू मला तर कळलाच नाही. केवळ सैनिक अस्वस्थ आहेत इतकंच कारण त्यामागे होतं का? मला वाटतं, हेल्मंडमधले वेल्श गार्ड्स जर युद्धाच्या धुमश्चक्रीत नेमकं काय घडलं याबाबत गोंधळलेले असते तर कोणतंच स्पष्टीकरण कधीच देता येणार नाही. ते अजून तिथं लढतच होते आणि मार्कच्या मृत्यूचं दुःख करण्याइतका पुरेसा वेळही त्यांना मिळाला नव्हता. तसा वेळ मोहिमेवरून परतल्यावरच त्यांना मिळू शकला असता. वेल्श गार्ड्सचे काही तरुण अधिकारी एकेक करून जसे रजेवर येत, तसतसे मला भेटून त्यांना काय माहीत होतं ते प्रामाणिकपणे सांगत असत; पण त्यांना फारसं ठाऊक नसे. ते सर्व जरी एकाच बटालियनमधले असले तरी प्रत्येक प्लॅटून वेगवेगळी कार्यरत होती. प्रत्यक्ष परिस्थिती, जागा याविषयी ते आपापल्या परीनं खुलासा करत; पण मार्कला नेमकं काय झालं ते कोणालाच ठाऊक नव्हतं. त्यांनी ते सांगावं यासाठी त्यांच्या मागे लागावं, असं मला वाटत नसे. मार्क त्यांचा सोबती होता. त्याच्या मृत्यूचं त्यांनाही आत्यंतिक दुःख वाटतच होतं.

सैन्य दलाचे पाद्री मला भेटायला आले होते. मार्कविषयी वाटणारं प्रेम त्यांनी व्यक्त केलं होतं. मार्क त्यांना प्रथम भेटला तेव्हा त्यानं पार्टीचं निमंत्रण दिल्याचं त्यांनी सांगितलं. त्या शनिवारी मार्कसमवेत ते बॅस्टिअन हॉस्पिटलमध्ये हजर होते. शस्त्रक्रियेनंतर रक्तानं माखलेला मार्क त्यांनी पाहिला होता. मार्क जगण्याची थोडीफार आशा तेव्हा होती; परंतु पुन्हा रविवारी मार्क दिसला तेव्हा रक्ताचा मागमूसही नव्हता. पण मार्कच्या जगण्याची आशा मात्र संपुष्टात आली होती.

माझा साहाय्य अधिकारी स्टीव्ह मला फारसं काही सांगू शकला नाही. संरक्षण मंत्रालयाचं वेल्फेअर सेंटर फार चांगलं आहे. कदाचित जास्तच चांगलं आहे. कारण मार्कच्या मृत्यूनंतर वेगवेगळ्या सरकारी गोष्टींत मला मदत करण्यासाठी अनेक लोक पुढे सरसावले; पण मला हवी असलेली माहिती ते कधीच देऊ शकले नाहीत.

शेवटी २० जुलैला म्हणजे मार्क गेल्यानंतर तीन महिन्यांनी संरक्षण मंत्रालयानं मार्कच्या मृत्यूचा एक प्राथमिक अहवाल जाहीर केला. तो गोंधळात टाकणारा तर होताच; शिवाय त्यातून काहीच निष्पन्न होण्यासारखं, नाही यावर कोणाचंच दुमत होण्यासारखं नव्हतं.

'जवळजवळ ३० मिनिटांच्या गस्तीनंतर ते चौकीपाशी आले आणि त्याच वेळी अनेक दिशांनी होणाऱ्या गोळीबारात सापडले. शत्रूबरोबरच्या याच हातघाईत लेफ्टनंट एव्हिसनच्या उजव्या खांद्यात गोळी घुसली. त्या गोळीबार पथकाच्या एका सैनिकानं लेफ्टनंट एव्हिसनला गस्तीचौकीवर आणलं. त्याच वेळी लेफ्टनंट एव्हिसनच्या जखमेतून मोठ्या प्रमाणात रक्तस्राव होत असल्याचं त्यांच्या लक्षात आलं. लेफ्टनंट एव्हिसनवर अशा आणीबाणीच्या वेळी करायचे प्राथमिक उपचार करण्यात आले. तसेच हाजी अलेमच्या गस्ती तळावरील वैद्यकीय अधिकाऱ्यानं तातडीनं मॉर्फिनही दिलं; परंतु त्यानं प्रतिसाद दिला नाही. बॅस्टिअन तळावरच्या 'रोल ३ एनहान्स्ड' हॉस्पिटलच्या वाटेवरही हे उपचार चालूच होते. या उपचारात गोळी जेथून आत शिरली होती आणि जेथून बाहेर पडली होती तिथं चेस्ट सील्सही लावण्याचा समावेश होता.

'बॅस्टिअन तळावर पोचल्यावर लेफ्टनंट एव्हिसनला रोल ३ हॉस्पिटलमध्ये दाखल करण्यात आलं. गोळीमुळे झालेल्या जखमेतील रक्तस्राव थांबवण्यासाठी त्याच्यावर तातडीची शस्त्रक्रिया करण्यात आली. २४ युनिट्स रक्त त्या शस्त्रक्रियेदरम्यान द्यावं लागलं. त्याची प्रकृती स्थिर झाल्यावर त्याला हॉस्पिटलच्या अतिदक्षता विभागत दाखल केलं गेलं; परंतु अंतर्गत रक्तस्राव चालूच राहिल्यानं त्याला पुन्हा शस्त्रक्रियेसाठी नेण्यात आलं.

'हवाई रुग्णवाहिकेतून पुढच्या उपचारांसाठी लेफ्टनंट एव्हिसनला यूकेत नेण्याचा निर्णय घेण्यात आला. अफगाणिस्तान सोडण्यापूर्वी लेफ्टनंट एव्हिसनचा सीटी स्कॅन करण्यात आला. त्यात लेफ्टनंट एव्हिसनच्या मेंदूला इजा झाल्याचं स्पष्ट झालं. त्याच्या जखमा गंभीर स्वरूपाच्या असून तो जगण्याची शक्यता फार कमी आहे, असं डॉक्टरांनी निदान केलं होतं. त्याची हृदयक्रिया दीर्घ काळ मंदावल्यामुळे त्याच्या मेंदूला हानी पोचली होती.'

परंतु त्या अहवालात लहान मेंदू मृत होण्याचं कारण देण्यात आलं नव्हतं. त्याच्या जखमांमुळे मेंदूला इजा पोचली असं गृहीत धरण्यात आलं असलं तरी

त्याच्या शरीरप्रक्रिया जीवरक्षक प्रणालीवर का होईना; पण व्यवस्थित चालू होत्या. पण हे नीटसं स्पष्ट केलं गेलं नव्हतं. त्याचा प्रतिसाद नव्हता म्हणजे काय हे कळत नव्हतं. त्याचा अर्थ 'तो गस्ती तळावर आला तेव्हा बेशुद्ध होता' असा होतो; पण ते सत्य नव्हतं, हे मला मागाहून कळलं. अमेरिकन हेलिकॉप्टरच्या ज्या वैमानिकानं त्याला बॅस्टिअन हॉस्पिटलला आणलं, त्याच्याशी बोलण्याची संधी मला मिळाली होती. त्याच्या म्हणण्यानुसार हेलिकॉप्टर ट्रिपच्या वेळी मार्क झगडत होता. त्याला शुद्धीवर आणण्यासाठीचे उपचार करण्याची गरज होती. पण त्या वेळेपर्यंत त्याची हृदयक्रिया पूर्णपणे बंद पडली नव्हती.

एका वेगळ्या अर्थानं मीही झगडत होते. वैद्यकीय क्षेत्रातल्या माझ्या एका मित्राच्या सैन्य दलात ओळखी होत्या. बॅस्टिअन हॉस्पिटलमधील एका डॉक्टरशी त्यानं संवाद साधला होता. तो डॉक्टर आता पुन्हा यूकेत परतला होता. या डॉक्टरनं माझ्याशी संपर्क साधावा अशी त्यानं विनंती केली. अशा प्रकारे मार्कला भूल देणाऱ्या डॉक्टरनं ऑगस्ट, २००९च्या सुरुवातीला मला फोन केला. मार्कला हॉस्पिटलमध्ये आणलं तेव्हा तो कसा होता, याचा तपशील त्यानंच प्रथम मला दिला. मार्कचा मेंदू मृत होण्यास काय कारणीभूत झालं, याची अस्पष्ट कल्पना त्यानंच दिली. कॉरोनरची माहिती तपासून वैद्यकीय अहवालातील माहिती थोडक्यात त्यानं मला कथन केली. ९ मेला बॅस्टिअन हॉस्पिटलमध्ये आल्यावर सकाळी दहानंतर मार्कची हृदयक्रिया बंद पडली. वैद्यकीय पथकानं १० मिनिटं हृदयाला मसाज करून त्याचं काम पूर्ववत करण्यात यश मिळवलं. त्या डॉक्टरच्या म्हणण्याप्रमाणे खांद्यातून शिरलेली गोळीनं मार्कची सबक्लॅव्हियन आर्टरी फाटली होती. शस्त्रक्रिया करून ती फाटलेली रक्तवाहिनी शिवल्यास मार्क जगण्याची शक्यता होती. किती रक्तस्राव झालाय आणि हृदयक्रिया किती काळ बंद पडली होती, यावरच शेवटी शारीरिक अवस्था अवलंबून होती. त्यानं पुढं सांगितलं की, गोळी लागल्यावर मार्कला गस्ती चौकीवर नेण्यात आलं आणि साधारण ९.३०वा. अमेरिकन हेलिकॉप्टर निघालं. पण त्यात होत्या फक्त बंदुका. रक्ताच्या बाटल्या अथवा जखमी सैनिकांना शिरेतून देण्यासारखे इतर रक्तघटक नव्हते. फक्त एक वैद्यकीय सहायक हेलिकॉप्टरमध्ये होता. कोणी डॉक्टर नव्हता. मार्कला घेऊन जाण्यासाठी ९.४७ला हेलिकॉप्टर आलं. मार्कला हेलिकॉप्टरनं उचलून नेण्यात जो वेळ गेला त्याचा परिणाम, त्याची हृदयक्रिया किती वेळ बंद होती यावर झाला असणार आणि त्याचंच पर्यावसन म्हणजे त्याचं अत्यवस्थ होणं आणि जगण्याची शक्यता दुरावणं, यात झालं असणार याबाबत त्या डॉक्टरची खात्री पटली. जखमी झाल्यानं अंतर्गत रक्तस्राव झाल्याचा हा परिणाम नव्हताच.

त्या डॉक्टरनं ही सर्व माहिती देण्यासाठी दर्शवलेली इच्छा आणि वैद्यकीय

अहवालातून दिलेल्या तपशिलानं मला थोडा धीर आला. एन.एच.एस.च्या (नॅशनल हेल्थ सर्व्हिस) नीतीचाच हा एक भाग होता. हेलिकॉप्टरच्या वेळेचा तंतोतंत हिशेब त्यानं मला दिला. हेलिकॉप्टरच्या विलंबाबद्दल त्याला मनातून वाटणारं असमाधान त्यातून व्यक्त झालं. त्याच्या कथनाप्रमाणे यात इतरही काही मुद्दे होते– कदाचित वैद्यकीय सुविधांसंबंधीचे, ज्याचा उल्लेख मार्कच्या रोजनिशीत होता. तसेच शिरेतून देण्यात येणाऱ्या काही द्रव्यांसंबंधीचे. हे जे काही स्थूलमानानं रेखाटलेलं चित्र होतं, त्यानं त्या वेळी दिलासा मिळाला. पण मार्क कसा होता हे जाणून घेण्याची माझी जिज्ञासा होती. त्याला वेदना होत होत्या का... तो काय बोलला?

भूलतज्ज्ञानं मला फोन केला त्याच्या काही दिवसच अगोदर २६ जुलै २००९ रोजी 'द ऑब्झर्वर'मध्ये मार्क टाउनसेंडनं प्रसिद्ध केलेला 'हेलिकॉप्टर्सची कमतरता जखमी जवानांसाठी धोकादायक' अशा आशयाचा एक लेख माझ्या वाचनात आला होता. सैन्य दलातील एका वरिष्ठ सर्जननं असं म्हटलं होतं की, ''अफगाणिस्तानातील जखमी ब्रिटिश सैनिकांना हेलिकॉप्टर्सच्या कमतरतेमुळे हॉस्पिटलचे उपचार मिळवण्यासाठी प्रतीक्षा करावी लागते. वैद्यकीय सुविधा असलेली आणि केवळ जखमी सैनिकांसाठीच वापरली जातील, अशा हेलिकॉप्टर्सची मागणी व्हाइट हॉलकडे २००७पासूनच प्रलंबित आहे.'' संरक्षण मंत्रालयानं असा कोणताही धोका सैनिकांना असल्याचं नाकारलं होतं आणि वर असंही म्हटलं होतं की, हेलिकॉप्टरला झालेल्या विलंबानं कोणाही सैनिकाचा मृत्यू झालेला नाही. उपहासानं मला असं म्हणावंसं वाटलं की, युद्धभूमीवर झालेल्या मृत्यूंची वर्गवारी 'क्ष' व्यक्तीचा मृत्यू काही झालं तरी अटळच होता, अशा विधानाखाली करण्यामुळेच संरक्षण मंत्रालयाला त्यांची गणना हेलिकॉप्टरच्या विलंबामुळे झालेल्या मृत्यूत करणं टाळता आलं. मार्कच्या मृत्यूपूर्वीही असं घडल्याची उदाहरणं मी ऐकली होती.

आत्यंतिक दुःख, खंत आणि अनिश्चितता हे सतत माझ्या आत कुठंतरी डोकं वर काढत असे; पण त्याच वेळी मला लोकांनाही तोंड द्यावं लागत असे. 'न्यूजनाइट'ला दिलेल्या मुलाखतीनंतर आणि मार्कच्या रोजनिशीच्या प्रकाशनानंतर मी अज्ञात अशा जगात फेकली गेले. त्या जगात आपण कधी काळी असू असं मला स्वप्नातसुद्धा वाटलं नव्हतं. मला परिचित असलेल्या वैद्यकीय क्षेत्रापेक्षा ते खूपच वेगळं होतं. वृत्तपत्रवाल्यांना मार्कच्या कथेत, त्याच्या रोजनिशीत विशेष रस असे आणि ते मला मुलाखतीसाठी निमंत्रण देत. क्वचित प्रसंगी अशा मुलाखतीतून माझा उद्देश सफल होईल असं मला वाटलं, तर मी त्याला तयार होत असे.

काही प्रसंग असेही असत की, त्यातून समाधान मिळत असे. वेल्श गार्ड्सचा कर्नल या नात्यानं प्रिन्स चार्ल्सनं, क्लॅरन्स हाउसला ३० जुलैला मला आणि एलिझाबेथला चहापानाचं निमंत्रण दिलं होतं. पुढच्या दोन वर्षांत त्याच्या रेजिमेंटमधल्या

मृत्यू पावलेल्या सैनिकांच्या कुटुंबांना प्रिन्सनं अनेकदा भेटीसाठी बोलावलं होतं. मार्कच्या मृत्यूला तेव्हा फक्त दहा आठवडेच झाले होते. अनेक क्लेशकारक दिवसांपैकीच तो माझा एक दिवस होता. त्या दिवसात माझ्या भावना उफाळून येत, त्यावर माझा ताबाच राहत नसे. त्याचीच मला सदैव भीती असे. मी एकदम कोसळले किंवा काही अयोग्य वर्तन केलं तर? क्लॅरन्स हाउसच्या तळमजल्यावरच्या स्वागत कक्षात आम्हाला नेण्यात आलं. त्यानंतर वरच्या मजल्यावरच्या अत्यंत राजेशाही आरामदायी दिवाणखान्यात नेण्यात आलं. तिथं सर्वत्र राजघराण्यातील लोकांची छायाचित्रं आणि आठवणी होत्या. प्रिन्स चार्ल्स हात पसरून माझ्या दिशेनं चालत आले. मी अनेक फोटोंतून त्यांना पाहिल्यानं ओळखू शकले. मी क्षणभर विचलित झाले. काही विचार न करता मी एकदम म्हणाले, "हाय." त्या उद्‌गारांमुळे एक वेगळाच मूड तयार झाला. ४५ मिनिटांची भेट ठरलेली असूनही ती जवळजवळ दुप्पट वेळेपर्यंत चालली. तो विचार करणारा, उमदा, सहृदय माणूस आम्ही कसे आहोत हे जाणून घेऊ शकत होता. आमचं दुःख त्याला समजलं होतं. आम्ही त्याचे कुटुंबीय असल्यासारखंच त्यानं आमच्याशी संवाद साधला. हो, शेवटी आम्ही त्याच्या वेल्श गार्ड्स कुटुंबातलेच नव्हतो का? ज्या गोष्टी मला जवळच्या होत्या त्याविषयी तो बोलू शकला- मुलं, बागा, मृत्यू, मनुष्यस्वभाव अगदी हसत-खेळत आम्ही खूप गप्पा मारल्या. बागकामातील बारकावे, मुलांना मोटरसायलपासून दूर कसं ठेवावं आणि दुःखाचा सामना कसा करावा... त्यानं हळुवारपणे आमचं सांत्वन केलं आणि त्या वेळी मला त्याचं फार कौतुक वाटलं. ज्यांनी अशा प्रकारचं दुःख भोगलंय त्यांच्या जवळच अशा प्रकारचा समजूतदारपणा असू शकतो, हे मला जाणवलं. इतर सैनिकांच्या कुटुंबियांशीही त्याला सहजपणे बोलताना मी पाहिलं.

गॉर्डन ब्राउन यांनी मार्कच्या मृत्यूनंतर तारीख न घालता मला पत्र पाठवलं होतं. इतर मृत सैनिकांच्या पालकांना पाठवलं होतं तसंच, ते असं होतं...

प्रिय मिसेस एव्हिसन,

अफगाणिस्तानात मार्कला मृत्यू आला हे ऐकून आम्हाला फार दुःख झालं. ह्या कठीण समयी, मी आणि सारा आम्ही दोघंही आपल्या दुःखात सहभागी आहोत. आमच्या मनात तुमचाच विचार आहे.

मार्क एक सर्वोत्कृष्ट तरुण अधिकारी होता. देशाची सेवा अत्यंत धैर्यानं आणि निष्ठेनं करत होता. त्याच्या हाताखालच्या माणसांना त्याच्याबद्दल विशेष आदर होता. देश त्याचा सदैव ऋणी राहील.

मी आणि सारा, आम्हाला तुमच्यासाठी काही करता येण्यासारखं असेल तर कळवा.

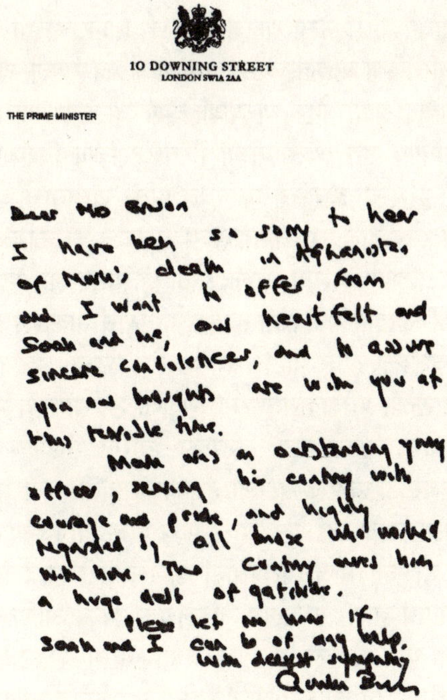

10 DOWNING STREET
LONDON SW1A 2AA

THE PRIME MINISTER

Dear Mrs Evison

I have been so sorry to hear of Mark's death in Afghanistan and I want to offer, from Sarah and me, our heartfelt and sincere condolences, and to assure you our thoughts are with you at this terrible time.

Mark was an outstanding young officer, serving his country with courage and pride, and highly regarded by all those who worked with him. The country owes him a huge debt of gratitude.

Please let me know if Sarah and I can be of any help.

With deepest sympathy

Gordon Brown

आमची सहानुभूती सदैव आपल्या पाठीशी आहे.

गॉर्डन ब्राउन

मी आभाराचं पत्र पाठवायचं ठरवलं. त्यांनी पत्रात सूचित केल्याप्रमाणे त्यांना जर मला भेटता आलं तर त्याची मला मदतच होईल, असं मी कळवलं. जुलैच्या मध्यावर कँबरवेल आणि पेकहॅमच्या विद्यमान खासदार हॅरिएट हारमन मला घरी भेटावयास आल्या. मार्कच्या मृत्यूबद्दल त्यांनी हळहळ व्यक्त केली. आमच्या त्या संभाषणात 'तुम्हाला, पंतप्रधानांना भेटायला आवडेल का?' असं त्यांनी विचारलं. त्यात फारसा अर्थ नाही असं वाटून मी उत्तरादाखल हळूच पुटपुटले. त्यानंतर '१० डाउनिंग स्ट्रीट'वर १७ सप्टेंबरला पंतप्रधानांशी बोलण्यासाठी अर्ध्या तासाची भेट नक्की केल्याचं मला निमंत्रण मिळालं. अशाच इतर मृत्युमुखी पडलेल्या सैनिकांच्या मातांना पंतप्रधान भेटल्याचं मला नंतर कळलं.

ती भेट महत्त्वाची होती असं कुठंतरी वाटून गेलं. तिचा काही चांगला उपयोग व्हावा, जमलं तर परिस्थितीत काही बदल घडवून आणण्याचा प्रयत्न करावा.

आपले सैनिक तिथं कोणत्या परिस्थितीत लढत आहेत याची निदान पंतप्रधानांना जाणीव करून द्यावी, असं मला वाटत होतं. त्या भेटीचा मी आधी नीट विचार केला. पंतप्रधानांचा किंवा माझाही वेळ वाया जावा, असं मला वाटत नव्हतं. त्यांना ज्याचा उपयोग होईल अशी गोष्ट त्यांच्याशी कशी बोलावी, याचा मी काळजीपूर्वक विचार केला. आपला राग व्यक्त करणं किंवा त्यांच्या विरोधात उभं ठाकणं हे उपयोगाचं नाही, हे मला आतूनच जाणवत होतं. शासनाचं धोरण काय असावं यावर चर्चा करणं सोपं होतं. ते त्यांच्यासाठी रोजचेच चघळायचे विषय होते. पण त्याचा काही फायदा झाला नसता. सेली ओक हॉस्पिटलला भेट द्यायला पंतप्रधान गेले असताना काही जखमी सैनिकांनी त्यांना भेटण्याचं नाकारलं होतं हे मला माहीत होतं. कारण या युद्धाला लेबर पार्टीचे वरिष्ठ नेते फारशी मदत देत नव्हते.

डाउनिंग स्ट्रीटच्या प्रवेशद्वारातून मी एखाद्या सर्वसामान्य माणसाप्रमाणे आत गेले. मला तेच योग्य वाटत होतं. जनरल्स, वरिष्ठ सैन्याधिकारी, राजकारणी-मुत्सद्दी यांच्याबरोबर ऊठबस असलेली ही व्यक्ती होती; पण मला काही वेगळंच बोलायचं होतं. मला आत नेलं गेलं. एका भव्य पिवळ्या जिन्यावरून मी वर गेले. जिन्याच्या दोन्ही बाजूला माजी पंतप्रधानांच्या तसबिरी लावलेल्या होत्या. मुख्य दालनात मी स्थानापन्न झाले. ते दालन लांबलचक, भव्य आणि अत्यंत आरामशीर होतं. त्याचे तीन भाग केलेले होते. त्या दालनाचा शेवटचा भाग, १९८० सालातल्या आयरिश रिपब्लिकन आर्मीनं केलेल्या बाँबहल्ल्यानंतर अधिकारावर आलेल्या मिसेस थॅचरच्या चित्रानं सजवलेला होता. भिंतीवर टांगलेली चित्रं फारशी भव्यदिव्य नव्हती, फारसा भपकाही नव्हती. मला ते साधंसुधं घरगुती वाटावं असं वातावरण आवडलं. मध्यभागी एकमेकांकडे तोंड केलेले दोन आरामशीर कोच होते. त्यातल्या एकावर मला बसवण्यात आलं. मी गॉर्डन ब्राउन यांची प्रतीक्षा करू लागले. ते एकटेच आत आले. माझ्या दिशेनं चालत येऊन त्यांनी माझ्याशी हस्तांदोलन केलं. आल्या आल्या त्यांनी शोक प्रदर्शित केला आणि मला हवी ती मदत करायची आपली इच्छा प्रदर्शित केली.

त्यांनी राजकारणावर बोलायला सुरुवात केली की, दर वेळी नम्रपणे त्यांना थांबवून राजकारणात मला काहीही स्वारस्य नसल्याची आठवण मी करून देत राहिले. राजकारण हा आपल्या बोलण्याचा मुद्दाच नाही हे पटवत राहिले. मार्क कोणीतरी होता, केवळ बिनचेहऱ्याचा एक सैनिक नव्हता, असं मला त्यांना सांगावंसं वाटत होतं. मार्कच्या रोजनिशीची प्रत मी घेऊन गेले होते. त्यात युद्धभूमीवरच्या अपुऱ्या पुरवठ्याचा आणि त्यामुळे सैनिकांना कराव्या लागणाऱ्या कसरतीचा उल्लेख होता. आघाडीवरच्या सर्वसामान्य सैनिकाचं युद्धाच्या अनपेक्षित कठीण रंगभूमीवरचं आयुष्य कसं होतं, मनुष्यबळ, साधनं, पाण्याची कमतरता

यांसारखे सर्वसाधारण अनुभव ज्याची जाणीव मला झाली होती, ते मी त्यांना स्पष्टपणे सांगितले. मार्कची दुखापत, त्याचा मृत्यू, त्याची वस्तुस्थिती स्पष्ट झाली असल्यामुळे मी त्याविषयी त्यांच्याशी बोलू शकले.

सैन्य दलानं आपलं काम करावं आणि लढावं, की राजकारणी नेत्यांनी आणि वरिष्ठ प्रशासकीय अधिकाऱ्यांनी त्यांना पुरेशा सुविधा आणि साधनसामग्री उपलब्ध करून न दिल्यानं सैन्यानं न लढण्याचा निर्णय घ्यावा, अशी लढणाऱ्या सैनिकांची झालेली द्विधा मनःस्थिती याविषयी मी त्यांच्याशी चर्चा केली. सैनिक आणि कदाचित त्यांचे तिथले अधिकारी यांना या अडचणींची जाणीव होती; पण सर्वांत वरिष्ठ अधिकारी, संरक्षण मंत्रालय इतकंच नव्हे; तर जनतेलाही या अडचणींची, प्रश्नांची जाणीव का नव्हती? संरक्षण दलातील अगदी उच्च पातळीवरील अधिकाऱ्यांना खालच्या पातळीवर काय चाललंय हे सकृद्दर्शनी तरी ठाऊक नसावं, हा एक महत्त्वाचाच प्रश्न होता. ज्या हॉस्पिटलमध्ये मी काम करते, तेथील कॅन्सर युनिट हाताळणाऱ्या सर्वांत वरिष्ठ गटालाही तिथं प्रत्यक्षात पुरवल्या जाणाऱ्या सुविधांची जाणीव असते आणि दर महिन्याला जिथं व्यवस्थापन उणं पडलं असेल अशा प्रकरणांचीही चर्चा केली जाते आणि त्यानुसार कारवाई केली जाते. या त्यांच्या कार्यपद्धतीनं मी प्रभावित झाल्याचं त्यांना सांगितलं. 'नॅशनल हेल्थ स्कीम' लोकांना अधिक सोयीची- उपयुक्त का वाटू लागली, तर ती वापरणाऱ्यांकडून त्यावरच्या प्रतिक्रिया-टीका मागवण्यात आल्या. त्याचा उपयोग नवीन सेवांचा आराखडा करण्यासाठीही झाला, हे मला ठाऊक आहे. मला असं वाटतं की, सैन्य दलानं आणि संरक्षण मंत्रालयानं हे असं करण्याची गरज आहे.

एका तरुण पुरुषाच्या, मुलाच्या आणि मित्राच्या बाबतीत घडलेलं हे सगळं पंतप्रधानांना समजावं अशी माझी इच्छा होती. म्हणूनच मार्कच्या मृत्यूनंतर त्यांच्या मित्रमंडळींनी मार्कचे फोटो एकत्र करून बनवलेलं एक मोठं पुस्तक मी घेऊन गेले होते. मासे पकडणाऱ्या हसतमुख मार्कचं शांत आणि मोठं छायाचित्र मुखपृष्ठावर असलेलं, 'लेफ्टनंट मार्क एव्हिसन १ बटालियन वेल्श गार्ड्स १७ जुलै, १९८२ - १२ मे, २००९' अशा शीर्षकाचं. त्या खाली लिहिलं होतं. 'जो पळून जायला घाबरतो तोच खरा नायक.' मलपृष्ठावरील आणखी एका फोटोखाली होतं, 'खरा नायक तोच जो अवघ्या विश्वात दीप प्रज्वलित करतो, जो अंधाऱ्या मार्गावर इतरांसाठी मशाल पेटवून ठेवतो.' मुखपृष्ठाच्या आत लिहिलंय. 'मार्क एव्हिसन साऱ्यांचा लाडका, धैर्यवान, सुहृद. हे पुस्तक एका सच्चा वीराच्या सुखद स्मृतींस अर्पण. पहिली बटालियन वेल्श गार्ड्सच्या सेवेत रुजू असताना अफगाणिस्तानातल्या हेल्मंड परगण्यात झालेल्या लढाईत लेफ्टनंट मार्क एव्हिसन कामी आला.' मार्कच्या मित्रांचं हे विधान अंतःकरण हेलावून टाकणारं आहे. त्याच्या मृत्यूचा

त्यांच्यावर किती परिणाम झालाय, हे सूचित करणारं! ते पुस्तक मी गॉर्डन ब्राउन यांच्या स्वाधीन केलं. आपली पत्नी सारा हिला दाखवण्याची इच्छा त्यांनी व्यक्त केली.

पंतप्रधानांनी माझं म्हणणं लक्षपूर्वक ऐकून घेतलं. त्यात त्यांना रस असावा असं वाटलं. भेटायला आलेल्या मंत्र्यांनासुद्धा त्यांनी १५ मिनिटं वाट पाहायला लावली. एकंदरीत त्यांच्याकडे पाहून माझी अशी खात्री झाली की, मी जे सांगत होते ते त्यांना काहीच ठाऊक नव्हतं. या सर्व नैतिकतेच्या गोष्टींविषयी पंतप्रधान संवेदनशील वाटले. त्यांना ते सगळं समजून घ्यायची इच्छा आहे, असं वाटलं. त्यांनी त्यांचं स्वतःचं अपत्य गमावलं होतं. त्यांचं पहिलंच अपत्य अगदी अनपेक्षितपणे अकाली मृत्यू पावलं होतं, हे मला माहीत होतं. मार्कच्या मृत्यूबाबत काही अवघड वाटणाऱ्या गोष्टी होत्या. त्यात लक्ष घालण्याचं त्यांनी कबूल केलं. आमच्या भेटीच्या वेळी कोणी मदतनीस उपस्थित नव्हता. नंतर आभार मानताना मी माझ्या शंकांची आठवण त्यांना करून दिली. म्हणजे हेलिकॉप्टरचा विलंब, बिनतारी संदेश न मिळणं, हवाई संरक्षण नसणं आणि वैद्यकीय सुविधा, उपकरणं यांची कमतरता इत्यादी. त्यांच्याकडून २७ नोव्हेंबरला उत्तरादाखल तीन पानी पत्रं आलं. त्यांच्या सल्लागारानं लिहिलेलं. बहुधा संरक्षण मंत्रालयाशी संबंध असलेल्या. खंत याची वाटते की, त्यानं कशाचीच उत्तर दिली नाहीत. पण हे अपेक्षितच होतं.

यापूर्वी जुलैमधल्या 'न्यूजनाइट'च्या कार्यक्रमात मी तेव्हाचे संरक्षणमंत्री असलेले बिल रॅमेल यांना भेटले होते. आम्ही दोघंही त्या कार्यक्रमात सामील झालो होतो. त्या वेळी मी त्यांच्याशी जाऊन बोलावं, असं त्यांनीच सुचवलं होतं. १४ ऑक्टोबरला संरक्षण मंत्रालयाच्या ऑफिसमध्ये त्यांनी मला भेटायला बोलावलं. आमच्या संभाषणादरम्यान त्यांनी सांगितलं की, कॉरोनर कोर्टानं मार्कच्या सैनिकांना माझ्याशी बोलण्याची मनाई केली आहे. त्यांना स्वतःला या गोष्टीचं आश्चर्य वाटलं होतं. कारण सरकारी धोरण असं नव्हतं. यापूर्वी मला जे अनिश्चिततेचे वाटणारे संशय होते, ते त्यांच्या या विधानामुळे दृढ झाले. मार्कच्या बाबतीतच असं का व्हावं? मी मनात आश्चर्य व्यक्त करत राहिले. ही अशी वेगळी गोष्ट का? यात काही लपवाछपवी तर नव्हती ना? सैन्य दल काही दाबून टाकायचा तर प्रयत्न नाही ना? माझ्या माहितीच्या इतर आयांना मात्र सविस्तर माहिती का पुरवली जात होती, वेगळी वागणूक का दिली जात होती?

त्या वर्षीच्या ऑक्टोबरमध्ये वेल्श गार्ड्स युद्धावरून परतले. १५ ऑक्टोबरला मेजर बेटिन्सन सैन्याच्या इतर दोन अधिकाऱ्यांसमवेत मला भेटायला आले; पण त्यातसुद्धा मार्क ठीक असेपर्यंतच्या आठवणी काढणं, चर्चा करणं अधिक सुकर होतं आणि हेलिकॉप्टरचा विलंब किंवा नक्की काय झालं, असे प्रश्न टाळले गेले किंवा त्यांची

चर्चा झालीच नाही. त्या प्लॅटूनमधले काही जण डिसेंबरच्या प्रारंभीच मला एकत्र भेटायला आले. पण त्यांच्याबरोबर एक कनिष्ठ अधिकारी होताच. पुन्हा त्या वेळीही मृत्यूसमयी मार्क कसा होता आणि नेमकं काय झालं, या बाबतीत फारसं बोलणं झालंच नाही.

त्यानंतर मात्र मार्कच्या प्लॅटूनमधील सैनिकांची मी एकेक करून भेट घेतली. एका सोशल नेटवर्किंग साइटच्या माध्यमातून आम्ही स्वतंत्रपणे एकमेकांना भेटण्याची सगळी व्यवस्था केली होती. असं एकेकट्याशी बोलतानाच तपशील देण्यास मोकळेपणा वाटत होता. हे माझ्या दृष्टीनं आणि त्यांच्याही दृष्टीनं किती महत्त्वाचं होतं, हे शब्दांत वर्णन करून सांगणंही फार अवघड आहे. मार्कला किती वेदना झाल्या असतील याची मला जाणीव होऊ लागली. (फारच थोडी झाली असं म्हटलं तरी चालेल, पण समजायला मदत तर झाली.) तो दीर्घ काळपर्यंत कसा शुद्धीवर होता, तो काय बोलला आणि शेवटच्या तासांत डोळ्यांपुढे अंधारी येत असताना त्याला दिसणंही किती अवघड झालं होतं, तिकडे कोण आहे असं तो विचारत होता इत्यादी. मला पहाटे जी भीतिदायक दुःस्वप्नं पडत, त्यापेक्षा हे वेगळं नव्हतं. पण ही वस्तुस्थिती होती आणि मला ती त्यांच्याबरोबर वाटून घेता आली. मार्कची काळजी घेण्यासाठी सैनिकांनी कशी प्रयत्नांची शर्थ केली, हे सगळं ते मला सांगत राहिले. त्यांच्या आसवातून ते किती अस्वस्थ होते, हे मीही सांगू शकले असते. आम्ही संवाद साधू शकलो आणि हातचं राखून ठेवावं असं काही नाही आहे, हे समजू शकलो. नव्यानं धक्का बसण्यासारखं काही नव्हतंच. कारण ते सगळं मुळातच धक्कादायक होतं आणि ते मला समजलं होतं. ती घटना घडल्यावर अनेकांच्यात प्रचंड मानसिक आघात झाल्याची लक्षणं दिसायला लागली. मी मानसोपचारतज्ज्ञ म्हणून काम करते. त्या माझ्या अनुभवातून मी असं म्हणू शकते की, सैनिकांशी बोलणं त्यांच्या दृष्टीनं गरजेचं होतं. आम्ही सगळे एकत्र बसून रडलो. त्यानं मानसिक ताण किती हलका झाला म्हणून सांगू! माझ्याइतकंच त्यांनाही बरं वाटलं. मार्कला पुन्हा साकार करण्याची जणूकाही एक संधीच मिळाली असं आम्हाला वाटलं. त्याचं अस्तित्व आता कुठंच नसताना आठवणी जागवून मार्क काही काळ परत जिवंत झाल्यासारखंच वाटलं.

हे सगळे सैनिक यूकेत परतल्यानंतर अनेक आठवड्यांनी मला पहिला फोन केला तो गार्ड्समन जेम्सनं. फोन करायला इतका काळ घेतल्याचं सांगून त्यानं माझ्यापाशी क्षमायाचना केली. पण फोन करायला मी धजावलोच नाही, असं त्यानं कबूल केलं. आम्ही दोघंही तासभर बोलत होतो आणि रडत होतो. मार्कला गोळी लागताक्षणीच प्रथमोपचार देणारा मीच पहिला होतो, असं त्यानं सांगितलं. मार्कनं मॉर्फिनची मागणी केल्यावर त्याची फुप्फुसं सुस्थितीत आहेत याची खात्री न वाटल्यानं जेम्सनं मॉर्फिन देण्यास धैर्यानं नकार दिला आणि उलट मार्कला सांगितलं,

"सर, तुम्हाला ते मर्दाप्रमाणे सोसायलाच हवं." आणि हे सगळं त्यानं सांगताच आम्हा दोघांनाही भावनावेग आवरेना.

डिसेंबरमध्ये स्टीव्हेनेजच्या एका पबमध्ये मला 'गनर' स्टीव्हन गॅडस्बी भेटला. "यापूर्वी मी हे कोणाशीच बोलू शकलो नाही. हे मी माझ्या आई-वडिलांनाही सांगू शकलो नाही आणि माझ्या मैत्रिणीनं मला याची चर्चा करूच दिली नाही," असं त्यानं सांगितलं. पुन्हा एकदा आम्ही आसवांना वाट करून दिली. मार्कला गोळी लागल्यावर त्याच्याबरोबर जास्तीत जास्त काळ तोच होता. पायदळाच्या उघड्या, अत्यंत धोकादायक पुलावरून बरंचसं अंतर चालून गस्तीच्या तळछावणीत मार्कला त्यानंच आणलं. पुन्हा गोळीबारातून परत जाऊन गार्ड्समन गिझीलाही आणणारा हाच! नंतर त्याला या कामाबद्दल विशेष शौर्य पुरस्कार मिळाला. प्रथम 'रॉयल आर्टिलरी आर्मरी हाउस'ला आणि नंतर बकिंगहॅम पॅलेसला त्याला पुरस्कार देऊन गौरवण्यात आलं. त्या वेळी त्यानं मला आणि त्याच्या मैत्रिणीला समारंभाला उपस्थित राहण्याचं निमंत्रण दिलं होतं. त्यानंतर आम्ही अनेक वेळा बोललो. या दुःखातून मला सावरण्यासाठी त्यानं खूप प्रयत्न केले आणि मला मदत केली.

गार्ड्समन ज्यो कोरोसाया उंच, धिप्पाड आणि फिजीचा रहिवासी. गस्ती तळावर हलवताना बरंचसं अंतर त्यानंच मार्कला वाहून आणलं होतं. 'आपल्या अंगावरून रक्ताचे पाट वाहत आहेत, अशी भयानक स्वप्नं मला पडत असत आणि झोप येत नसे,' असं त्यानं सांगितलं. झोप येण्यासाठी त्याला मद्यसेवन करावं लागे. हे त्यानं कधी कोणाजवळ व्यक्त केलं नाही. फिजीमध्ये वास्तव्य असलेली त्याची आई ही त्याची सर्वांत जवळची एकमेव व्यक्ती होती. स्मृतिदिनांना मला पत्रं पाठवणं त्यानं चालू ठेवलं.

इतक्या सगळ्या भेटींदरम्यान समजलेली माहिती पचवण्यासाठी आणि पटवून घेण्यासाठी मला काही अवधी हवा होता. मार्क अतिशय शूर होता, वेदना सोसण्याची ताकद त्याच्यात नक्कीच होती, या वास्तवाचा मी हळूहळू स्वीकार केला. सैन्य दलातल्या दोन धर्मोपदेशकांनी माझी ही अस्वस्थता जाणून घेतली. त्यांच्याशी बोलून त्यायोगे मला वस्तुस्थिती स्वीकारता यावी म्हणून त्यांनी मदत केली. यातील वैद्यकीय बाजू समजावून देऊन मला भक्कम आधार देण्यात माझ्या फॅमिली डॉक्टरांचाही मोठाच सहभाग होता. मॉर्फिनच्या छोट्याशा डोसनंही मार्कला थोडं मोकळं वाटलं असेल आणि थोडा आराम मिळाला असेल. गार्ड्समन गिझीच्या दोन्ही घोट्यांतून गोळ्या गेल्या होत्या, तरीही त्यानं मॉर्फिन घेण्यास नकार दिला होता हे ऐकून मला थोडं बरं वाटलं आणि एका जखमी सैनिकाला वेदनांतून मुक्त होण्यासाठी मॉर्फिनची गरज पडली नाही, याचंही समाधान वाटलं. समजा अशी जखम मार्कला झाली असती तर त्यालाही मॉर्फिनची गरज पडली नसती. मार्कच्या

सैनिकांपाशी हे व्यक्त करणं, त्यांना दुःखात सहभागी करून घेणं खरंतर खूप अवघड होतं; पण या सर्व प्रवासातला तो एक मोठा दिलाशाचा भाग होता. त्या सर्वांचा आत्यंतिक प्रेमळपणा आणि सरळ वृत्ती मला प्रभावित करून गेली. सैनिक म्हणून आलेल्या अनुभवांनी त्यांना परिपक्व केलं होतं.

जवानांनी जी माहिती दिली, त्याला विशेष तपास विभाग सैन्य पोलीस दलानं दिलेल्या अहवालानं उचलून धरलं. हा अहवाल मला, कॉरोनर कोर्टाच्या चौकशीच्या तयारीसाठी संरक्षण मंत्रालयानं डिसेंबर, २००९मध्ये दिला होता. तो अहवाल पाहिला की मला फार दुःख होत असे; तो वाचूच नये असं वाटत असे. पण कॉरोनरच्या चौकशीसाठी तो मला वाचणं भाग होतं. तो अहवाल म्हणजे ९मे, २००९ रोजी सैनिकांनी काय केलं याचा- व्यक्तिशः त्यांनी दिलेल्या माहितीचा- सारांश होता. कंपनी मुख्यालयात परतण्यात अनेक अडचणी आल्यानं, प्रत्यक्ष ती घटना घडल्यानंतर अनेक आठवड्यांनी सैनिकांनी ही माहिती दिली होती. प्रत्यक्षात काय घडलं या बाबतीत सैनिकांच्यात फारसे मतभेद नव्हते. पण अतिसावध संरक्षण मंत्रालयानं असं गृहीतच धरून टाकलं होतं की, अशी तफावत असलेली आम्हाला चालणारच नाही आणि मला याचंच आश्चर्य वाटलं. काहींनी जास्त तपशीलवार सांगितलं होतं आणि काही जण दुसऱ्या ठिकाणी होते; पण तरीही सगळी गोष्ट सुसंगत होती, एकमेकांशी मिळतीजुळती होती.

हेल्मंडमध्ये होणारे मृत्यू जसजसे टीव्हीवर जाहीर होऊ लागले आणि मृतदेह वूटन बॅसेटला परत येऊ लागले, तसंतसं हळूहळू अफगाणिस्तानाकडे जनतेचं लक्ष अधिकाधिक वेधलं जाऊ लागलं. मार्क गेल्यानंतरच्या अवघ्या एका वर्षात दोनशेहून अधिक तरुण लोक मृत्युमुखी पडले आणि राणीनं युद्धात कामी आलेल्यांच्या जवळच्यांना अत्यंत आस्थेवाईकपणे 'एलिझाबेथ क्रॉस' राष्ट्रीय चिन्हाच्या स्वरूपात भेट दिला. वेल्श गार्ड्सच्या छत्राखालील कुटुंबांना प्रिन्स चार्ल्सच्या हस्ते, क्लॅरेन्स हाउस या ठिकाणी ते क्रॉस भेट देण्यात आले. या मृत्यूंबद्दल जनतेच्या मनात उघड उघड असंतोष होता. सर्वसाधारण निवडणुकीत पंतप्रधान हरले. त्यांच्यावर 'हृदयशून्य' असल्याची टीकेची झोड उठली. ते पायउतार झाले, त्या वेळचं त्यांचं वक्तव्य म्हणजे सैनिक आणि सैनिकांचा वियोग सोसावा लागलेल्या कुटुंबांविषयीचे विचार होते. सत्तेवर येणाऱ्या राजकारण्यांनी अफगाणिस्तानातील युद्धाला पाठिंबा देण्याचं आणि जे करण्याची गरज असेल ते सर्व करण्याचं वचन दिलं.

२००९ सालाच्या शेवटीशेवटी माझं मार्कच्या सैनिकांशी बोलणं झालं. त्यांचं डिसेंबरमध्ये विशेष तपास विभागानं मार्कच्या वैद्यकीय अहवालासकट आपला अहवाल पाठवला आणि मी काय घडलं असेल याचा एकेक धागा जुळवायला सुरुवात केली. एकूण कशाकशाची कमतरता आहे आणि अडचणी काय आहेत, याचा मार्कनं

मांडलेला हिशेब माझ्या जवळ होता. मार्कबद्दल त्याच्या हाताखालच्या वेगवेगळ्या सैनिकांशी मी बोलले होते. त्यांच्याही दृष्टीनं परिस्थिती तशीच होती का, असं त्यांना विचारलं होतं. बॅस्टिअन हॉस्पिटलमध्ये काय झालं ते मला माहीत होतं, तरीही सगळे धागे जुळत नव्हते. मार्कचा मेंदू मृत कसा झाला? मार्कच्या मृत्यूविषयी अजूनही अनेक प्रश्न असे होते, की ज्यांची उत्तरं मिळाली नव्हती. हेलिकॉप्टरचं काय झालं ते मला अजूनही नीटसं कळत नव्हतं. मार्कला आणि इतरांना इतका वेळ असं तिष्ठत का ठेवण्यात आलं? संरक्षण मंत्रालयानं जो बचावात्मक पवित्रा घेतला होता, त्याची मला आता जाणीव झाली होती; पण त्यातून काय निष्कर्ष काढायचा ते अजूनही नीटसं कळत नव्हतं. कॉरोनरच्या चौकशीचा दिवस जवळ येत चालला होता; कदाचित ते उलगडून सांगण्याची जबाबदारी कोर्टाची असेल असं मला वाटलं.

मार्कच्या मृत्यूनंतर जवळजवळ वर्षानं, म्हणजे एप्रिल, २०१०ला मार्कच्या मृत्यूचं एका सैनिकानं हेड कॅमेऱ्यानं घेतलेलं चित्रीकरण मला देण्यात आलं. नियमाविरुद्ध असे हे कॅमेरे कधीकधी वापरले जातात. प्रत्यक्ष युद्धभूमीवर काय घडतंय याचं चित्रीकरण केलं जातं आणि मग ते चित्रीकरण यू ट्यूबवर मित्रांना आणि कुटुंबीयांना पाहण्यासाठी ठेवलं जातं. ते चित्रीकरण सैनिकांच्या आई-वडिलांनी जुलै, २००९मध्ये विशेष तपास विभागाच्या स्वाधीन केलं. तिथून ते संरक्षण मंत्रालयाकडे आलं. ते चित्रीकरण मी एकटीनंच माझ्या स्वयंपाकघरात बसून पाहिलं. माझ्या कुटुंबाला आणि नजीकच्या मित्रांना ते दाखवून त्यांची अस्वस्थता वाढवण्याची माझी इच्छा नव्हती. मी ते पाहिलं; पण आपल्याला काय दिसेल या विचारानं मी धास्तावलेली होते.

माझ्याच स्वयंपाकघरात, भोवतालचं सगळं वातावरण माझ्या चिरपरिचयाचं होतं; पण त्या पडद्यानं मात्र मला दुसऱ्याच जगात ओढून नेलं. हेड कॅमेरा ज्या कोनातून फिरत होता त्यानं गोंधळच होत होता. कारण हेल्मेट सारखं हलत होतं, खाली घसरत होतं. कारण तो सैनिक तिथली परिस्थिती हाताळण्यात पूर्णपणे गुंतलेला होता. सपाट मोठा भूप्रदेश मला दिसत होता. अधूनमधून छोटी किरकोळ झुडपं दृष्टीस पडत होती. लाल मातीचे टणक रस्ते, त्यांच्या कडेकडेनं उथळ, चिखलानं भरलेले खंदक आणि वर निळसर आकाश. क्वचित कुठे घरांच्या कम्पाउंडांच्या उंचच उंच, खिडक्या नसलेल्या भिंती. कुठंही कोणी शेतकरी वगैरे दिसत नव्हते. त्या भूप्रदेशावर चैतन्य निर्माण करणाऱ्या जीवसृष्टीचा कुठंही मागमूस नव्हता. उलट होता तो उद्ध्वस्त भकास देखावा. हादरवून टाकणारे स्फोटांचे आवाज माझ्या कानावर पडले. काही दुरवरून आलेले आणि शेवटी ऐकू आली एक किंकाळी, "गोळी लागली!"

हा माझा मार्क होता.

त्यानंतर ते गस्ती चौकीवर परतले होते. मोठी लांब रुंद जागा. जाड भाजून काढणाऱ्या भिंतींनी वेढलेली, तारांनी आणि युद्धसाहित्यानं भरलेल्या जमिनीवर निपचित पडलेला मार्क, दूरवर दिसणारी त्याची आकृती, पण निःसंशयपणे मार्कचीच!

इतरांची नजर त्याच्यावर खिळलेली. मार्कला हाका मारताना त्यांच्या स्वरात अजिजी होती. "सर, थोड्याच दिवसांत तुम्ही पबमध्ये असाल. सर, बोलत राहा, प्लीज बोलत राहा. सर, तुम्ही नक्की बरे होणार आहात." त्यांच्या स्वरांत भीतीची गडद छाया होती. अस्वस्थपणे सगळे हेलिकॉप्टरची प्रतीक्षा करत होते. दूरवर कुठंही त्याचं चिन्ह नव्हतं. शेवटी आला एक अतिशय थकलेला दमलेला क्षीण आवाज, "माझी शुद्ध जात्येय..." आणि पुन्हा "माझी शुद्ध जात्येय..."

हाजी अलेमची चकमक

काय झालं त्या दिवशी? त्या दिवसाचं वर्णन करताना सैनिकांनी सांगितलं – तो तिथल्या वास्तव्यातला सगळ्यांत वाईट दिवस होता. काळा दिवस! त्या दिवसानं त्यांची आयुष्यं काहीशी बदलूनच गेली. त्यांच्या मते, त्या दिवसापूर्वीचं भावनिक आयुष्य आणि त्या दिवसानंतरचं भावनिक आयुष्य यात महदंतर होतं.

शस्त्रास्त्रं, मनुष्यबळ आणि सैन्याचं नीतिधैर्य यांमुळेच युद्धं जिंकली जातात; पण एप्रिल, २००९मध्ये वेल्श गार्ड्सची परिस्थिती मात्र फारच वाईट होती. सार्जंट डी.पी. ब्राउन हे इंटेलिजन्स वॉरंट ऑफिसर होते. त्यांनी विशेष तपास विभाग सैन्य दल पोलीस यांच्या अहवालात नमूद केलं होतं की, 'हे मुद्दे शत्रूला चांगलेच समजलेले आहेत आणि आपल्या शत्रुसैन्याचा पाडाव केव्हा करता येईल तेही त्यांना समजलं आहे.' ही मोहीम फार धोकादायक होती आणि त्याचं नेतृत्व होतं एका नुकतंच प्रशिक्षण पूर्ण केलेल्या हुशार तरुण लेफ्टनंटच्या हातात! त्याचं वय होतं फक्त २६. त्याला आधार देणारे होते लष्कराचे नॉन कमिशन्ड कनिष्ठ अधिकरी आणि एक सैनिकांची छोटी प्लॅटून. त्या प्लॅटूनमध्ये अठ्ठावीसऐवजी बावीसच सैनिक होते. त्यातील बहुसंख्य सैनिकांनी यापूर्वी युद्ध अनुभवलेलंच नव्हतं. बऱ्याच सैनिकांनी नुकतंच आपलं कुमारवय पार केलेलं होतं.

नाद-ए-अली हा हेल्मंडमधील सर्वांत धोकादायक भाग होता. अस्थिर आणि प्रतिकूल! अफूचा हंगाम संपलेला होता आणि नव्यानं येणाऱ्या बंडखोरांचा धोका आता अपेक्षित होता. त्यांच्या घुसखोरीनंतर त्या जिल्ह्यातले (हाजी अलेम, तांदा, पारांग आणि कंपनीची सिलाबची मुख्य छावणी या चारही गस्ती चौक्यांवरचे) हल्ले वाढले होते. तिथून काही किलोमीटर अंतरावरच मार्जाह येथे तालिबान्यांची प्रशिक्षण छावणी होती. प्रशिक्षणासाठी नव्यानं भरती झालेले तालिबानी या गस्ती चौक्यांचा, त्यांच्या पहिल्या सरावासाठी उपयोग करत होते, तर दोस्तराष्ट्रांच्या फौजा उरलेल्या हेल्मंडमध्ये शिरू बघणाऱ्या तालिबान्यांना रोखण्यासाठी मध्ये उभ्या होत्या.

कम्पाउंडांमध्ये, झाडाझुडपांत, शेताच्या कडेला असलेल्या कालव्यांच्या कुजक्या चरांमध्ये लपण्यात तालिबांनी तरबेज होते. ते दृष्टीस पडतच नसत.

सैनिक संख्येनं फारच कमी होते. ते दोन चौक्यांना पुरतील इतकेच होते; पण ते चार चौक्यांत विभागले गेले होते. लेफ्टनंट कर्नल रूपर्ट थॉर्नलो यांनी पत्रात वर्णन केल्याप्रमाणे त्यांचं ध्येय होतं घुसखोरांच्या कारवाया मोडून काढणं आणि स्थानिक रहिवाशांना संरक्षण पुरवणं. पण मलाही ते अवास्तव आणि काल्पनिक वाटत होतं. ८ मेला लेफ्टनंट कर्नल थॉर्नलो यांनी आपल्या ब्रिगेडिअर लेव्हलच्या वरिष्ठ अधिकाऱ्यांना सांगितलं होतं की, वेल्श गार्ड्सजवळ एका ठरावीक मर्यादेपर्यंत लढाई करण्याइतकीच साधनसामग्री होती. त्यामुळे त्या स्थितीत शत्रूला हुसकावून लावणं शक्य नव्हतं. कारण तेवढं मनुष्यबळच त्यांच्यापाशी नव्हतं. युद्धाच्या दृष्टीनंही हे ठिकाण कमजोर होतं. जनतेला धीर देणं आणि स्थानिक रहिवाशांना आपलंसं करून घेणं वगैरे गोष्टींत काहीही तथ्य नव्हतं.

चार गस्ती चौक्यांपैकी हाजी अलेम चौकी, मुख्य छावणी सिलाबपासून खूप दूर होती. पूर्वेकडे साधारण चार किलोमीटरवर, बरोबर शत्रूच्या मागे. ती सगळ्यांत अडचणीच्या जागी होती. तिथं जाण्यासाठी मार्गही मर्यादित होते. त्या चौकीवरून बाहेर पडताना सैनिकांनी जर पुलाचा वापर केला, तर ते शत्रूच्या नजरेच्या टप्प्यात चटकन येत असत आणि गस्त घालत असताना त्यांना कधीही गोळी लागू शकत असे. जर त्यांनी गस्ती चौकीवरच तळ ठोकला, तर चौकीतच त्यांच्यावर गोळीबार होऊ शकत असे. तालिबान्यांनी अशा तऱ्हेनं कुरघोडी केल्यानं सैनिकांची इकडे आड, तिकडे विहीर अशी अवस्था झाली होती.

ग्रीन 9 या ठिकाणी दुसरे रस्ते येऊन मिळत होते. ग्रीन 9 पासून गस्ती चौकी फक्त १ किलोमीटर अंतरावर असूनसुद्धा ती इतर चौक्यांपासून अगदी अलग पडली होती. कारण ग्रीन 9 जंक्शन त्यांच्या नजरेच्या टप्प्यात येत नव्हतं. त्यामुळे ती चौकी आणि रसद पुरवठा करण्याच्या मार्गावर अत्याधुनिक स्फोटकं वापरून तालिबानी आपला कार्यभाग साधत होते. त्यामुळे रसदपुरवठा अनियमित होता. खूपसे ट्रक्स, २५० माणसं आणि हे सगळं येण्यास दोन दिवस लागत. हवाई मार्गानं पुरवठा करायचा म्हटलं तर हेलिकॉप्टर्स पुरेशी नव्हती. सुरुवातीला प्राधान्य होतं ते दारूगोळा, पाणी, अन्नपदार्थ आणि वैद्यकीय सामग्री यांना. घरून येणारी पत्रंही सैनिकांना मिळत नव्हती; जेणेकरून त्यांचं नीतिधैर्य टिकून राहील. फोन करण्यासाठी बॅटरीज नव्हत्या आणि उर्वरित जगाशी संपर्कच नव्हता. पाण्याचं दुर्भिक्ष वरचेवर भासत होतं. त्यामुळे पाणीवापरावर अधिकाधिक बंधनं येत. एकदा तर त्याचा कडेलोटच झाला. एका लढाईत त्यांना सलग सात तास पाण्याशिवाय

काढावे लागले. बॅटऱ्यांची कमतरता हीसुद्धा एक फार मोठी समस्या होती. हाय फ्रीक्वेन्सी रेडिओंसाठी चार्जर्स, तसेच उपग्रहामार्फत चालणाऱ्या फोन्ससाठी चार्जर्स नव्हते. शेवटी एक जनरेटर आला; पण तोही इंधनाशिवाय. मग एका जवळच सोडून दिलेल्या वाहनाचं इंधन एका नळीनं काढण्यात आलं. पुरवठा आणि खरेदी फारशी समाधानकारक नव्हती. महत्त्वाच्या उपकरणांचे जास्तीचे सुटे भाग त्यांना कधीच उपलब्ध झाले नाहीत.

बिनतारी यंत्रणा अतिमहत्त्वाची होती. फ्रीक्वेन्सी रेडिओ किंवा बोमन रेडिओ सैनिक गस्तीवर जाताना बरोबर नेत. त्या संचाची संदेशग्रहणक्षमता नित्य बदलत असे. पालवी, झाडं यावर अवलंबून असलेल्या भौगोलिक परिस्थितीमुळे निर्माण होणाऱ्या अडथळ्यांमुळे असं होत असे. पर्सनल रोल रेडिओ किंवा दोन व्यक्तींमधील बिनतारी संदेश यंत्रणा कधीच कार्यक्षम नव्हती. सर्व सैनिकांसाठी ती उपलब्धही नव्हती.

तालिबान्यांशी लढताना सैनिकांचं आयुष्य मुख्यतः दोन गोष्टींवर अवलंबून होतं- एक म्हणजे हवाई संरक्षण मिळवण्याची त्यांची क्षमता आणि दुसरं म्हणजे तालिबान्यांना घाबरवून पळवून लावण्यासाठी ते करू शकत असलेला गोळीबाराचा मारा. हे काम होतं बाँबहल्ला करणाऱ्या अँड्र्यू स्पूनरचं. त्याच्या मदतीला होता गनर गॅडस्बी. हॅरिस 117 या उपग्रहाद्वारा चालणाऱ्या बिनतारी संदेश यंत्रणेनं संपर्क साधल्यावर हेलिकॉप्टर्स आकाशात क्षणार्धात हजर होऊ शकत. पण ही उपग्रहाद्वारा चालणारी बिनतारी यंत्रणा काम करेनाशी झाली. यापूर्वीच्या तालिबानबरोबरच्या एका चकमकीत त्या बिनतारी यंत्रणेचा एक साधा भाग– अँटेना गायब झाला होता. असे सुटे भाग मिळणं दुरापास्त होतं. ते खुष्कीच्या मार्गानंच पोचवावे लागत. हा गायब झालेला अँटेना मागवूनसुद्धा पुढचे दोन आठवडे उपलब्ध झाला नव्हता. प्रत्यक्ष हल्ल्याच्या दिवशी लान्स बम्बार्डर स्पूनर अगदी निराश होता. स्पूनरला त्याची कामगिरी पारच पाडता आली नाही. कारण हवाई मदत मिळवण्यासाठी बिनतारी यंत्रणेतून संदेश पाठवता आला नाही.

मार्कच्या मृत्यूपूर्वी काही दिवस हाजी अलेमला एका ज्येष्ठ स्थानिक नागरिकाचा मुलगा जखमी झाला. अमेरिकन 'ब्लॅक हॉक' हे वैद्यकीय मदत पोचवणारं हेलिकॉप्टर मदतीसाठी ४० मिनिटांनी पोचलं. ते पाहून गार्ड्समन कॅस्वेल मार्कला म्हणाला की, आपल्यापैकी कोणी जखमी झालं तर हेलिकॉप्टर यापेक्षा त्वरित पोचेल अशी आशा करू या. अर्थात अशी काही वेळ आली तर सैन्य दल त्यांच्या सैनिकांसाठी नक्कीच शर्थीचे प्रयत्न करेल, असं आश्वासन मार्कनं त्याला दिलं.

दुभाषा येईपर्यंत सर्व सैनिकांना टेहळणीखेरीज काहीच करता येत नव्हतं.

सैनिकांची सगळी प्लॅटून असह्य उन्हाळ्यानं व माश्यांनी अगदी वैतागली आणि अस्वस्थ झाली होती. लढणाऱ्यांना लढणंही अशक्य झालं होतं. त्यामुळे सगळ्या तुकडीला हतप्रभ झाल्यासारखं वाटत होतं. सैनिकांना चौकीत बसून राहावं लागत होतं, किंवा फार तर अगदी जवळच गस्तीसाठी जाता येत होतं. परंतु त्यावरही हल्ले होतच होते.

सैनिक तिथं नेमकं काय करत होते किंवा त्यांची भूमिका नेमकी काय असावी हे स्पष्ट नसल्याचा उल्लेख मार्कनं केला होता. मार्क आणि त्याच्या सैनिकांना त्या भागात आपलं वर्चस्व स्थापन करणं सर्वस्वी अशक्य आहे, हे दिसत होतं. अस्तित्व टिकवणंही फारच कठीण झालं होतं आणि गस्त घालणं धोकादायक. ब्रिटिश सैनिक तिथं येण्यापूर्वी इस्टोनियन सैनिक त्या ठिकाणी गस्त घालत; पण फक्त ५० मीटर एवढ्या मर्यादित क्षेत्रातच. स्थानिक लोकांशी 'मनाचं' आणि 'हृदयाचं' नातं जोडणं शक्य नव्हतं. त्यांना शेतकरी कामावर जाताना दिसत, कसाबसा उदरनिर्वाह करताना दिसत. काही वेळा मुलंबाळंही दृष्टीस पडत; पण एकदा का सुगीचा हंगाम संपला की, मग चहूकडे युद्धच चाले. स्थानिक लोक अचानक दिसेनासे होत. गस्ती चौक्यांवर आपलं अस्तित्व टिकवणं एवढंच महत्त्वाचं होतं; स्थानिक लोकांच्या 'मनाशी' आणि 'हृदयाशी' नातं जोडणं नव्हे.

कधीकधी त्या रुक्ष आणि पराकाष्ठेच्या उजाड खडतर वातावरणात मन गुंतवून ठेवायला सैनिक वेगवेगळे खेळ खेळत आणि मन रमवत. मार्क सदैव उत्साही असे, सगळ्यांकडे लक्ष पुरवत असे. त्यांना आधार देत असे आणि त्यांनी सकारात्मक राहावं यासाठी प्रयत्नशील असे. एका बाजूला घेऊन मोकळेपणानं त्यांच्या घरादाराची चौकशी करत असे आणि आपल्याला दुसरंही जग आहे, याची आठवण करून देत असे. त्यांची काळजी आणि जोडीला हास्यविनोद यांमुळे जीवन सुसह्य होई. त्या इतरांपासून अलिप्त ठेवणाऱ्या वातावरणात त्यांना संघटित ठेवण्यास याची गरज आहे, हे मार्क जाणून होता.

ही मुलं आपापल्या घरून आली होती. अनेक जण शांत वेल्श व्हॅलीत असल्यापासूनचे एकमेकांचे मित्र होते. ते स्वतःपेक्षा दुसऱ्याची काळजी जास्त घेत होते. सैन्यात भरती होण्याची त्यांची अनेक कारणं होती. नोकरी मिळवणं, गस्त घालणं, शक्तिशाली बंदुका बाळगणं, युद्धावर जाणं आणि जग बघणं. पहिल्यांदाच युद्धाचा अनुभव घेताना, संकटाची चाहूल लागताना ते भीतीनं भयंकर भांबावून जात. हातघाईची लढाई, युद्धज्वर त्याचबरोबर ते युद्धाची मजाही लुटत. आपल्या भविष्यकाळासाठी आपण आत्ता युद्धाच्या उखळात डोकं ठेवत आहोत याची काहींना जाणीव होती; पण बहुधा हा भविष्यकाळ युद्धाची

स्मरणं आणि दुःस्वप्नांनी भरलेला राहणार होता. दुर्दैवानं अनेकांनी या मोहिमेनंतर सैन्यातली नोकरी सोडली.

मार्कच्या मृत्यूच्या दिवशी काय घडलं याच वर्णन पुढे दिलंय. विशेष तपास विभाग सैन्य दल, पोलीस यांनी चौकशीदरम्यान सैनिकांकडून मिळवलेल्या माहितीचा अहवाल –

२० ते ३० किलोमीटर अंतरावरच्या बॅस्टिअन तळावरच्या 'जॉइंट हेलिकॉप्टर फोर्स'नं हेलिकॉप्टर्स पुरवली होती. गस्ती चौकीपर्यंत हेलिकॉप्टर येण्यास १५ मिनिटांचा अवधी लागत असे. प्रत्यक्ष मोहिमेतला हेलिकॉप्टर्सचा सहभाग ही फार गुंतागुंतीची प्रक्रिया होती. लष्करगाहच्या ब्रिगेड मुख्यालयाच्या चॅट रूममधील संपर्क अधिकाऱ्यामार्फत हे काम चाले. लष्करगाह हे बॅस्टिअन तळापासून १२ किलोमीटरवर होतं. माहिती घेणारे डॉक्टर्स, हेलिकॉप्टर्सची फौज आणि एकूण सर्व मोहिमेचं केंद्रस्थान म्हणजे ही कंट्रोल रूम. सिलाब इथल्या चौकीवर असलेल्या कंपनी मुख्यालयाकडून हेलिकॉप्टरची मागणी केली जात असे. तिथं प्रमुख होते मेजर बेटिन्सन. त्यांच्याकडून बॅस्टिअनच्या वेल्श गार्ड्स बॅटल ग्रुप ऑपरेशन्स रूम यांच्याकडे आणि तिथून शेवटी लष्करगाहच्या ब्रिगेड मुख्यालयाकडे. मार्कची प्लॅटून हाजी अलेमला दाखल होण्यापूर्वीच, जॉइंट हेलिकॉप्टर फोर्सचा एक अधिकारी हाजी अलेमला भेट देऊन गेला होता. यूके चिनूकसारखं हेलिकॉप्टर उतरवायला ती जागा फारच लहान होती. हाजी अलेमच्या बाहेर ते उतरवणं तर फारच अवघड आणि धोक्याचं होतं. कारण तालिबान्यांकडे असलेली अत्याधुनिक क्षेपणास्त्रं आणि हाजी अलेमला लागूनच असलेला कालवा. वैद्यकीय हेलिकॉप्टर्सची मदत अमेरिकन करू शकत. काही मिनिटांत आपली हेलिकॉप्टर्स कूच करत असल्याचा त्यांना अभिमान होता.

मदत मागण्यासाठी 'नाइन लायनर' वापरत. त्यात नऊ गोष्टींची माहिती दिलेली असे. त्याची छाननी करून वरिष्ठ निर्णय घेत. मदतीची तातडी ठरवण्यासाठी जखमींची तीन वेगवेगळ्या पातळ्यांवर विभगणी केलेली होती. 'अ' पातळी म्हणजे जिवाला धोका असलेला, 'ब' पातळी म्हणजे दोन तासांच्या आत मदत हवी असलेला आणि 'क' पातळी म्हणजे जखमी, पण हिंडू फिरू शकणारा आणि मदतीची फार निकड नसलेला.

मार्कनं आपल्या रोजनिशीत बिनतारी यंत्रणेची, वैद्यकीय साहित्याची कमतरता याची नोंद करून ठेवली होती आणि त्याला दुजोरा देताना गार्ड्समन हॉब्सनं म्हटलं होतं, ''माझ्याकडे 'पर्सनल रोल रेडिओ' नाही आणि सगळ्या सूचना मला एकतर

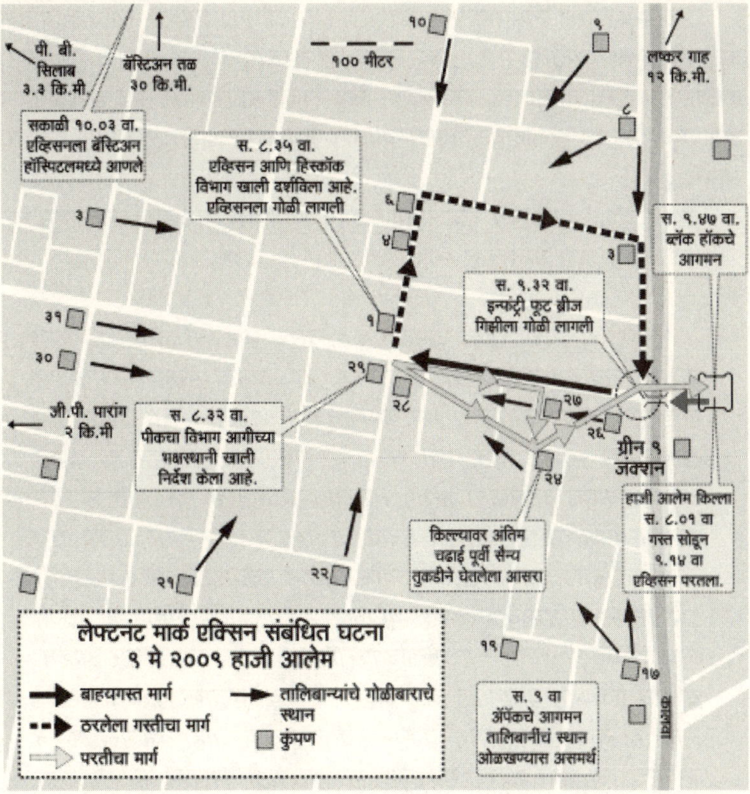

हाताच्या इशाऱ्यानं मिळत किंवा गस्तीवरचे इतर सैनिक सांगत.'' गार्ड्समन ऑस्टिनकडेसुद्धा बिनतारी संदेश यंत्रणा नव्हती.

गार्ड्समन जेम्स ज्यानं प्रथम मार्कला वैद्यकीय मदत दिली तो म्हणाला,

''माझ्याकडे जे वैद्यकीय साहित्य होतं ते मी झटकन बाहेर काढलं. त्यात काही प्रथमोपचाराची ड्रेसिंग्ज, युद्धात जखमी झाल्यावर रक्तवाहिनीवर दाब देऊन गुंडाळायच्या काही पट्ट्या आणि मॉर्फिन होतं; पण माझ्याकडे एकही 'हेमोस्टॅटिक' ड्रेसिंग नव्हतं. याचं कारण म्हणजे सर्वसाधारण एका तुकडीसाठी जे वैद्यकीय साहित्य दिलं जातं, तेच मला दिलेलं नव्हतं आणि ते मला या घटनेनंतर दोन दिवसांनी लान्स कार्पोरल लॅसीने गस्ती चौकीवर दिलं.''

लान्स कार्पोरल लॅसी हा प्लॅटूनचा वैद्यकीय अधिकारी होता. त्यानं सांगितलं की, तो जेव्हा गस्तीवर गेला तेव्हा त्यानं नेहमीचा दारूगोळा आणि एक छोटी वैद्यकीय साहित्याची पोतडी नेली होती. जिथं लढाईला केव्हाही तोंड द्यावं लागेल अशा एका अत्यंत धोकादायक देशातल्या तीन-चार तासांच्या टेहळणीसाठी एवढीच सामग्री होती!

त्या दिवशी चौकीवरचं थांबलेल्या विभाग १ मधील गार्ड्समन ल्यूकासनं त्या प्रदेशाचं वर्णन असं केलं होतं –

> *"हाजी अलेमची चौकी जेमतेम २० चौरस मीटरची होती. या गस्ती तळावर सर्व हुद्द्यांवरचे ब्रिटिश सैनिक (हा आकडा संरक्षण मंत्रालयानं खोडलाय) आणि अफगाण राष्ट्रीय सेनेचे (हा आकडा संरक्षण मंत्रालयानं खोडलाय) सैनिक होते. त्या चौकीवर लेफ्टनंट एव्हिसन हा वरिष्ठ आणि एकमेव अधिकारी होता. त्याच्या हाताखाली तीन कनिष्ठ नॉन कमिशन्ड अधिकारी आणि त्यांच्या जोडीला एक स्नायपर आणि दोन जॅव्हेलिन चालवणारे– या सगळ्यांचे मिळून एक गोळीबार पथक होते. इस्टोनियन सैनिकांकडून २१ एप्रिल, २००९रोजी आम्ही ही चौकी ताब्यात घेतली होती. त्या चौकीच्या चार कोपऱ्यांत चार मिनार आहेत. चौकीचं प्रवेशद्वार पश्चिमेकडे आहे आणि ती चौकी एखाद्या किल्ल्यासाखीच आहे. ही चौकी सर्व बाजूंनी कम्पाउंडनी वेढलेली आहे. त्यातील अनेक कम्पाउंड्सचा वापर शत्रूच्या सेनेकडून गोळीबारासाठी क्षेपणास्त्र सोडण्यासाठी, वेगवान लक्ष्यवेधी शस्त्रं सोडण्यासाठी केला जाई. त्या भागातील स्थानिक रहिवाशांशी आम्हाला काही फारसं देणं-घेणं नव्हतं. कशाच्यातरी भरपाईसाठी ते चौकीवर येत किंवा मग शेतात ते काम कुठं करत आहेत ते सांगायला येत. म्हणजे मग त्यांना शत्रू समजून आम्ही गोळीबार करू नये, असा त्यांचा हेतू असे. तो सगळा प्रदेश फारच स्फोटक होता आणि आम्ही जेव्हा आग्नेयेकडे गेलो, तेव्हा आम्हाला प्रत्येक वेळी शत्रूच्या गोळीबाराला तोंड द्यावं लागलं."*

या सगळ्या परिस्थितीचा विचार करता, त्या दिवशी सकाळी बाहेर पडण्याचा निर्णय फारच कठीण होता. कंपनी मुख्यालयाचे कॅप्टन क्रिस लँब आणि मेजर बेटिन्सन यांच्याशी मार्क बिनतारी यंत्रणेमार्फत थेट संपर्क साधून होता. मार्कच्या ब्रिगेडचा हेतू एवढाच होता की, शत्रूच्या वरचढ व्हायचं, त्या भागात गोळीबार चालू ठेवायचा. ते किती निर्भय आणि धाडसी आहेत हे दाखवून द्यायचं. सगळ्यांत शेवटी

सैनिकी बाणा दाखवायचा आणि लढायचं. अर्थात 'वेळ निभावून न्यायची.' मार्क थोड्या आजारपणानंतर तिथं नुकताच दाखल झाला होता. त्याला नेमून दिलेलं काम पार पाडायचं होतं. आपल्या माणसांचा जीव धोक्यात तर जात नाही ना, याविषयी तो सावध होता. त्यामुळे काळजीपूर्वक निर्णय घेत होता. बिनतारी यंत्रणा काम करत नाही आहे, याची बहुधा त्याला जाणीव नव्हती. शत्रूवर वर्चस्व स्थापन करायचं आणि त्याच वेळी सैनिकांचीही काळजी घ्यायची, याचं त्याच्यावर दडपण होतं. यातून मार्ग काढण्यासाठी परिस्थितीचं योग्य आकलन करून धोरण आखण्याची नितांत गरज होती आणि नेमकं त्या वेळी त्यांच्याकडे धोरणच नव्हतं.

टेहळणीची सूचना सकाळी आठला देण्यात आली. आग्नेयेची कम्पाउंड्स, तालिबानी, हल्ला करण्याच्या चौक्या म्हणून वापरत. त्यांचा शोध घेण्याची ही कामगिरी मार्क आणि त्याच्या सैनिकांवर सोपवण्यात आली होती. नागरिकांना संरक्षण देण्याचे 'नाटो'च्या करारातले जे नियम होते, त्यानुसार या तुकडीचं काम चालू होतं. त्यांच्यासाठी दोन मार्ग उपलब्ध होते. त्यांतलाच एक पुलावरून जाणारा होता आणि तो सर्वांत धोकादायक होता.

दुसऱ्या तुकडीतल्या गार्ड्समन कोरोसायानं सूचना सत्रानंतरच्या त्या अनुभवाचं केलेलं वर्णन असं होतं –

"कालव्याचा जो चर होता त्याच्या मार्गावरून सरळ खाली उतरून २८, २९ आणि ९ नंबरच्या कम्पाउंडमध्ये कोणी नागरिक वास्तव्य करत नाहीत ना याचा शोध घ्यायचा, असा आमचा मुख्य हेतू होता. १७, १९, २२ आणि १३ या कम्पाउंसमध्ये शत्रूची ठाणी असल्याचं आम्हाला ठाऊक होतं. त्यांच्याजवळ फार मोठी शस्त्रं नव्हती. आमच्या टेहळणीदरम्यान हाजी अलेमच्या भागातल्या शत्रूवर मात करून आम्हाला वरचढ व्हायचं होतं. शत्रूकडून गोळीबार झाला तरी खचून न जाता त्याच्या संशयास्पद हालचालींवर बारकाईनं नजर ठेवणं, शत्रूला नामोहरम करणं, तोफगोळे आणि बंदुका हस्तगत करणं, आणि मगच त्या भागातून परत फिरणं. तो भाग म्हणजे प्रामुख्यानं एक मोकळं मैदान, त्यातून गेलेली पायवाट आणि तिच्या दोन्ही बाजूला कालव्याचे चर आणि भोवताली अफूची शेतं असा होता. आम्ही नाटो कराराचे कायदे पाळत होतो आणि शत्रू मात्र अत्याधुनिक क्षेपणास्त्रं, छोट्या पल्ल्याची शस्त्रं आणि रॉकेटच्या साहाय्यानं फेकले जाणारे बॉंब वापरून हल्ला करत होता. आम्ही जास्तीत जास्त तीन तास गस्त घालावी, एवढीच अपेक्षा होती.

कामाचं स्वरूप समजून घेऊन आम्ही हाजी अलेमच्या भागात गस्त

घालण्यासाठी निघालो. त्या भागात शत्रूच्या फौजा फार मोठ्या प्रमाणात होत्या. शत्रूच्या ठाण्यांची कम्पाउंड्स गाठण्यासाठी आम्ही पायवाटेनं दक्षिणेकडे निघालो. पायदळानं वापरायचा पूल ओलांडून पश्चिमेकडे निघालो. आम्ही जात असताना एका विभागानं पुढे जाण्याचं काम करायचं आणि त्यांना दुसऱ्या विभागानं गोळीबार करून संरक्षण द्यायचं, याला म्हणतात 'पेप्पर पॉटिंग.'''

लान्स कार्पोरल हिस्कॉकनं त्या सगळ्या भागाचं आणि संपर्क साधण्यात येणाऱ्या अडचणींचं नेमकं वर्णन केलं होतं –

''आम्ही ओलांडत असलेलं सपाट मैदान म्हणजे अफूची आणि गव्हाची शेतं आणि त्यांना छेदून जाणारे कालव्याचे चर. ते चर कमरेइतक्या उंचीचे असून त्यात गुडघे बुडतील इतकं वाहतं पाणी आहे. आजूबाजूची कम्पाउंड्स भाजलेल्या मातीची बनवलेली आहेत. बाहेरची भिंत साधारण ६ फूट उंच आणि त्याच्या आत एक मजली इमारत आहे. त्या प्रदेशात मैदानात संदेश संपर्क साधणं फार मुश्किल होतं आणि '२० सिलाब' या छावणीशी संपर्क तर त्याहून कठीण होता. मला चांगलं स्मरतं आहे की, त्या लढाईच्या वेळी सिलाबमधल्या आमच्या मुख्य छावणीशी आमचा संपर्क होऊच शकत नव्हता. यामुळेच केवळ आम्हाला गोळीबारानं संरक्षण घेणं अशक्य झालं. कारण आम्हाला आमच्या मदतनीस फौजांच्या छावण्या कुठं आहेत याचाच पत्ता लागत नव्हता. त्या संपूर्ण लढाईत शत्रूला योग्य संरक्षण मिळालं. त्यांना शोधून त्यांची गोळीबाराची ठिकाणं आम्ही नेमकी शोधू शकलो नाही.''

गार्ड्समन इव्हान्सनं गस्तीच्या हेतूवर केलेली टिप्पणी अशी आहे :

''२८, २९, १, ४ आणि ६ ही कम्पाउंड्स गस्ती चौकीच्या पश्चिमेला ३०० मीटरवर होती. गोळीबार करण्याच्या त्या शत्रूच्या जागा आहेत, असा संशय होता. या गस्तीचा हेतू ही ठिकाणं शोधणं हाच होता. त्या भागातल्या शत्रूच्या फौजांच्या ठिकाणांची माहिती, तेथील स्थानिक रहिवाशांना गाठून त्यांच्याकडून घेणं, हाही हेतू होताच.''

सर्वसाधारणपणे कोणतीही प्लॅटून तीन तुकड्यांत काम करत असे. प्रत्येक

तुकडीचं काम वेगळं. त्या दिवशी दोनच तुकड्या- तुकडी २ आणि तुकडी ३ बाहेर पडणार होत्या. तुकडी १ ही चौकीवरच थांबून गरज पडली तर गोळीबार करून संरक्षण पुरवणार होती. मार्क, गस्तीवर जाणाऱ्या दोन तुकड्यांपैकी एकात सामील होता. त्याच्याबरोबर असणार होते दुभाषा आणि गोळीबार पथकाचे दोन सैनिक.

ते साडेआठला मोहिमेसाठी बाहेर पडले. लान्स कार्पोरल हिस्कॉकच्या तुकडी २नं प्रथम गस्ती चौकी सोडली, त्यापाठोपाठ लान्स सार्जंट लीऑन पीकची तुकडी ३ बाहेर पडली. मार्क तुकडी ३ बरोबर होता. कम्पाउंड २८ला पोचल्यावर तो तुकडी २मध्ये सामील झाला. तुकडी २ उत्तरेकडे, कम्पाउंड एकच्या दिशेनं निघाली. कम्पाउंड २८च्या आडव्या रस्त्यावर साधारण ५० मीटरवर कम्पाउंड एक होतं.

गार्ड्समन लँगले तुकडी ३मध्ये होता. कम्पाउंड २८मध्ये तो बचावात्मक गोळीबारानं संरक्षण पुरवत असताना, त्यांच्या पथकाकडे शत्रूचं लक्ष वेधलं गेलंय हे त्याला जाणवलं. तो म्हणतो –

> *"आम्ही कम्पाउंड २८मध्ये होतो. तुकडी दोन जात असताना आम्ही लक्ष ठेवून होतो. काही नागरिक शेतांमधून पश्चिमेच्या रोखानं जाताना दिसले. कम्पाउंड ३१मधून एक माणूस बाहेर आला. कम्पाउंड ३१ पश्चिमेला २०० मीटर होतं. तो रस्त्यात मध्यभागी उभा ठाकला. आमच्याकडे डोळे फाडून बघू लागला. त्याच्या डोक्यावर त्याचा फोन होता. माझी खात्रीच पटली की, तो आमच्याच पाळतीवर होता. म्हणजे असं की, आमच्या हालचालींवर लक्ष ठेवून होता. शत्रूच्या फौजांना तो ती माहिती पुरवत होता म्हणजे मग शत्रू आमच्यावर हल्ला करू शकेल. लान्स सार्जंट पीकला मी तसं सांगितलं. पीकलाही त्याच्या हालचाली संशयास्पद आहेत असंच वाटलं. ही माहिती त्यानं मार्क एव्हिसनला कळवली. मार्कनं त्याला दम भरण्यासाठी गोळी झाडायची परवानगी दिली. लगेच मागे वळून तो माणूस नाहीसा झाला. तो माणूस 'फॅम'पैकी होता (फायटिंग एजेड मेल). साधारण पंचविशीचा, अंगात काळे कपडे आणि डोक्यावरून काळे आच्छादन. त्यानं अगदी छोटी दाढीसुद्धा राखली होती."*

या अफूच्या शेताचं वर्णन तुकडी ३मधील गार्ड्समन ऑस्टिननंही केलंय. सुरुवातीला शांतता होती. सैनिकांची छोटी संख्या लक्षात आल्यावर तालिबान्यांनी अनेक ठाण्यांवरून अनेक लक्ष्यांवर पद्धतशीर मारा सुरू केला आणि बघता बघता त्यालासुद्धा युद्धाचं स्वरूप आलं. त्याच वेळी गस्ती चौकीवर पण त्यांनी मारा केला. त्यामुळे चौकीतून बचावात्मक गोळीबार करून संरक्षण पुरवता आलं नाही.

> *"त्या वेळी नेहमीप्रमाणे त्या भागातले रहिवासी अफूची बोंडं तोडण्याचं*

काम करत होते. शत्रूच्या (मधला मजकूर संरक्षण मंत्रालयानं खोडला आहे) फौजांनी लढाई सुरू करण्यापूर्वी तीन मिनिटं, लढाईसाठी सज्ज होण्याचे एकमेकांना सांगितल्याची माहिती माझ्या पथकातल्या दुभाष्यानं आम्हाला दिली होती. आमचा असा अनुभव होता की, दुभाष्यानं शत्रू असं करणार आहे असं म्हटलं असेल तर तसंच ते होत असे. शत्रूचा प्रथम मारा झाला तो २८ नंबरच्या कम्पाउंडजवळ थांबलेल्या आमच्या पथकाच्या सैनिकांवर. शत्रूनं कम्पाउंड १७, १९ आणि २२मधून आमच्यावर मारा केला. त्याच वेळी हाजी अलेमच्या मुख्य गस्ती तळावरही कम्पाउंड १३ अ मधून शत्रूनं गोळीबार केला. (१३ अ नकाशात नाही). मुख्य गस्ती तळावर हल्ला झाल्याचं मला कळलं होतं. कारण माझ्या तुकडीतल्या सैनिकांनी मुख्य तळाला बिनतारी संदेश यंत्रणेमार्फत संरक्षणात्मक गोळीबार करण्याची सूचना केली होती; पण मुख्य तळ स्वतःच हल्ल्यात सापडल्यानं त्यांनी आम्हाला नकार दिला होता. कम्पाउंड १७, १९ आणि २२मधून आमच्यावर मारा झाल्यावर, कम्पाउंड २९ आणि ३० मधूनसुद्धा शत्रूनं अधिक जोरदार मारा केला. मला वाटतं की कम्पाउंड २९मधून माझ्या तुकडीवर हल्ला करून शत्रूनं आम्हाला जखडून ठेवलं होतं आणि कम्पाउंड ३०मधून गोळीबार करून कम्पाउंड १मध्ये गेलेल्या छोट्या तुकडीला शत्रूनं अडकवून ठेवलं होतं. गार्ड्समन एडवर्ड २७, गार्ड्समन गिझी आणि मी, आम्ही शत्रूवर दबाव आणण्यासाठी त्यांच्या दिशेनं गोळीबार सुरू केला. गार्ड्समन एडवर्ड २७ नं कम्पाउंड २९, गार्ड्समन गिझीनं कम्पाउंड १९ आणि मी कम्पाउंड २२च्या रोखानं गोळीबार सुरू केला. आम्ही सतत ३० मिनिटं शत्रूवर गोळीबार करत राहिलो. त्या क्षणी माझ्या छोट्या तुकडीवर सर्वच दिशांनी हल्ला होत असल्याची मला मात्र सुतराम कल्पना नव्हती.''

तुकडी २मधील गार्ड्समन कोरोसायानं या सगळ्या घटनेचं वर्णन केलंय :

''कम्पाउंड २७ला आम्ही थांबलो आणि कम्पाउंड २८च्या रोखानं जात असलेल्या तुकडी ३च्या संरक्षणार्थ आम्ही गोळीबार केला. त्या वेळच्या वातावरणाचं वर्णन मी तरी विलक्षण असेच करेन. अफूच्या शेतातले शेतकरी शेतातून बाहेर पडत होते. ही तर आमच्यावर हल्ला होणार असल्याचीच निशाणी होती. आम्ही कम्पाउंड २८पाशी पोचेपर्यंत आम्हाला कोणतीही सूचना (यापुढील मजकूर संरक्षण मंत्रालयानं खोडला आहे) मिळाली नव्हती. कम्पाउंड २८मधून पुढे ५० मीटरवर असलेले कम्पाउंड

१ मला स्पष्ट दिसत होतं. तेच आमचं पुढचं उद्दिष्ट होतं. लेफ्टनंट एव्हिसननं पर्सनल रोल रेडिओवरून आम्हाला सूचित केलं की, शत्रूला आम्ही दिसू शकतो आणि शत्रूनं त्यांची शस्त्रं सज्ज केली आहेत. पुन्हा साधारण दोन मिनिटांतच लेफ्टनंट एव्हिसननं आम्हाला पुन्हा सावध केलं की शत्रू आमच्यावर गोळीबार करू शकतो आणि त्याच क्षणी तिसऱ्या तुकडीवर शत्रूनं छोट्या पल्ल्याच्या बंदुकांनी दक्षिणेकडून हल्ला चढविला. गार्ड्समन लँगलेच्या उजवीकडे एक मीटर अंतरावर स्फोटकं पडत असलेली मला स्पष्ट दिसू शकत होती. स्फोटकं पश्चिमेकडून येत होती. आपण कम्पाउंड १कडे गेलंच पाहिजे असं लेफ्टनंट एव्हिसननं आम्हाला सांगितलं. तुकडी २मधील आम्ही सर्व कम्पाउंडमध्ये शिरलो. आम्ही तिथं जात असतानाच उत्तरेकडून छोट्या पल्ल्याच्या बंदुकांतून गोळीबार होत होता.''

एकाएकी ते चकमकीत सापडले. कम्पाउंड २८च्या शेजारून जाणाऱ्या कालव्याच्या चरातून जात असताना तुकडी ३वर मारा झाला. मार्क आणि तुकडी २ हे पुढे जात राहिले. प्रथम त्यांनी कम्पाउंड २९कडे माघारी येण्याचा प्रयत्न केला; पण गोळीबार इतका जोराचा होत होता की, त्यांना कम्पाउंड १मध्ये आश्रय घ्यावा लागला. त्यांच्यापासून सुमारे ५० मीटरवर असलेल्या गोळीबाराच्या अनेक ठिकाणांमधून लढणाऱ्या अनेक तालिबान्यांच्या माऱ्यात मार्क आणि त्याचे सहकारी सापडले. त्यांचा इतरांशी खरोखरच काहीही संपर्क राहिला नाही. हेलिकॉप्टरचंही संरक्षण मिळालं नाही.

बिनतारी संदेश पाठवण्यात मार्कला किती अडचणी आल्या त्याचं गार्ड्समन कोरोसायानं वर्णन करून ठेवलंय. संदेश नीट मिळावा यासाठीच मार्कला पुढे यावं लागलं. सिलाबमध्ये लान्स सार्जंटशी बोलून हवाई संरक्षण मिळावं म्हणून संदेश पाठवणं महत्त्वाचं होतं. गोळीबार कोठून होतोय, प्रत्यक्ष परिस्थिती काय आहे हे पाहण्याचाही मार्कचा प्रयत्न होता.

''कम्पाउंड १ साधारण ६० × ४० मीटर्सचे होते. त्याच्या भोवती मातीची ९ फूट उंच भिंत होती. पूर्वेकडील भिंतीवर एक प्रवेशद्वार होतं. त्याच्याबरोबर समोर पश्चिमेकडील भिंतीवर दुसरं दार होतं, साधारण तीन मीटर उंचीचं. त्या कम्पाउंडमध्ये प्रवेश करायला हेच दोन दरवाजे होते. आमच्यावर चहूबाजूनं लहान पल्ल्याच्या शस्त्रांतून गोळीबार होत होता.

लेफ्टनंट एव्हिसन कम्पाउंडच्या पूर्वेकडच्या दरवाजापासून दोन मीटर अंतरावर होता, त्याच्यामागे दुभाषा होता. त्या दोघांमध्ये तीन मीटरचं अंतर

होतं. हे मला दिसत होतं. लेफ्टनंट एव्हिसन त्याच्या बिनतारी यंत्रावरून तुकडी ३शी संपर्क साधण्याचा आटोकाट प्रयत्न करत होता. संदेश नीट मिळावा म्हणून तो भिंतीतल्या दरवाजाजवळ उभा होता. दरवाजातून बाहेर तुकडी ३ ज्या दिशेला होती म्हणजे दक्षिणेकडे मार्कची नजर होती. तो त्याच्या बोमन रेडिओवर बोलत असलेला मला दिसू शकत होता.''

तुकडी २मधील लान्स कार्पोरल इव्हान्स कम्पाउंड १मध्येच मार्कजवळ उभा होता. त्याचंही मार्ककडेच लक्ष होतं. तो म्हणतो :

''सिलाब चौकीमधील कंपनी कमांडशी, लेफ्टनंट एव्हिसन संरक्षण देण्यासाठी त्याच्या बोमन रेडिओवरून विनंती करत होता; पण कम्पाउंडच्या आतून संपर्क होऊच शकत नव्हता म्हणून तो खोलीतून बाहेर पडून कम्पाउंडच्या बाहेरच्या दरवाजाच्या दिशेनं सरकला. त्यापूर्वी तो आतच होता. दरवाजात आल्यामुळे तो पूर्वेकडच्या शेतांतून दिसू शकत होता. त्या वेळेपर्यंत त्या दिशेनं आमच्यावर हल्ला झालेला नव्हता. पूर्वेकडून तो दिसू शकत आहे हे मला जाणवल्यावर मी ओरडलोसुद्धा, ''सर कम्पाउंडमध्ये शिरा, सर,'' म्हणून तो पुन्हा खोलीत आला; पण तरीही काहीही संपर्क होत नसलेला पाहून तो पुन्हा खोलीबाहेर पडला. त्या वेळी लेफ्टनंट एव्हिसन माझ्यापासून तीन ते चार मीटर अंतरावर कम्पाउंडकडे तोंड करून उभा होता दरवाजाच्या समोर.''

मार्कला साऱ्यांच्याच जिवाची चिंता वाटत होती. यातून मार्ग कसा काढायचा? ते सगळेच तरुण होते, घाबरलेले होते, अननुभवी होते. या अनोळखी प्रदेशात अगदी एकटे पडले होते.

तुकडी २मधला गार्ड्समन टकरसुद्धा मार्कच्या जवळ होता. पुन्हा माघारी गस्ती चौकीवर आता सहजासहजी जाता येणार नाही हे त्यालाही कळून चुकलं होतं.

''मी अजून कम्पाउंड १मध्येच होतो. त्या ठिकाणी पूर्वेकडून आणि पश्चिमेकडून शत्रूच्या फौजांनी आमच्या गस्त घालणाऱ्या तुकडीला पूर्णपणे वेढून टाकलं होतं. आमचं हे ठिकाण आणि (गस्ती चौकीचा) मुख्य तळ यांच्यामधील शेतात शत्रूच्या फौजा होत्या. मुख्य तळाकडे परत जाण्याचा आमचा मार्ग त्यांनी पूर्णपणे बंद करून टाकला होता.''

लान्स कार्पोरल इव्हान्स पुढे म्हणतो :

"त्यानंतर पूर्वेकडून बंदुकींच्या पाच-सहा फैरी झाडलेल्या मला ऐकू आल्या, कम्पाउंडमध्ये त्याच ठिकाणी बरोबर लेफ्टनंट एव्हिसन उभा होता. मी त्याच्याकडे पाहिलं, त्यानं आपला डावा हात उंचावला होता. "मला गोळी लागली आहे," असे शब्द त्यानं उच्चारले. जो हात त्यानं धरला होता, त्यावर मला काहीतरी दिसलं रक्तासारखं. तेव्हा मला असं वाटलं की, त्याच्या डाव्या हाताला गोळी लागली आहे. मी एकदम ओरडलो, "खोलीत शिरा पटकन." एक पाऊल मागे येऊन, तो त्यांच्यामागे असलेल्या खोलीत शिरला. तो माझ्या नजरेआड झाला, पण त्याचे पाय मला जमिनीवर दिसले. त्याला जमिनीवर बसवलं होतं. मी गार्ड्समन जेम्सला झटकन आवाज दिला. कारण माझ्या पथकाचा तो वैद्यकीय सहायक होता. मी पर्सनल रोल रेडिओवरून त्याला हाक मारली. पण पूर्वेकडून, पश्चिमेकडून आणि दक्षिणेकडून आमच्यावर हल्ला होतच होता. त्यामुळे त्या वैद्यकीय सहायकाचा रस्ता ओलांडून कम्पाउंड १मध्ये येण्याचा मार्गच बंद झाला होता,"

गार्ड्समन कोरोसायानं या गोळी लागण्याच्या घटनेचं वर्णन असं केलं :

"तेव्हाच लेफ्टनंट एव्हिसनच्या पायापासून एक मीटर अंतरावरच, दारातून आत जमिनीवर स्फोटकांचा मारा एकामागून एक होत असलेला मला दिसला. दुभाषा दरवाजापासून लांब आत खोलीत पळाला आणि पाठोपाठ मागे वळून लेफ्टनंट एव्हिसन...

उजवीकडे त्याच्या छातीला गोळी लागल्याचं मला दिसलं, त्याचं चिलखत आणि काख यांच्या मधोमध. पाठोपाठ दुभाषाचं ओरडणं कानी पडलं-"गोळी लागली, गोळी लागली!" गॅडस्बी खोलीत होता. तो बाहेर आला आणि लेफ्टनंट एव्हिसनला त्यानं ओढतच आत नेलेलं मला दिसलं. दुभाष्यानं त्याचं चिलखत आणि हेल्मेट काढलेलं मी पाहिलं. दुभाषा वैद्यकीय सहायकाला बोलवत होता. गार्ड्समन जेम्स, एव्हिसनला गोळी लागल्यावर लगेचच खोलीत गेला. गार्ड्समन जेम्स आमच्या पथकाचा वैद्यकीय सहायकही होता. तुकडी ३ आणि तुकडी २ यांनी दोन-तीन मिनिटांनंतर आग्नेयेकडून गोळीबार करून संरक्षण पुरवल्यावर जेम्सला आम्ही जिथं होतो तिथं परत येणं शक्य झालं."

कम्पाउंड १मध्ये मार्कला दिलेल्या प्रथमोपचाराची माहिती देताना गार्ड्समन जेम्स म्हणतो :

''लेफ्टनंट एव्हिसन ज्या खोलीत होता त्या खोलीकडे मी पळालो. तो जमिनीवर आडवा झाला होता. अंगात चिलखत तसंच होतं. त्याच्या उजव्या खांद्याला जखम झाली होती. आणि त्यातून भळाभळा रक्त येत होतं. त्याच्या चिलखतावरून ते ओघळत होतं. आमचा दुभाषाही तिथं हजर होता. लेफ्टनंट एव्हिसन पूर्णपणे शुद्धीवर होता. ''लान्स सार्जंट पीकनं सगळी सूत्रं हातात घेतली आहेत ना, याची खात्री करून घे,'' असं सांगत होता. मी त्याचं चिलखत बाजूला केलं आणि त्याच वेळी लेफ्टनंट एव्हिसनला सगळं काही ठीक होईल असं म्हणालो आणि ''माझ्याकडे लक्ष दे,'' असं म्हणालो. अर्थात त्याला शुद्धीवर ठेवण्याचाच तो एक प्रयत्न होता. तोपर्यंत गार्ड्समन टकरही खोलीत आला होता. लेफ्टनंट एव्हिसनच्या चिलखताखाली असलेला त्याचा शर्ट जखम बघण्यासाठी मी ओढून काढला. त्याच्या शर्टानंच मी जखमेवरचं रक्त पुसलं. त्या वेळी त्याच्या उजव्या खांद्याला भोक पडलेलं मला दिसलं. त्यातूनच रक्त येत होतं. ते भोक साधारण ५० पेनीच्या नाण्याइतकंच असेल. मग मी लढाईत वापरलं जाणारं प्राथमिक ड्रेसिंग (फर्स्ट फील्ड ड्रेसिंग) बाहेर काढलं आणि ते एव्हिसनच्या छातीला लावलं. शक्य तेवढा रक्तप्रवाह थांबवायचा प्रयत्न केला. गार्ड्समन टकरला सांगून बिनतारी संदेशाद्वारा 'रॉयल आर्मी मेडिकल कॉर्पस'शी संपर्क साधून वैद्यकीय अधिकारी कार्पोरल लेसीला येण्याची विनंती केली. तो त्या वेळी लान्स सार्जंट पीक याच्यासमवेत रस्त्याच्या त्या बाजूला होता. तो होता कम्पाउंड २९मध्ये. त्या वेळी शत्रूनं जोरदार मारा केल्यानं कार्पोरल लेसीला रस्ता ओलांडणं अशक्य झालं. तोपर्यंत काय झालंय याचं पूर्ण भान मला येऊन मी अगदी अस्वस्थ झालो. मी झटकन लेफ्टनंट एव्हिसनची नाडी तपासली. ती फारच मंद झाली होती. जखमेवर बांधलेलं प्राथमिक ड्रेसिंगही रक्तानं पूर्णपणे माखलं होतं. ते बाजूला करून मी नवीन ड्रेसिंग बांधलं. त्या वेळी लेफ्टनंट एव्हिसनची शुद्ध नाहीशी होत होती, पुन्हा येत होती. तो बेशुद्ध होऊ लागला की मी त्याला हलवून जागं करत होतो. मी पुन्हा एकदा त्याची नाडी तपासली, पण ती मंद-मंदच होत होती. किती मंद ते आता मला आठवत नाही. मी तत्काळ त्याच्यावर छातीवर मुठीनं ठोसा मारला, बरोबर हृदय असतं त्या जागी. हेतू एवढाच की त्याचं हृदय कार्यरत राहावं. त्याचा थोडासा उपयोग झाल्यासारखा वाटला. तो शुद्धीवर आला आणि

जागा राहिला. लेफ्टनंट एव्हिसननं मला मॉर्फिन देण्याविषयी सुचवलं. पण मी नकार दिला. कारण त्याची जखम नक्की कुठं होती, त्याच्या फुप्फुसांना किती इजा झाली होती ते मला कळत नव्हतं. शिवाय तो कधी शुद्धीवर येत होता, तर कधी त्याची शुद्ध हरपत होती. त्यामुळे पुढे काही अडचणी उद्‌भवू नयेत, असं मला वाटत होतं. उदाहरणार्थ, त्याच्या श्वासोच्छ्वासाच्या गतीवर परिणाम होऊ नये, असं वाटत होतं. त्या वेळी तरी ती ठीक चालली होती. त्याच्या जखमेवरचं प्राथमिक ड्रेसिंग मी तसंच धरून ठेवलं. आणि कॅप्टन लेसी येईपर्यंत त्याला बोलतं ठेवण्याचा प्रयत्न केला. तो त्यानंतर पाचच मिनिटांत आला. रक्त थांबवण्यासाठी 'हेमकॉन ड्रेसिंग' किंवा 'क्विक क्लॉट' माझ्यापाशी नसल्यानं रक्त गोठवण्यासाठी मी दुसरं काहीच करू शकत नव्हतो. कार्पोरल लेसीनं मला आल्या आल्याच विचारलं की गोळी बाहेर पडल्याची जखम मला दिसली आहे का, पण मी ते पाहिलेलं नव्हतं. म्हणून आम्ही त्याला कुशीवर वळवलं. मी त्याच्या पाठीकडे पाहिलं. तिथं खूप रक्त दिसत होतं, पण गोळी बाहेर पडल्याची जखम दिसली नाही. त्याला आम्ही पुन्हा उताणं केलं. लेफ्टनंट एव्हिसननं विचारलं, "गोळी बाहेर पडल्याची जखम दिसते आहे का?" मी म्हणालो, "नाही." लेफ्टनंट एव्हिसनन म्हणाला, "चला, ती एक चांगली गोष्ट झाली."

कार्पोरल लेसीनं मग हेमकॉन बँडेज जखमेवर बांधायचा प्रयत्न केला. पण ते बँडेज फारच मोठं होतं. मग मी त्याचे चार तुकडे केले. मी जखम उघडी केली आणि लेसीनं हेमकॉन जखमेत ठासून भरलं. हेमकॉन ड्रेसिंगचे चारही तुकडे आम्ही वापरले. प्राथमिक ड्रेसिंगवर दाब देऊन हेमकॉन ड्रेसिंग आम्ही घट्ट बसविलं. आता रक्त भळभळ वाहणं थांबलं नाही, तरी थोडं कमी झालं. मग एक नवीन प्राथमिक ड्रेसिंग (FFD) घेऊन ते जखमेवरच्या हेमकॉनवर बसवून मी त्याच्या शरीराला ते बांधून टाकलं. कार्पोरल लेसी आणि मी आम्ही दोघांनी मिळून त्याला स्ट्रेचरवर ठेवलं."

गार्ड्‌समन जेम्सला हा सर्व प्रकार फारच अस्वस्थ करणारा वाटला होता. त्यानं नंतर लिहिलं आहे की :

"गस्ती चौकीवर आल्यावर मी लेफ्टनंट एव्हिसनला पुन्हा पाहायला गेलो नाही. कारण मला माहीत होतं की बाकीची माणसं त्याच्यावर उपचार करतच होती आणि आधी म्हटल्याप्रमाणे त्याला जे काय झालं होतं, त्यानं

मी थोडासा खचलो होतो. त्यामुळे पुन्हा त्याला तसं पाहण्याची मला इच्छा होत नव्हती.''

तुकडी ३मधील गार्ड्समन लँगले, २९ नंबरच्या कम्पाउंडजवळ, जिथं दुसरे रस्ते येऊन मिळत होते, त्या ठिकाणी होता. या सगळ्या घटनेचं वर्णन करताना तो म्हणतो :

''ईशान्येकडून आमच्यावर हल्ले होत होते. मला वाटतं ते आमच्यापासून फक्त ५० मीटरवर असावेत. स्फोटांचे आवाज आणि हादरे अगदी जवळून बसत होते. ते इतके अचूक बसत होते की ते आमच्या खूप जवळच आहेत, हे लक्षात येत होतं. शत्रूची गोळीबाराची ठिकाणं कोणती आहेत याचा शोध मी उभे राहून घेण्याचा प्रयत्न केला. कारण आमच्या फौजांवर मी गोळीबार करत नाही ना याची मला खातरी करून घ्यावयाची होती. आम्ही प्रतिकारासाठी गोळीबार करत असताना कम्पाउंड १च्या बाजूनं मला एक किंकाळी ऐकू आली. दक्षिणेकडून, उत्तरेकडून आणि पश्चिमेकडून आमच्यावर मारा होत होता. प्रत्येक वेळी आमच्यापैकी एक जण उभा राहत होता. मला भीती वाटत होती की, आम्हाला गोळी लागेल. पर्सनल रोल रेडिओही काम करत नव्हता.''

लान्स कार्पोरल लेसी आणि गार्ड्समन रिचर्डस् हे त्या वेळी तुकडी तीनमध्ये होते. ते शेवटी त्या गोळीबारातूनच वैद्यकीय मदत आणि स्ट्रेचर घेऊन मार्कपाशी गेले. सगळी परिस्थिती बिघडत चालली होती. या सगळ्याचं वर्णन गार्ड्समन लँगलेनं लिहून ठेवलं आहे :

''कम्पाउंड १च्या दक्षिणेकडील भिंतीवरून मला कार्पोरल इव्हान्सचं डोकं दिसलं आणि तो ओरडला, ''गोळी लागली.'' पुन्हा उलटून तो म्हणाला, ''मनगटाला गोळी लागली.'' त्यानंतर पुन्हा ओरडला, ''मनगट आणि छातीवर गोळी लागली.'' लान्स सार्जंट पीक कम्पाउंड २८च्या दक्षिण बाजूकडे गेला. अर्थात संपर्क नीट व्हावा यासाठी लेसीनं कम्पाउंडच्या बाहेर उडी टाकून मैदान ओलांडायला सुरुवात केली; पण गोळीबारानं त्यात अनेक अडथळे आले आणि आम्हाला थांबावं लागलं. कम्पाउंड १च्या वाटेवरून लेसी पळतच राहिला. तो पळत असताना त्याच्या आजूबाजूला भिंतीवर आणि जमिनीवर बुलेट्सचा मारा होतच होता. बोमन रेडिओद्वारा

(पीकने) गस्ती चौकी झीरोशी संवाद साधला. त्यांचं नेमकं काय संभाषण झालं ते मला ऐकू आलं नाही; पण काहीतरी वाद झाले असावेत. कारण तो पुन्हा पुन्हा काहीतरी पटवत राहिला. लान्स सार्जंट पीक नंतर पर्सनल रोल रेडिओवर म्हणाला, "अरे, एक जण जखमी झाला आहे आणि आम्हाला हवाई संरक्षण नाही, हेलिकॉप्टर्स नाहीत, सैन्याची गस्तीची वाहनं नाहीत आणि तोफाही नाहीत. आमची पुरती वाट लागली आहे आणि इथून आमचं आम्हालाच बाहेर पडायला हवं." मग लान्स सार्जंट पीकनं स्ट्रेचर मागितलं. ते गिबनकडे होतं. गिबन म्हणाला, "च्यायला! मी घेऊन जातो." तो उघड्या मैदानातून जात असताना आम्ही त्याला गोळीबार करून संरक्षण दिलं. त्या आमच्या गोळीबारातसुद्धा अनेक अडथळे येऊन आम्हाला थांबावं लागत होतं. शेवटचे काही मीटर्स फक्त स्पूनरच्या रायफलमधून होणाऱ्या गोळीबाराच्या मदतीनंच तो गेला."

पहिला 'नाइन लाइनर' गेला त्या वेळी गोळी त्याच्या हाताला लागली आहे अशा उल्लेखामुळे मार्कच्या जखमेची नोंद प्रथम 'क' पातळीवरील अशी केली गेली. पण पुढच्या काही मिनिटांतच ती बदलली.

गोळीबार करून संरक्षण पुरवणारं पथक आणि हेलिकॉप्टरचं हवाई संरक्षण यांचा संपर्क 'सिलाब'मधील मुख्य छावणीमार्फतच होत असे. म्हणजे तो खरा 'द्राविडी प्राणायामच' होता. शेवटी लान्स ब्रिगेडिअर स्पूनर (तुकडी ३मधील) आणि लान्स सार्जंट पीक यांनी आपसात असं ठरवलं की, या सगळ्याला फाटा देऊन आपणच हालचाल करू या. (हे अर्थात त्यांनी मला मागाहून सांगितलं.)

हवाई संरक्षणातल्या या दिरंगाईविषयी गार्ड्समन एडवर्ड्सनं आपलं मत व्यक्त केलंय :

"मला चांगलं स्मरतं आहे की, लान्स सार्जंट पीक माझ्यापासून २० फूट दूर होता आणि कॉय रेडिओ संदेशातून हवाई संरक्षणासाठी तोफखान्याची आणि हेलिकॉप्टर्सची मागणी करत होता. त्याच्या सुरावरून मी असा निष्कर्ष काढला की तो ज्या गोष्टी सांगत होता तेवढ्यावर तो समाधानी नव्हता. त्यानंतर काही मिनिटांतच मला आवाज ऐकू आला आणि एक ॲपॅक ॲटॅक हेलिकॉप्टर मला वर घिरट्या घालताना दिसलं. शत्रूच्या फौजांनी गोळीबाराचा भडिमार चालूच ठेवला होता; पण हेलिकॉप्टर त्यांना थोडंही रोखू शकलं नाही. शत्रूच्या फौजा हेलिकॉप्टरमुळे जराही विचलित झाल्या नाहीत. त्या घटनेनंतर मला असं कळलं की, हेलिकॉप्टरला शत्रूची

गोळीबाराची ठिकाणं नक्की कोणती ते हुडकूनच काढता आलं नाही.''

गार्ड्समन ऑस्टिननंही हे स्पष्ट केलं आहे :

''चार जण... कम्पाउंड १कडे गेले आणि त्यांनी कम्पाउंड १ ओलांडून कम्पाउंड २४ आणि २६ या भागातल्या मुख्य रस्त्यानं लेफ्टनंट एव्हिसनला आणलं. हाजी अलेमच्या मुख्य तळावर त्यांना परत येता यावं म्हणून माझ्या तुकडीतल्या उरलेल्यांनी बचवात्मक गोळीबार करून संरक्षण पुरवलं. लान्स सार्जंट पीकनं शत्रूला रोखण्यासाठी किंवा मारण्यासाठी बचावात्मक गोळीबाराची विनंती केली. त्या वेळी मला 'अॅपॅक हेलिकॉप्टर' त्याच भागात आहे हे ठाऊक होतं. रेडिओचा (बिनतारी यंत्रणेचा) अँटेना तुटल्यानं बचावात्मक गोळीबार करणाऱ्या पथकाचा इतरांशी असलेला संपर्कच तुटला. सर्वसाधारणपणे गोळीबार करून संरक्षण देणारं पथक ही हेलिकॉप्टरला शत्रूची ठिकाणं कोठे आहेत याचं मार्गदर्शन करतं. अॅपॅक हेलिकॉप्टरनं आम्हाला शत्रू असलेल्या भागात हिरवा धूर सोडण्याची विनंती केली, जेणेकरून त्यांना शत्रूची ठिकाणं शोधण्यास सोपं जाईल. आमच्याकडे आता धूर सोडण्यासाठी काहीच साधनं उरली नव्हती. कारण मुख्य तळाकडे जाताना आम्ही आमच्या संरक्षणासाठी त्याचा उपयोग केला होता. त्या धुराविना हेलिकॉप्टरला शत्रूची ठिकाणं शोधून देण्यास आम्ही असमर्थ होतो...''

मागे कम्पाउंड १मध्ये गार्ड्समन कोरोसायानं स्ट्रेचरवरून, कालव्याच्या चरातून मार्कला कम्पाउंड २८, नंतर २४, मग २६ आणि शेवटी गस्ती चौकीवर आणण्यास मदत केली.

''मला पर्सनल रोल रेडिओद्वारे स्ट्रेचर हवं असल्याच्या सूचना ऐकू आल्या होत्या. कम्पाउंड १च्या प्रवेशद्वारापाशी असलेल्या लेफ्टनंट एव्हिसनला, मी आणि गॅडस्बीनं स्ट्रेचरवर घालून आणलं. त्या वेळी लेफ्टनंट एव्हिसन पूर्णपणे शुद्धीत होता. तो जागा होता, आमच्याशी बोलत होता. त्यानं माझ्याकडे सिगारेट मागितली. मी ती पेटवून त्याच्या तोंडात दिली. लेफ्टनंट एव्हिसन स्ट्रेचरवर पडून सिगारेट ओढता ओढता माझ्याशी बोलत होता. तिथून लवकरच हलवण्याबद्दल लेफ्टनंट एव्हिसननं आम्हाला सांगितलं. आम्ही कम्पाउंड २८च्या दिशेनं पळत सुटलो आणि तुकडी ३नं आमच्या संरक्षणासाठी गोळीबार केला. कम्पाउंड २८ सोडून आम्ही पुढे कच्च्या

रस्त्याला लागलो. आम्ही सहा जणांनी एव्हिसनचं स्ट्रेचर धरलं होतं. साधारण ५० मीटर अंतर कापून आम्ही तुकडी ३ला गाठलं. लान्स सार्जंट पीकनं आम्हाला कालव्याच्या चरातून लेफ्टनंट एव्हिसनला नेण्यास सांगितलं. त्या संपूर्ण काळात आमच्यावर छोट्या पल्ल्याच्या शस्त्रांनी मारा होतच होता. पण त्या कालव्याच्या खंदकानं आमचं संरक्षण केलं. उरलेल्या तुकडीचं काय झालं होतं याचा मला पत्ताच नव्हता. पण, "आम्हाला तोफगोळे किंवा बंदुकांचे संरक्षण नाही मिळालेले, आम्ही आपापलेच चाललो आहोत," असा संदेश लान्स सार्जंट पीकनं रेडिओवर दिल्याचं माझ्या कानी पडलं. आम्ही नेत असताना संपूर्ण वेळ लेफ्टनंट एव्हिसन शुद्धीवर असून बोलतही होता. आम्हीही त्याच्याशी सतत बोलत होतो. त्याच्या जखमेत पांढरा कापसाचा बोळा पाहिल्याचं मला चांगलं स्मरतं आहे. ते काही प्राथमिक ड्रेसिंग नव्हतं. त्या कापसातून त्याच्या जखमेतील रक्त वाहत होतं. आम्ही कम्पाउंड २८ पाशी आलो तिथं कालव्याचा खंदक गुडघाभर खोल होता."

मार्कला स्ट्रेचरवरून आणणं, गार्ड्समन कोरोसाया आणि इतर तिघा सैनिकांना फारच जिकिरीचं वाटत होतं. खंदकात घसरायला, सटपटायला होत होतं. मार्क एका पातळशा चादरीवर होता. त्यावरून तो घसरत होता आणि ती चादर पाण्यानं पूर्ण भिजून जड झाली होती. म्हणून गार्ड्समन कोरोसायानं त्याला चक्क खांद्यांवरून त्या पाण्यातून नेण्याचं ठरवलं. खंदकातून गोळीबार होत असताना, त्यानं मार्कला २०० मीटर खांद्यांवरून वाहून नेलं. कम्पाउंड २६च्या जवळ तो थांबला, पण जवळजवळ गस्ती चौकीपर्यंत त्यानं मार्कला आणलं, असं म्हटलं तरी चालेल. त्याच्या स्वतःच्या युद्धाच्या साहित्यासकट मोठंच वजन वाहून आणल्यामुळे त्याची फार दमछाक झाली. तो इतका दमला की, त्याला उभं राहवेना.

"त्याला स्ट्रेचरवरून आणण्यापेक्षा- कारण त्या खंदकातून आम्हाला धड चालताही येत नव्हतं- मी त्याला माझ्या खांद्यावरून नेलं. माझ्या छातीवर इलेक्ट्रॉनिक गणकयंत्र (इसीएम् पॅक) होतं. त्यावर त्याचे हात आणि पाय धरून मी पळत होतो. आम्ही जराही थांबलो नाही. त्या वेळी आमच्यावर लहान पल्ल्याच्या

शस्त्रानं गोळीबार होतच होता. हाजी अलेमच्या चौकीवर जाण्यास मला सुमारे १० मिनिटं लागली. इन्फंट्री ब्रिज ओलांडण्यापूर्वी मी कम्पाउंड २६मध्ये थांबलो. कारण इतकं वजन घेऊन चालणं मला अशक्य झालं

होतं. मी माझे पाय हलवूच शकत नव्हतो. मी लेप्टनंटला नेत असताना त्यानं विचारलं, "तू कोण आहेस?"

गार्ड्समन हॉब्जनं या सगळ्याची नोंद केली आहे :

"कम्पाउंड २४च्या जवळ पोचल्यावर आम्ही थांबलो. कार्पोरल लेसीनं लेफ्टनंट एव्हिसनला त्याच्या विनंतीवरून उजव्या मांडीवर मॉर्फिनचं इंजेक्शन दिलं."

गार्ड्समन कोरोसाया पुढे म्हणतो :

"कम्पाउंड २६मध्ये तर गॅडस्बीने लेफ्टनंट एव्हिसनला आपल्या खांद्यावर घेतलं. लेफ्टनंट एव्हिसन पूर्णपणे शुद्धीवर होता. शेवटचे २० मीटर इन्फंट्री ब्रिजवरून गॅडस्बीनं लेफ्टनंट एव्हिसनला खांद्यावरून आणलं. इन्फंट्री ब्रिजवर एक स्ट्रेचर ठेवण्यात आलं आणि त्यावर लेफ्टनंट एव्हिसनला ठेवलं गेलं. पहिल्या तुकडीतला लान्स कार्पोरल क्रॉम्बी त्या ठिकाणी वाट पाहत होता. गॅडस्बी आणि आणखी दोघं– कोण होते ते नेमकं मला स्मरत नाही; पण गार्ड्समन कॅस्वेल असावा त्यात – त्यांनी साधारण ३० मीटर अंतर काटून हाजी अलेमच्या चौकीवर स्ट्रेचर नेलं; त्यांना गोळीबार करून संरक्षण देण्यासाठी मीही कॅनॉल ब्रिजवरून पळत गेलो."

गनर गॅडस्बी पुलावरून गस्ती चौकीकडे पळत गेला. पुलावरून म्हणजे पूर्णपणे उघड्यावरून; पण पाण्यातून जाण्यापेक्षा पुलावरून जास्त वेगानं जाता आलं. त्यानं लिहिलंय :

"मी त्याला खांद्यावर घेतलं आणि हाजी अलेम चौकीकडे पळत सुटलो. त्या वेळीही माझ्यावर गोळीबार होतच होता. लेफ्टनंट एव्हिसन त्या वेळेपर्यंत शुद्धीवर होता आणि 'मला काही दिसत नाही' असं सांगत होता. त्याच्या डोळ्याला कोणतीही जखम झालेली नव्हती, एव्हिसन त्याच्या जखमेतून रक्त वाहणं थांबलंय का, हे विचारत होता. माझ्या कल्पनेप्रमाणे तेव्हा रक्त थांबलेलं होतं."

मार्कला ते परत घेऊन आले. साधारण ३५ मिनिटांत. सगळा वेळ गोळीबार होतच होता; अखंड. त्यांच्या नेत्याशिवाय ते सगळे एकत्र झटत होते. त्यांनी

त्यासाठी स्वतःच्या प्राणांची बाजी लावली होती. लान्स सार्जंट पीकला सगळी सूत्रं हातात घ्यावी लागली होती. पुढाकार घेऊन अत्यंत अवघड निर्णय घ्यावे लागले होते. ते निर्णय त्याला घ्यावे लागतील अशी त्यानं अपेक्षाही केली नव्हती.

गस्ती चौकीवरच्या वाळूच्या पोत्यांच्या आडोश्यांदरम्यानचा 'रनर', पहिल्या तुकडीतला गार्ड्समन रॉबर्टसनं सांगितलं, "मार्कला जेव्हा गस्ती चौकीवर आणलं त्या वेळी तो पूर्णपणे शुद्धीवर होता आणि वेदनांनी विव्हळत होता. तो काहीही बोलत नव्हता, कण्हत होता. आम्ही झटकन चौकीत शिरलो. जमिनीवर ठेवलेल्या स्ट्रेचरच्या शेजारी आम्ही लेफ्टनंट एव्हिसनला ठेवलं. तो आमचा वैद्यकीय विभाग होता."

पहिल्या तुकडीतला गार्ड्समन कॅस्वेल ही लढाई चालू असताना पूर्ण वेळ गस्ती चौकीवर होता. त्यानं सांगितलं :

"मी लेफ्टनंट एव्हिसनला पाहिलं तेव्हा तो शुद्धीवर होता. त्याच्या उजव्या खांद्याला गोळी लागून झालेली जखम मी पाहिली. त्यावर प्राथमिक ड्रेसिंग लावलेलं होतं. ते रक्तानं पूर्ण माखलेलं होतं. म्हणजे जखमेतून अजूनही रक्तस्राव होत होता. लेफ्टनंटनं विचारलं, "इथं कोण आहे?" "मी कॅस्वेल," मी उत्तरलो. तो म्हणाला, "या रक्ताचं काय, अजूनही येतंच आहे."

"सर, मी ते आत्ता थांबवतो," मी म्हणालो.

तो ज्या अवस्थेत होता त्यावरून माझ्या लक्षात आलं की, त्याला मॉर्फिन दिलं आहे. कार्पोरल लेसी चौकीवर आला. त्यानंतर मी एक नवीन ड्रेसिंग जखमेवर बांधलं. सलाइनची बॅग धरून मी उभा राहिलो. लेफ्टनंट एव्हिसनच्या पायाच्या हाडातून डाव्या पायात कार्पोरल लेसीने सलाइन देणं सुरू केलं. त्या क्षणी लेफ्टनंट एव्हिसन उठून बसला आणि म्हणाला, "बापरे! काय होतं ते, किती दुखलं." इतकं बोलून तो पुन्हा आडवा झाला.

बिनतारी यंत्रणेतून संदेशवहनच होत नव्हतं असं माझ्या कानावर आल्याचं मला आठवतं आहे. तातडीची वैद्यकीय मदत देणारं आमचं पथक कुठं आहे, याचा शोध घेण्याचे प्रयत्न गस्ती चौकीवरून चालू होते.

लेफ्टनंटच्या पाठीवर लागलेली गोळी जिथून बाहेर पडली होती, तो मार्ग कार्पोरल लेसी आणि मला दिसला. पुढच्या बाजूस जिथून गोळी आत शिरली होती त्याच्या बरोबर मागच्या बाजूस खाली सहा इंचावरून ती बाहेर पडली होती. लावलेलं ड्रेसिंग आम्ही नीट बसवलं आणि मागच्या बाजूस दुसरं ड्रेसिंग लावलं. लेफ्टनंट एव्हिसन अजूनही शुद्धीवर होता आणि व्यवस्थित बोलत होता. पण त्याच्या डोळ्यांपुढे अंधारी येत होती. मी त्याचा हात पकडला, तो त्यानं दाबला- पण क्षीणपणे. त्यावरून असं

वाटलं की, घट्ट दाबण्याइतकी शक्तीच त्याच्या अंगात उरलेली नाही. तेवढ्यात बातमी आली की, आमचं तातडीचं वैद्यकीय पथक जवळच येऊन पोचलं होतं. हेलिकॉप्टर जेव्हा उतरेल तेव्हा लेफ्टनंट एव्हिसनला त्रास होऊ नये यासाठी आम्ही त्याला आतल्या खोलीत हलवलं. त्यानंतर गार्ड्समन गिझीवर उपचार करण्यास मी निघून गेलो.''

लान्स कार्पोरल लेसी गस्ती चौकीत मार्कबरोबर होता. त्यानं सांगितलं :

''दोन्ही जखमांतून रक्त वाहणं आता थांबलं होतं. मी त्याच्या हाताच्या शिरेतून सलाइन लावण्याचा प्रयत्न केला; पण तो व्यर्थ गेला. नंतर मी त्याच्या डाव्या मांडीच्या हाडातून सलाइन लावलं. ते शरीरात लवकर पोचवण्याचा तोच उत्तम मार्ग होता. त्यानंतर त्याला आम्ही चौकीतल्या दुसऱ्या खोलीत हलवलं आणि दोन्ही जखमांतून रक्त येणं थांबलं आहे ना, याची पुन्हा एकदा खात्री करून घेतली.''

लान्स कार्पोरल लेसीनं त्यानंतर माझ्याशी एकदा बोलताना सांगितलं होतं की, हेलिकॉप्टर उतरण्यापूर्वी काही मिनिटं त्यांनी मार्कला आत हलविलं होतं, आणि त्या क्षणापर्यंत तो त्याच्या सैनिकांसोबत ''तुझ्या बहिणीबरोबर मला डेटवर जाऊ दिलं नाहीस,'' अशी चेष्टामस्करी करत होता.

गार्ड्समन कोरोसायानं चौकीत हेलिकॉप्टरची वाट पाहत असताना किती तणावाची परिस्थिती होती याचं वर्णन केलंय :

''चौकीत मी आत डोकावून पाहिलं. सर्व जण लेफ्टनंट एव्हिसनवर उपचार करत होते. माझं इलेक्ट्रॉनिक गणकयंत्र खाली ठेवून मी स्ट्रेचरपाशी गेलो. कार्पोरल बेन लेफ्टनंट एव्हिसनवर उपचार करत होता. मला वाटतं, त्यानं त्याच्या डाव्या मांडीत सुई टोचली. लेफ्टनंट एव्हिसन शुद्धीवर होता, बोलत होता. 'नाइन लाइनर' रिपोर्ट पाठवला गेला होता. आम्ही गस्ती चौकीवर आलो आणि जखमींसाठी वापरण्यात येणाऱ्या हेलिकॉप्टरमधून लेफ्टनंटला हलवलं जाण्याची वाट पाहू लागलो. २० मिनिटांनंतर कार्पोरल स्पूनरनं माहिती दिली की, दुसऱ्या ठिकाणी आंतरराष्ट्रीय संरक्षण सेना दलाचा सैनिक जखमी झाला आहे आणि त्यामुळे दुसऱ्या हेलिकॉप्टरची आपल्याला वाट पाहावी लागणार आहे. तितका सर्व वेळ मी लेफ्टनंट एव्हिसनला बाटलीच्या झाकणात पाणी घालून ते पाजण्याचं काम करत

होतो. एकीकडे हेलिकॉप्टरची वाट पाहत होतो. हेलिकॉप्टर येण्यापूर्वी पाच मिनिटांपर्यंत लेफ्टनंट एव्हिसन शुद्धीवर असून सतत बोलत होता. तो मला म्हणाला, ''माझी शुद्ध जाते आहे, शुद्ध जाते आहे.''

''गार्ड्समन कॅस्वेल लेफ्टनंट एव्हिसनजवळ आला. एव्हिसननं आपल्याला श्वास घेण्यास त्रास होत असल्याची तक्रार केली. तो शुद्ध आणि बेशुद्धीच्या सीमारेषेवर होता. मला वाटतं, तेव्हाच त्याची शुद्ध गेली. गार्ड्समन ऑस्टिननं बॅग व्हाल्व्ह मास्क वापरून श्वासोच्छ्वास चालू ठेवण्याचा प्रयत्न केला. कार्पोरल लेसीनं नाडी पाहिली. नाडी जवळजवळ लागत नव्हती किंवा फार क्षीण झाली होती म्हणा. कार्पोरल लेसीनं छातीवर दाब देऊन श्वासोच्छ्वासाठी प्रयत्न केला. त्याच वेळी गार्ड्समन ऑस्टिननं बॅग व्हाल्व्ह मास्कमधून हवा आत सारण्याचा प्रयत्न केला. लेफ्टनंट एव्हिसननं डोळे उघडले. छातीवर दाब देणं थांबवण्यात आलं; पण बॅग व्हाल्व्ह मास्कच्या साहाय्यानं हवा आत सारणं गार्ड्समन ऑस्टिननं चालूच ठेवलं. तेवढ्यात हेलिकॉप्टर अगदी उतरतच असल्याचं कानी आलं. हेलिकॉप्टर येईपर्यंत मी लेफ्टनंट एव्हिसनला धीर देत राहिलो. लेफ्टनंट एव्हिसनच्या अंगावर आम्ही ब्लँकेट पसरलं. आम्ही झटकन त्याला उचलून हेलिकॉप्टरमधल्या कर्मचाऱ्यांच्या स्वाधीन केलं. त्याला हेलिकॉप्टरमध्ये चढवण्यापूर्वी, आम्ही जेव्हा खोलीतून बाहेर पडत होतो तेव्हाच लेफ्टनंट एव्हिसननं डोळे फिरवले.''

गार्ड्समन ऑस्टिन गस्ती चौकीवर कसा परतला आणि मार्कच्या मदतीला कसा गेला ते त्याच्याच शब्दांत :

''मी मुख्य तळावर गेलो. माझ्या पाठोपाठ बाकीचं पथक आलं. मी एव्हिसनच्या दिशेनं गेलो. एव्हिसनच्या छातीवर एफ.एफ.डी ड्रेसिंग होतं, हे मला आठवतं आहे. गार्ड्समन जेम्सनं कम्पाउंड १ मध्ये हेमकॉन जखमेवर लावल्याचं मला माहीत होतं; पण त्याचा काहीच उपयोग झालेला नव्हता. ते काढण्यात आलं होतं. कारण आमच्यावर जोरदार हल्ले होत होते आणि लेफ्टनंट एव्हिसनला मुख्य तळावर नेणं प्राधान्यानं करायला हवं होतं. मी प्राथमिक ड्रेसिंग अधिक घट्ट बसवण्याचा प्रयत्न केला. अर्थात रक्त थांबवणं, हाच मुख्य हेतू होता. गार्ड्समन कोरोसाया यानं हातानं जास्त दाब देण्याचा प्रयत्न केला. कारण माझे हात थकून गेले होते. लेफ्टनंट एव्हिसन तीन वेळा मृत्यूच्या दारातून परत आला. त्याची नाडी आणि श्वासोच्छ्वास जवळजवळ थांबलाच होता. एका क्षणी नाडी लागेना, म्हणून वैद्यकीय

अधिकाऱ्यानं त्याच्या तोंडावर बॅग व्हाल्व्ह मास्क लावला आणि त्याच वेळी मी छातीवर दाब देऊन मसाजही केला. दुसऱ्या वेळी आम्ही बॅग व्हाल्व्ह मास्क काढून घेतला असताना पुन्हा लेफ्टनंट एव्हिसनचा श्वासोच्छ्वास थांबला आणि नाडी लागेना. मी एव्हिसनला तोंडानं श्वास देण्याचा प्रयत्न केला. कार्पोरल लेसीनं त्याच वेळी छातीवर दाब दिला. मसाज केला. लेफ्टनंट एव्हिसनला हेलिकॉप्टरनं बॅस्टिअनला घेऊन जाण्यासाठी हाजी अलेमला येणाऱ्या तातडीच्या वैद्यकीय मदत पथकाला ५० मिनिटं लागली, पण एकदाचं ते वैद्यकीय पथक आलं आणि लेफ्टनंट एव्हिसनला घेऊन गेलं.''

गार्ड्समन टकरही मार्कच्या समवेत होता.

''त्यानं सलाइनही त्याच्या पायाच्या हाडात लावलं. ते लावताना लेफ्टनंट एव्हिसनला वेदना झाल्या. तो उठून बसला आणि म्हणाला, ''कोणी केलं हे?'' मी लेफ्टनंट एव्हिसन जवळ थांबलो. रक्तस्राव थांबवण्याचे माझे प्रयत्न चालूच होते. कार्पोरल लेसी जखमेवर दाब देत होता. मी लेफ्टनंट एव्हिसनला बोलतं करून जागं ठेवत होतो; पण तो आता अधूनमधून बेशुद्ध होत होता, हे मला कळत होतं. विचारलेल्या प्रश्नांची उत्तरं एखाद्या शब्दानंच देत होता. एव्हिसनचा चेहरा विवर्ण होत होता. ज्याला धक्का म्हणता येईल अशा स्थितीत तो जात होता. लेफ्टनंट एव्हिसन म्हणू लागला, ''झालं, संपलं सारं.'' हेलिकॉप्टर कधी येणार असं सतत विचारून आम्ही लान्स बॉम्बार्डिअर स्पूनरला अगदी भंडावून सोडलं होतं. त्यानं उत्तर दिलं की, ते हेलिकॉप्टर परत गेलं आहे आणि त्यांनी दुसरं हेलिकॉप्टर पाठवलं आहे. त्याला 'पाचच मिनिटं लागतील,' असं त्यांनी साधारण १५ मिनिटांपूर्वी सांगितलं होतं. कार्पोरल लेसीनं गनर गॅडस्बीकडे ऑक्सिजन मास्कची मागणी केली. लेफ्टनंट एव्हिसन पुन्हा बेशुद्ध झाला. कार्पोरल लेसीनं पुन्हा छातीवर दाब देऊन हृदयाला मसाज केला. त्यानंतर पाच मिनिटांनी मुख्य तळावर हेलिकॉप्टर उतरलं. कार्पोरल लेसीला मसाज थांबवावा लागला. कारण लेफ्टनंट एव्हिसनला हेलिकॉप्टरमध्ये चढवायचं होतं. गनर गॅडस्बी, कार्पोरल लेसी, गार्ड्समन कोरोसाया आणि मी, आम्ही चौघांनी लेफ्टनंट एव्हिसनला हेलिकॉप्टरमध्ये ठेवलं.''

सतत चाललेल्या गोळीबारातून पथकातल्या उरलेल्या सगळ्यांना गस्ती चौकीकडे

परतायचं होतं. अखेर ते सर्व परतले; पण तिसऱ्या तुकडीतल्या गार्ड्समन गिझीच्या दोन्ही घोट्यांना बंदुकीच्या गोळ्या लागून जखमा झाल्या होत्या. तो म्हणतो :

"लेफ्टनंट एव्हिसनला नेलं जात असताना मी गोळीबारानं प्रतिकार करत राहिलो. आम्ही कसेबसे निसटून गस्ती चौकी हाजी अलेमकडे परत निघालो. आम्हाला हुकूम मिळाला की, लान्स सार्जंट पीकनं धुराचा ग्रेनेड आमच्या संरक्षणासाठी टाकावा. कारण इन्फन्ट्री पूल पूर्णपणे उघडा असल्यानं आम्हाला इन्फन्ट्री पुलावरून जाता आलं नसतं. आम्ही रस्त्यावरून पळत जाऊन कॅनॉलमध्ये शिरलो आणि दुसऱ्या बाजूस गेलो. एका वेळी कॅनॉलमधून फक्त दोनच माणसं जाऊ शकत होती. लान्स सार्जंट पीकनं आम्हाला संरक्षण देण्यासाठी आणखी एक ग्रेनेड फेकला. लेफ्टनंट एव्हिसनची रोजची सॅक मी उचलून घेतली आणि गार्ड्समन टकरसह गस्ती चौकी हाजी अलेमकडे पळ काढला. ती चौकी ७० मीटर दूर होती. कॅनॉलमध्ये उड्या टाकून आम्ही तो ओलांडला. कॅनॉलमध्ये छातीइतक्या उंचीचं पाणी होतं. बंदूक, लेफ्टनंट एव्हिसनची सॅक, तसंच इलेक्ट्रॉनिक गणकयंत्र इतक्या सगळ्या सामानाच्या ओझ्यानं माझी चाल गार्ड्समन टकरच्या तुलनेत काहीशी मंदावलेली होती. कॅनॉलच्या काठावर मी चढायच्या प्रयत्नांत असतानाच माझ्या उजव्या घोट्यातून जोरात कळ आली आणि पाठोपाठ माझ्या दिशेनं अति वेगात आलेल्या गोळीचा सणकन आवाज आला. मी उठायचा प्रयत्न केला; पण मला उठताच येईना. इलेक्ट्रॉनिक गणकयंत्र आणि लेफ्टनंट एव्हिसनची सॅक, मला थोडं संरक्षण मिळावं अशा उद्देशानं मी बाजूस धरली. त्याच वेळी "गोळी लागली," असं मी जोरात ओरडलो. काही क्षणांत दोन जण गार्ड्समन लँगले आणि आणखी एक कोणीतरी माझ्यापाशी आले. पाठोपाठ अफगाण राष्ट्रीय सेनेचे दोन सदस्य आणि दुभाषाही आले. कार्पोरल क्रॉस्बीच्या दिशेनं आम्ही निघालो. मी एका पायावर उड्या मारत चालू शकेन का, असा क्रॉस्बीनं प्रश्न केला. मी होकार दिला. त्यानंतर गार्ड्समन लँगले आणि एक एफ.ए.सी.चा सदस्य (जो चांगला धिप्पाड होता) यांच्या मदतीनं जितक्या भरभर येता येईल तितके येऊन मी कॅनॉलचा काठ चढून आलो. त्यांच्यासह हाजी अलेमच्या गस्ती चौकीवर परत येताना कार्पोरल क्रॉस्बीनं आम्हाला गोळीबार करून संरक्षण दिलं."

गार्ड्समन जेम्सनं सांगितलं, "हेलिकॉप्टर उतरत असताना चौकीबाहेर शत्रूच्या फौजा तुफान गोळीबार करत होत्या."

गार्ड्‌समन ल्युकासनं लिहिलं आहे :

“जखमीला नेणारं हेलिकॉप्टर येण्यास ४० ते ४५ मिनिटांपेक्षाही जास्तच विलंब लागला. ‘ब्लॅक हॉक’ किंवा त्याच जातीचं दुसरं हेलिकॉप्टर उतरू शकेल इतकीच जागा गस्ती चौकीत आहे. तातडीची वैद्यकीय सेवा पुरवणारे एखादं मोठं हेलिकॉप्टर उतरवायची वेळ आली, तर ते चौकी बाहेरच उतरवावं लागत असल्यानं त्यात गोळी लागण्याचा मोठाच धोका असतो.”

गस्ती चौकीवरची प्रतीक्षा संपणारच नाही कधी; असं वाटलं असणार सर्वांना. मार्कला चौकीवर परत आणण्याच्या त्यांच्या अथक प्रयत्नांनंतरही मार्कचा मृत्यू त्यांच्या हातात होतो की काय, अशी चिन्हं दिसू लागली होती. ही त्यांची अस्वस्थता, हेड कॅमेऱ्याच्या चित्रीकरणात स्पष्टपणे जाणवते.

त्या सर्वांसाठी या घडामोडीचा शेवट मार्कला हेलिकॉप्टरमध्ये चढवलेलं पाहण्यात होता. हेलिकॉप्टर उडालं आणि उडालेला धुरळाही शांत झाला. पुढचे तीन दिवस त्यांना कशाचाच पत्ता नव्हता; पण त्यांनी गृहीतच धरलं होतं की, तो इंग्लंडमधल्या हॉस्पिटलमध्ये आहे. त्याच्यावर उपचार चालू आहेत आणि तो सुधारतोय. त्यांच्यातल्या एकाला त्यांच्या मैत्रिणीनं बातमी दिली की, सेली ओक हॉस्पिटलमध्ये आत्ताच दाखल झालेल्या एका जखमी सैनिकांचं निधन झाल्याचं तिच्या कानावर आलंय. त्यानंतरच ही बातमी त्यांच्यापर्यंत पोचली.

या साऱ्या घटनेचे पडसाद गार्ड्‌समन ऑस्टिनच्या लेखनातून व्यक्त होतात :

“या घटनेनंतर काही दिवसांनी लेफ्टनंट एव्हिसनचा गंभीर जखमांमुळे बळी गेला. हाजी अलेमच्या गस्ती चौकीवरच्या माझ्या तुकडीतले सर्व सदस्य आणि मी– आम्हाला त्या वेळी एका अक्षरानंही काही कळवण्यात आलं नाही. माझ्या तुकडीतल्या काही जणांना फेसबुकवर लेफ्टनंट एव्हिसनच्या मृत्यूची वार्ता कळली. मला वाटतं, ही बातमी आमच्या वरिष्ठांमार्फतच आम्हाला कळावयास हवी होती. ही गोष्ट अशी दुसऱ्या कोणाकडून आमच्यापर्यंत येणं योग्य नव्हतं.”

गार्ड्‌समन ल्युकासचं म्हणणं असं :

"लेफ्टनंट एव्हिसन पुढील वैद्यकीय उपचारांसाठी इंग्लंडमध्ये पोचल्यावर दोन-तीन दिवसांनी मला त्याचा मृत्यू झाल्याचं कळलं. एका सैनिकाला त्याच्या मैत्रिणीमार्फत ही बातमी समजली. त्यानंतर लेफ्टनंट एव्हिसनच्या जागी प्लॅटून कमांडर म्हणून गस्ती चौकीवर दाखल झालेल्या कॅप्टन लॅंबनं त्याला दुजोरा दिला."

त्यांच्या वरिष्ठाचा शेवट होता हा! त्यांच्यासाठी तो आई-वडिलांच्या जागी होता, त्यांचा एक जवळचा सोबती, एक सुहृद. सैन्य दल इतकं विचारशून्य होतं का? गतकाळाप्रमाणे त्यांना असं वाटत होतं की, अशा घटना आपल्या सैनिकांना न सांगणंच इष्ट होईल, की त्यांना हे माहीतच नव्हतं... की ते विसरले... का चौकशी समितीपुढे हे प्रकरण येईपर्यंत त्याचा खुलासा करायचाच नाही, हा मार्ग त्यांनी निवडला होता? लान्स कार्पोरल लेसीनं सांगितलं की, चौकशी समितीपुढे हे येईपर्यंत मार्कला नक्की काय झालं, ते खुलासेवार त्याला ठाऊकच नव्हतं.

थोड्याच दिवसांत त्यांच्यातल्या कमीत कमी दोघांना तरी या अचानक उद्भवलेल्या घटनेचा ताण येऊन मानसिक आजार झाल्याचं निदान झालं. एक जण पुढे अनेक महिने आपल्या हातून असं का व्हावं, या विचारानं स्वतःला दोष देत राहिला; पण जेव्हा त्यानं हेडकॅमेऱ्यातलं चित्रीकरण पुन्हा पाहिलं, तेव्हा त्या सगळ्यांना एकत्रितपणे असं जाणवलं की, त्या वेळी जे जे करता येणं शक्य होतं ते त्यांनी केलं होतं.

मार्कचा मृत्यू झाल्याचं जेव्हा त्यांना कळलं, तेव्हा त्यांचं दुःख तीव्र आणि मूक होतं. त्या सर्वांनी मिळून त्याचं स्मारक केलं. त्याच्या मृत्यूचा बदला घेण्यासाठी त्यांनी अधिक त्वेषानं तालिबान्यांवर गोळीबार केला.

मार्कच्या सैनिकांनी अफगाणिस्तानात जो काळ घालवला होता, त्यावर बनवलेला, पार्श्वभूमीला गंभीर संगीत असलेला एक छोटा चित्रपट नंतर यूट्यूबवर दाखविला गेला. धुळीनं भरलेला उष्ण अफगाणिस्तान आणि युद्धाची धुमश्चक्री! चित्रपट फारच हृदयस्पर्शी आहे. चित्रपटाच्या शेवटाकडे येताना हळूहळू दृश्य विरत जातं. एक स्तब्धता पसरते आणि त्यांनी बनवलेलं स्मारक हळूहळू दृग्गोचर होत जातं- 'दगड, अफगाणी विटा, गुलाबी दगड, भाजलेल्या माती आणि केसांचं. एक भलामोठा ओबडधोबड ख्रिश्चन क्रॉस त्यावर 'द बॉस' अशी आद्याक्षरं आणि मार्कच्या मित्रांनी एका बोर्डवर मार्कविषयी लिहिलेल्या कविता.' चित्रपटामध्ये दिसतं, वेल्श व्हॅलीमधल्या 'टोबी फॅस्फोस' या त्यांच्या मित्रासाठी बनवलेलं आणखी एक स्मारक. चित्रपटाचा हा भाग म्हणजे एक मूक श्रद्धांजली आहे. दोन मित्रांना वाहिलेली, ज्यांनी अनेक कठीण प्रसंगात एकमेकांनी साथ

सोडली नाही– मार्क आणि टोबी. ''तुम्ही आम्हाला अंतरलात, पण तुमची स्मृती चिरंतन राहील. लवकरच पुन्हा भेटू,'' या वाक्यानं चित्रपटाचा शेवट होतो.

२०१०च्या उन्हाळ्याच्या सुरुवातीला मार्कचं हे स्मारक माझ्या घरी आलं. ॲमोटिन्समधल्या अफगाण विटा, मोठा ओबडधोबड कापलेला क्रॉस 'द वेल्श गार्ड्स' ही अक्षरं त्यावर टोकदार सुईनं कोरलेली, नायलॉनचा वेल्श गार्ड्सचा झेंडा आणि फलक– माझ्या घराच्या गच्चीवर अनेक महिने हिरवळीकडे, बागेकडे तोंड करून मी ते स्थानापन्न केलं होतं. मार्कचा त्या हिरवळीवर आणि बागेवर विलक्षण जीव होता. किती विचित्र योगायोग!

शेवटी मार्कच्या मृत्यूनंतर ती गस्ती चौकी सोडून देण्यात आली. कारण शत्रूला ती जिंकणं, काबीज करणं सहज शक्य होतं.

कॉरोनर कोर्टातील चौकशी

मार्कच्या मृत्यूची सगळ्यात अवघड फलश्रुती कोणती असेल तर ती म्हणजे, कॉरोनर कोर्टातील कायदेशीर चौकशी. असं वाटलं की, हे जमीनदोस्त करणाऱ्या एखाद्या दुःस्वप्नात मध्येच पडलेलं हृदयशून्य कायदेशीर बाबींचं आणखी एक दुःस्वप्न!

त्या वेळी मला असं वाटत होतं की, मार्कच्या मृत्यूला कारणीभूत होण्यात तीन महत्त्वाच्या गोष्टींचा वाटा होता. एक म्हणजे हेलिकॉप्टरला झालेला विलंब, दुसरी म्हणजे बिनतारी संदेशवहनातील त्रुटी आणि तिसरी म्हणजे युद्धभूमीवरची अत्यंत अपुरी वैद्यकीय मदत. खरंतर सैनिकांसाठी या गोष्टींना सर्वोच्च प्राधान्य असायला हवं. वैयक्तिक चुका आणि अनियमितता या गोष्टी अर्थातच लढाई आणि त्या वेळी उडणारी तारांबळ यात अपरिहार्य होत्या आणि त्या काही कायदा किंवा इतर दृष्टीनं विचार करता दोषाई किंवा जबाबदार म्हणता येणार नाहीत; पण याव्यतिरिक्त त्यांत काही दुसऱ्याही समस्या होत्या. त्यांची मुळं व्हाइट हॉलच्या गुबगुबीत खुर्च्यांवरून घेतल्या जाणाऱ्या निर्णयात दडलेली होती.

सैन्याच्या प्लॅटूनच्या नजरेतून विचार केला तर हेलिकॉप्टरची दिरंगाई हा मुख्य मुद्दा होता आणि त्याकडे लक्ष द्यायला हवं होतं. त्या सैनिकांनी प्राणांची बाजी लावून मार्कला गस्ती चौकीवर परत आणलं होतं. हेलिकॉप्टरसंबंधी निर्णय घेणारे उच्चाधिकारी त्यांचे प्रयत्न निष्फळ जाऊ देणार नाहीत– केवळ या विश्वासावर त्यांनी हा निर्णय घेतला होता. मार्क शुद्ध हरपू नये यासाठी झगडत असताना, ते सगळे 'हेलिकॉप्टर येईलच एवढ्यात' असा धीर देत त्याच्याजवळ बसून होते. आधीच ते अस्वस्थ होते आणि वाट पाहण्याच्या काळजीनं त्या अस्वस्थतेत अधिकच भर पडत होती. त्यांच्या पुढ्यात मार्क मृत्यूशी झुंजत होता. पुढे कित्येक वर्षं त्या दिवसाची घालमेल आठवून त्यांच्यातल्या कित्येकांना त्यांचं मन खात राहिलं. त्या विलंबाचं सयुक्तिक कारण मलाही हवं होतं आणि त्यांनाही.

कॉरोनर कोर्टात होऊ घातलेल्या कायदेशीर चौकशीविषयी मी जेव्हा प्रथम

ऐकल, तेव्हा अशा प्रकारच्या युक्तिवादात कोणत्या गोष्टींचा समावेश असतो, याचं फारसं ज्ञान मला नव्हतं. मी हे गृहीतच धरून टाकलं की, काय घडलं ते शोधून काढायला त्या कुटुंबाला कोर्ट मदतच करत असेल. म्हणजे वस्तुस्थिती काय होती हे शोधण्यासाठी ही एक व्यापक चौकशीच म्हणा ना! त्यावर आधीच सावट आलं होतं. एका सैनिकाच्या वडिलांनी माझ्याशी संपर्क साधला. संरक्षण मंत्रालयावरचा त्यांचा राग ओसरलेला नव्हता. कोर्टामार्फत संरक्षण मंत्रालयाच्या वकिलाशी त्यांचे वाद चालूच होते. त्यांचा मुलगा 'जरी हेलिकॉप्टरला विलंब झाला नसता तरी मृत्युमुखी पडलाच असता,' असं संरक्षण मंत्रालयाचं म्हणणं होतं. तरीसुद्धा, बहुतांश लोकांप्रमाणे माझीही अशी भाबडी समजूत होती की, न्याय संस्था ही राज्यात सर्वांत श्रेष्ठ असते आणि तिच्यापेक्षा दुसरं काहीही श्रेष्ठ असू शकत नाही. माझी त्यावर श्रद्धा होती आणि मला आशाही वाटत होती की, या चौकशीमुळे काही बाबतीत तरी परिस्थिती सुधारेल.

पण मला वेगळीच चिंता पोखरत होती. ती अशी की, कोर्टात मला जे ऐकावं लागेल त्याला मी तोंड देऊ शकणार नाही. मला सारखं वाटत होतं की, या फंदात पडूच नये, सोडून द्यावं. त्याच वेळी मनात असंही येत होतं की, माझ्या बाळाला काय झालं होतं, त्या सत्याला सामोरं जावं. खरं काय ते आपल्याला जाणून घ्यावंसं वाटतंय की नाही, असा प्रश्न मी स्वतःलाच वारंवार विचारत होते. कोर्टात असं काय म्हटलं जाईल की, जे ऐकणं मला कठीण जाईल? मी अजूनही दुःखातून बाहेर आले नव्हते. माझ्या डोळ्यांतून पटकन पाणी येत असे. एकांतात सैनिकांबरोबर असताना मी माझे डोळे मुक्तपणे वाहू दिले होते; पण सार्वजनिक ठिकाणी, कोर्टात? शेवटी मी मनाची तयारी केली की कोर्टात उपस्थित राहणं हे मार्कसाठी माझं कर्तव्य आहे, त्याच्या सैनिकांसाठी, माझ्या स्वतःसाठी आणि इतरांसाठीही. कदाचित त्यानंच मी त्यातून बाहेर पडू शकले असते.

मला स्वतःला तयार करायचं होतं. बर्मिंगहॅमच्या कॉरोनर कोर्टात सप्टेंबर, २००९मध्ये प्राथमिक सुनावणी होणार होती. ती रद्द झाली; कारण विशेष तपास विभाग- सैन्य दल पोलीस, यांचा अहवाल अद्याप तयार झाला नव्हता. मग त्या वेळेचा उपयोग करून मी त्या विशेष चौकशी अधिकाऱ्याला त्याच्या कोर्टाच्या खोलीत भेटले आणि या प्रक्रियेविषयी चर्चा केली. अनेक दृष्टींनी ही भेट विलक्षणच ठरली. ही एक खाजगी अनौपचारिक भेट असेल अशी माझी अपेक्षा होती; पण संरक्षण मंत्रालयाचे अनेक अधिकारी तिथं उपस्थित असलेले पाहून मला आश्चर्यच वाटलं. हवाई दलातल्या एका वरिष्ठ अधिकाऱ्यानं स्वतःचा परिचय मला करून दिला आणि सांगितलं की, दुसऱ्याच एका प्रकरणाच्या संदर्भात मी आलोय; पण मार्कच्या प्रकरणात काही गरज पडली तर मी मदत करू शकतो. मी त्या

कॉरोनरबरोबर बोलत असताना माझ्या पहिल्या नवऱ्याचा साहाय्य अधिकारी न कळवताच तिथं अचानक उपस्थित झाला. हे सगळं अनाहूत होतं आणि अस्वस्थ करणारं होतं. वातावरण अधिकच संशयाचं झालं.

त्या भेटीत कॉरोनरनं (विशेष चौकशी अधिकाऱ्यानं) मला त्याचं मुख्य काम काय आहे हे अगदी काळजीपूर्वक समजावून सांगितलं. मार्क कसा, केव्हा आणि कुठं मारला गेला हे तपशिलात जाऊन शोधणं, हे त्याचं काम होतं. मग अनपेक्षितपणे एक गोष्ट समोर आली आणि ती त्यानं मला नीट समजावून सांगितली, की एखाद्याचा मृत्यू टाळता येणारच नसेल, तर कॉरोनर कोर्टाकडून पुढील चौकशी केली जात नाही. त्यानं अशा प्रसंगांची उदाहरणंही दिली. मार्कचा मृत्यू अशा वर्गवारीत बसण्याची शक्यता असल्याचंच तो सूचित करत होता; पण विशेष तपास विभाग- सैन्य दल पोलीस, यांचा अहवाल अजूनही उपलब्ध झाला नव्हता. त्यामुळे जखमी झाल्यानंतर दुसऱ्या दिवशी हॉस्पिटलमध्ये मार्कची जी अवस्था होती फक्त त्याचंच वर्णन करणारा संरक्षण मंत्रालयाचा जो एक पानी प्राथमिक अहवाल उपलब्ध होता, त्याआधारेच तो हे सांगतोय, हे मला ठाऊक होतं.

> *"अफगाणिस्तान सोडण्यापूर्वी मार्कचा सी.टी. स्कॅन घेतला गेला होता. त्यानुसार लेफ्टनंट एव्हिसनच्या मेंदूला इजा पोहोचली होती आणि एका डॉक्टरनं असं विधान केलं की, या जखमांमुळे तो वाचण्याची शक्यता नाही; हृदयक्रिया बराच काळ थांबल्याचा परिणाम म्हणून मेंदूला ही हानी पोहोचली आहे."*

मार्कच्या जखमेच्या स्थितीचं वर्णन त्यात काहीच नसताना त्या दस्तऐवजामुळे तो कॉरोनर कसा काय प्रभावित होऊ शकतो? त्यावरून मार्कच्या मृत्यूला कोणत्या गोष्टी कारणीभूत आहेत, याचा विचार करताच येत नव्हता.

पुढे काय वाढून ठेवलंय या विचारानं मी का अशी बेचैन झाले होते? माझी बाजू वकिलांमार्फत मांडायचा प्रयत्न करण्याचं मी ठरवलं. बरीच वेगवेगळी चौकशी केल्यावर अखेर नोव्हेंबर, २००९मध्ये दोन बॅरिस्टर्स- अँथनी टेंपल आणि त्याचा कनिष्ठ सहकारी पीटर ऑलिव्हर आणि एक ज्येष्ठ सॉलिसिटर- अँथनी फिंचमन यांनी मदत देऊ केली. आपलं कर्तव्य बजावत असताना ज्या सैनिकाला असा यातनादायक मृत्यू आला, त्याच्यासाठी अगदी न्याय्य मार्गानं सुनावणी व्हावी अशा उदात्त हेतूनंच त्यांनी हे केलं. मी अगदी हेलावून गेले. कठीण काळात मला त्यांचा भक्कम आधार मिळणार होता.

सरतेशेवटी जानेवारी आणि एप्रिल २०१०मध्ये बर्मिंगहॅमच्या कॉरोनर कोर्टात

दोन अर्ध्या दिवसांच्या चौकशीपूर्व सुनावण्या ठरवण्यात आल्या. मार्कच्या मृत्यूनंतर जवळजवळ वर्षभरानं!

या प्राथमिक सुनावण्यांच्या वेळी संरक्षण मंत्रालय, डेव्हिड (त्यानं स्वतःच आपली बाजू मांडली) आणि माझे वकील यांनी, चौकशीची व्याप्ती, लांबी, ज्युरीनं उपस्थित असावं की नाही, याविषयीचं आपलं मत कॉरोनरपुढे मांडलं. त्यावर कॉरोनरनं निर्णय द्यायचा होता. या चौकशीचा सर्व आराखडा आणि पद्धत पाहता, ही चौकशी माझ्या हिताच्या विरोधात जाऊ शकत होती. ती एक झुंजच होती, हे मला जाणवलं. त्या वेळी खरंतर सर्वांनी एकाच उद्देशानं काम करणं मला आवडलं असतं. एका सैनिकानं त्याचं कर्तव्य पार पाडत असताना आपला जीव गमावला होता, आणि त्याच्या जवळच्या माणसांना अशी झुंज द्यावी लागत होती, याचंच मला राहून राहून आश्चर्य वाटत होतं. इतकंच नव्हे, तर स्टीव्ह माझा साहाय्य अधिकारी- त्याच्याही हितसंबंधांची ओढाताण झालीच. कारण संरक्षण मंत्रालयाचं प्रतिनिधित्व करत असतानाच त्याला मला साहाय्यही करायचं होतं. प्रत्यक्षात सुनावणीपूर्वीच त्याची बदली करण्यात आली.

पहिल्या सुनावणीपूर्वी आम्ही तिथं गेलो त्या वेळी सांगण्यात आलं की, कॉरोनरनं प्रकृतिअस्वास्थ्यामुळे त्याच्या हाताखालच्या सक्षम अधिकाऱ्यावर त्याची जबाबदारी सोपवली होती. ती अधिकारी आमची कोर्टापुढील निवेदनं कॉरोनरला सादर करेल. मग तो त्यावर निर्णय घेईल. निर्णय ती घेणार नाही, हे सगळं ऐकून आम्ही अगदी आश्चर्यचकित झालो. ही विचित्र पद्धत नियमाला धरून नव्हती. पण ती मान्य करण्यावाचून अन्य कोणताही पर्याय आमच्याकडे नाही, असं आम्हाला वाटून गेलं; अन्यथा अधिक विलंब आपणहून अंगावर ओढून घ्यायचा, असं झालं असतं.

एक महत्त्वाची लक्षात घेतलेली बाब अशी होती, ती म्हणजे 'ही चौकशी मानवाधिकार कराराच्या कलम २ अंतर्गत करण्यात यावी का?' त्या वेळी या महत्त्वाच्या कायदेशीर बाबीवर हाउस ऑफ लॉर्ड्समध्ये चर्चा चालू होती. त्यातला मूलभूत मुद्दा असा होता की, राज्यातील नागरिकांना कुठंही आणि कोणत्याही परिस्थितीत मृत्यू येवो- मग त्यात युद्धही आलंच- त्यांची जबाबदारी घेणं, हे राज्याचं कर्तव्य आहे. म्हणजे कलम २प्रमाणे करण्यात आलेल्या चौकशीत कॉरोनरनं एखादी व्यक्ती फक्त कधी आणि कशी निधन पावली एवढ्याचाच विचार करावयाचा नाही, तर कोणत्या मार्गानं कोणत्या परिस्थितीत निधन पावली, हेही विचारात घेतलं पाहिजे. त्याचा परिणाम बोलावलेल्या साक्षीदारांवरही होणार होता. कलम २अन्वये केल्या गेलेल्या चौकशीमध्ये अनेक गोष्टींचा समावेश होता. त्यामुळे माझे वकील त्याबाबत आग्रही होते. विरोधाभास असा होता की, सैन्य दलाच्या

वकिलांना शक्य तितक्या मर्यादित स्वरूपाची चौकशी हवी होती. दुर्दैवानं काही कारणानं कॉरोनरनं कोणत्या स्वरूपाची चौकशी त्याला अभिप्रेत आहे हे अगदी शेवटचा आढावा घेण्याच्या वेळेपर्यंत स्पष्ट न केल्यानं या सगळ्या प्रक्रियेतील पारदर्शकता नष्ट झाली.

चौकशीची लांबी किती असावी हासुद्धा महत्त्वाचा मुद्दा होता. ते सतत व्यस्त असलेलं कॉरोनर कोर्ट होतं. सैनिक आणि वैद्यकीय साक्षीदारही असणार होते आणि एका ज्यूरीचीसुद्धा गरज होती. दुसऱ्या सुनावणीपूर्वी कॉरोनरनं म्हटलं की, चौकशी आठवडाभर चालेल; जर आपण ज्यूरी घेतला तर दुप्पट वेळ लागेल. शेवटी त्यानं ठरवलं की, जुलै २०१०मध्ये ज्यूरीशिवायच आपण चार दिवस ठरवून टाकू. प्रथम चर्चा केली होती त्यापेक्षा इतका वेळ कमी का केला गेला, याचं मला आश्चर्य वाटलं. ज्यूरी का नको, या प्रश्नाचंही त्यानं समाधानकारक उत्तर दिलं नाही.

या दोन प्राथमिक सुनावण्यांनंतर कॉरोनरनं संरक्षण मंत्रालयाच्या वकिलांना या केसविषयीची काही खास माहिती द्यावयास सांगितली. अशा तऱ्हेनं मग महिनोन्महिने चालणाऱ्या कायदेशीर झगड्याला प्रारंभ झाला. सुरुवातीला संरक्षण मंत्रालयानं काही महत्त्वाचे दस्तऐवज देण्याचं मान्य केलं; पण नंतर आपला शब्द पाळला नाही. काही दस्तऐवज कधीच पाठवण्यात आले नाहीत. इतर काही दस्तऐवज कधीच सापडत नसल्याचा संरक्षण मंत्रालयानं दावा केला; पण ते नंतर सापडले. त्यानंतर काही काळानं, काही पुरावे असलेल्या डिस्क अफगाणिस्तानहून आल्या; पण त्या कोऱ्याच निघाल्या. हेल्मंडहून एक शेवटचा दस्तऐवज पाठवण्यात आला होता- तो म्हणजे मार्कच्या आठवणीसाठी ज्या काही धार्मिक गोष्टी करण्यात आल्या होत्या, त्या करण्याची परवानगी देणारा आदेश. तो अगदी चटका लावणारा होता; पण खटल्याशी त्याचा काहीही संबंध नव्हता. पोलिसांच्या अहवालात ब्रिगेड पातळीवरच्या निरीक्षकाच्या नोंदींचा उल्लेख होता. त्यामध्ये ब्रिगेड ऑपरेशन्स रूम्समधील सर्व हालचालींच्या नोंदी असत; पण त्या नोंदी संरक्षण मंत्रालयानं कधीच उपलब्ध करून दिल्या नाहीत. हेलिकॉप्टरची मागणी केव्हा आणि कशी करण्यात आली आणि हेलिकॉप्टरला विलंब का झाला, हे सर्व शोधण्यासाठी त्या नोंदी फार महत्त्वाच्या होत्या. 'चॅट रूम' किंवा (तथाकथित) 'जे चॅट'मधील हे पुरावे निःसंशय अस्तित्वात होते. त्यांतले काही नंतर फुटून, स्वतंत्रपणे माझ्यापर्यंत पोचलेही होते; पण संरक्षण मंत्रालय ते शोधू शकले नाही किंवा त्यांना ते कोर्टात सादर करायचेच नव्हते. इतकं सगळं असूनही कॉरोनर या केसशी संबंधित दोन्ही बाजूंना ७ जुलै, २०१० रोजी पत्र लिहू धजला की, ''सर्वसाधारणपणे संरक्षण मंत्रालयाकडून मला जेवढी माहिती अपेक्षित होती, त्याहून अधिक माहिती त्यांनी दिली आहे, असं मला दिसतं आहे.''

चौकशीची मूळ सामग्री म्हणजे डिसेंबर २००९मध्ये मला दिला गेलेला 'विशेष तपास विभाग- सैन्य दल पोलीस' यांचा अहवाल. तो दस्तऐवज भलामोठा होता. ए4 आकाराचा आणि चांगला एक इंच जाडीचा. सगळ्यात विचित्रपणा हा की, त्या कारवाईतील संवेदनशील माहिती अहवालातून वगळण्यात आली होती आणि आम्हाला ते त्यांच्या नजरेस आणून द्यायचं होतं. संरक्षण मंत्रालयानं सुरुवातीलाच त्यात इतकी काटछाट केली होती की, तो समजण्यास अवघड झाला. एकूण काय तर वाचल्यावर लक्षात आलं की, तो अत्यंत निराशाजनक होता. पानंच्या पानं गायब झाली होती. या घटनेशी संबंध असलेल्यांचे तपशील आणि नावं त्या दस्तऐवजातून वगळण्यात आली होती. पण पुराव्यासाठी जोडलेल्या कागदपत्रांत त्यांच्याशी सुसंगत आद्याक्षरं होती. त्यामुळे साक्षीदारांचा छडा लावणं शक्य होतं. हा तपशील कोणत्याही तऱ्हेनं देशाच्या सुरक्षेला बाधा आणणार नाही, असं संरक्षण मंत्रालयाला पटवून देण्याचा आम्ही प्रयत्न केला. पुढच्या काही आठवड्यांतच वेगवेगळ्या तऱ्हेनं संपादित केलेल्या त्या अहवालाच्या तीन आवृत्त्या त्यांनी दिल्या. हे जाडजूड दस्तऐवज दर वेळी पुन्हा वाचावे लागत होते आणि पुन्हा मूळच्या आवृत्तीशी पडताळून पाहावे लागत होते. ही सगळी प्रक्रिया खरोखर अत्यंत वेळखाऊ, अनावश्यक आणि अकार्यक्षम होती.

याचबरोबर विशेष तपास विभागाचा अहवाल जसा महत्त्वाचा होता, तसेच वैद्यकीय पुरावेही अत्यंत महत्त्वाचे होते. यात समाविष्ट असलेल्या सर्व बाबींचं नीट आकलन होण्यासाठी कोणालाही त्याच्या गुंतागुंतीचं महत्त्व कळणं आवश्यक होतं आणि त्याच्याशी संबंधित असलेल्यांना ते कळलं होतं, याची मला खात्री नाही. गोळी लागल्यापासून जवळजवळ तासभर गस्ती चौकीत मार्क शुद्धीवर होता. बहुधा वैद्यकीय परिभाषेत तो मृत झाला ते नंतर वीसेक तासांनी बॅस्टिअन हॉस्पिटलमध्ये त्याची बुबुळं प्रसरण पावली तेव्हा. हे मेंदू मृत झाल्याचं लक्षण म्हणतात. (वैद्यकीय नोंदी आकृत्यांच्या स्वरूपातल्या आणि व्यक्तिगत नसलेल्या अशा होत्या. त्या मला समजण्याच्या पलीकडच्याच होत्या. माझ्या एका त्या क्षेत्रातल्या मित्रानं मला त्या समजावून सांगितल्या.) मार्क प्रत्यक्ष जखमी झाल्यापासून तीन दिवसांनंतर आम्ही त्याची जीवरक्षक प्रणाली बंद केली. त्याचं जीवन असं थांबवण्यात आलं ती त्याची कायदेशीर मृत्यूची तारीख. कॉरोनरपुढे सादर करण्यात आलेल्या २१ मे, २००९च्या तात्पुरत्या मृत्युदाखल्यात मार्कच्या मृत्यूची तीन कारणं उद्धृत करण्यात आली होती. मृत्यूचं कारण - १) अ) मेंदूला ऑक्सिजन न मिळाल्यानं झालेली इजा १) ब) रक्तस्राव झाल्यानं. त्याचं कारण की, उजव्या खांद्याला गोळी लागून झालेली जखम (शस्त्रक्रिया केलेली) १) क) उजव्या खांद्याला गोळी लागून झालेली जखम खूप गंभीर होती. पण

नावीन्यपूर्ण शस्त्रक्रियेनंतर मी जेव्हा त्याला प्रथम पाहिलं तेव्हा त्याचं शरीर काम करत होतं तरी त्याला जीवरक्षक प्रणालीची गरज होती. कारण मेंदूकडून शरीराच्या इतर भागांकडे होणारं संदेशवहनाचं काम बंद पडलं होतं.

१) (ब) - रक्तस्राव पहिल्या शस्त्रक्रियेमुळे आणि खांद्याला गोळी लागून झालेल्या जखमेमुळेही होत होता. हॉस्पिटलमध्ये त्याला दाखल केलं त्या वेळी शरीरांतर्गत रक्तस्राव नव्हता. पण पहिल्या शस्त्रक्रियेनंतर त्याला पुन्हा ऑपरेशन थिएटरमध्ये आणण्यात आलं, कारण त्या वेळी पहिल्या शस्त्रक्रियेनंतर जो शरीरांतर्गत रक्तस्राव होत होता, तो थांबवण्याची गरज होती. त्यानंतर कित्येक तास त्याचा रक्तदाब वर-खाली होत होता. रात्री त्याला अधिक रक्ताची गरज उत्पन्न झाली होती. शेवटी हॉस्पिटलमधील रक्ताचा साठा संपला. त्याच वेळी त्याची बुबुळं प्रसरण पावली. हे मेंदूला सूज आल्याचं चिन्ह होतं. त्यातच शेवटी त्याच्या छोट्या मेंदूला (ब्रेन स्टेम) इजा झाली.

अशा तऱ्हेनं (१) (अ) मेंदूला पुरेसा ऑक्सिजन न मिळाल्यानं इजा झाली किंवा रक्त गमावल्यामुळे छोट्या मेंदूला आणि मोठ्या मेंदूला पुरेसा ऑक्सिजनचा पुरवठा झाला नाही. म्हणून सूज आली. मार्कचा रक्तस्राव किती काळ चालू होता आणि हॉस्पिटलमध्ये त्याला वैद्यकीय मदत मिळेपर्यंत त्याच्या शरीरातून किती रक्त गेलं, हाच इथं मुख्य मुद्दा होता.

हे वैद्यकीय दाखले फार गुंतागुंतीचे होते. म्हणून माझ्या वकिलांनी, मि. मॅथ्यूज, आपत्कालीन शल्यक्रिया तज्ज्ञ- यांना तज्ज्ञ म्हणून मार्गदर्शनासाठी बोलवावं असं सुचवलं. विशेष तपास विभागाचा अहवाल आणि वैद्यकीय नोंदी यावर मि. मॅथ्यूज यांचा अहवाल आधारलेला होता. त्याचाच उपयोग नंतर चौकशीच्या वेळी पुरावा म्हणून करण्यात आला. मार्कचे बॅस्टिअन हॉस्पिटलमधील सर्जन लेफ्टनंट कर्नल ब्रुक्स यांनी लिहिलेलं पत्र कोर्टात सादर करण्यात आलं. त्यावर तारीख होती ११ जुलै, २०१० अशी. संरक्षण मंत्रालयाच्या वकिलांनी कोर्टाला आणि आम्हाला हे पत्र, कोर्टाचं प्रत्यक्ष कामकाज सुरू होण्यापूर्वी १० मिनिटं दिलं. तेच पत्र पुरावा म्हणून वापरलं गेलं; पण आम्हाला त्या पत्राचा अभ्यास करण्याइतका अवधी मात्र देण्यात आला नाही.

हेडकॅमेरा चित्रीकरण आणि जे इतर दस्तऐवज पुरवण्यात आले, त्यावरून वेळेनुरूप पुढील घटनक्रम ठरवला गेला, जो महत्त्वाचा होता :

८.४२	*मार्क जखमी झाला.*
८.४६	*पहिला 'नाइन लाइनर' निरोप आणि मदतीसाठी मागणी*
९.१४	*जखमी मार्कला घेऊन गस्ती चौकीवर जवान परतले.*

९.२२	*पेड्रो (अमेरिकन हेलिकॉप्टर) ३५/३६ बॅस्टिअनला उड्डाणाच्या तयारीत*
९.२५	*अमेरिकन हेलिकॉप्टरला कायदेशीर अधिकार बहाल*
९.२९	*पेड्रो / अमेरिकन ब्लॅक हॉक हेलिकॉप्टर बॅस्टिअनहून रवाना*
९.३२	*मार्कची हाक ''माझी शुद्ध हरपते आहे''. पुढच्या काही मिनिटांतच बाजूच्या खोलीत मार्कला हलवण्यात आलं (कृत्रिम श्वासोच्छ्वासाची गरज)*
९.४७	*हेलिकॉप्टरचं आगमन. काही मिनिटांतच हेलिकॉप्टरचं उड्डाण*
१०.०२	*बॅस्टिअन हॉस्पिटलमध्ये तातडीच्या शस्त्रक्रियेसाठी मार्क दाखल.*

या घटनाक्रमावरून हे स्पष्ट होतं की, मार्क गस्ती चौकीत ९.१४ला परतला त्या वेळी तो शुद्धीत होता आणि वाक्यं व्यवस्थित बोलत होता. तुकडीच्या वैद्यकीय अधिकाऱ्यानं तिथं पोचल्यावर काही द्रव त्याच्या शरीरात इंजेक्शनद्वारा दिलं त्या वेळी मार्क उठून बसला. सुईमुळे दुखल्याची प्रतिक्रिया म्हणून तो ओरडला. शेजारच्या खोलीत ९.४०ला त्याला हलवेपर्यंत तो व्यवस्थित बोलत होता. त्याची प्रकृती ढासळते आहे, असं लक्षात आल्यावर मार्कला कृत्रिम श्वासोच्छ्वास देण्यात आला. त्यापुढे त्याचं बोलणं अस्पष्ट, तुटक होत गेलं. शेवटी एकदाचं ९.४७ला हेलिकॉप्टर आलं. त्या पहिल्या 'नाइन लाइनर'नंतर जवळजवळ तासाभरानं त्याला हेलिकॉप्टरनं हलवण्यात आलं. मार्क कोमात जाण्याची चिन्हं तेव्हा दिसू लागली होती.

आश्चर्याची गोष्ट म्हणजे हेड कॅमेऱ्यातील हे चित्रीकरण खुल्या कोर्टात दाखवण्यात आलंच नाही. चौकशी चालू असताना एका संध्याकाळी कॉरोनरनं ते चित्रीकरण एकांतात पाहिलं. खरंतर संरक्षण मंत्रालयाकडे ते कैक महिन्यांपासून पडून होतं. 'गोळी लागून माणूस जखमी' असं ओरडण्यापासून ते मार्कच्या शेवटच्या शब्दांपर्यंतचा मधला काळ– सर्व काळ आणि वेळ त्या चित्रीकरणात अगदी स्पष्ट दिसतो आहे. वेळेबद्दलच्या प्रश्नांचा विचार करताना आणि मार्क जेव्हा गस्ती चौकीत बेशुद्ध झाला तेव्हाची त्याची शारीरिक अवस्था यासाठी हा पुरावा अत्यंत महत्त्वाचा होता. ज्या दोन वैद्यकीय तज्ज्ञांकडून पुरावे मिळवण्यात आले, त्यांना हे चित्रीकरण दाखवण्यात आलं नाही.

खुद्द चौकशीच्या वेळी काय झालं? चौकशी झाली जुलै, २०१०च्या शेवटी. म्हणजे मार्कच्या मृत्यूनंतर जवळ जवळ १५ महिन्यांनी. ठिकाण होतं बर्मिंगहॅमला लागूनच असलेला सटन कोल्डफिल्ड टाउन हॉल. ती एक विस्तारित व्हिक्टोरिअन इमारत होती. तपकिरी पिवळ्या रंगाच्या भिंती, गडद हिरव्या रंगाच्या सजावटींच्या वस्तू, हिरवे नक्षीदार गालिचे आणि अगदी हलक्या प्रतीचं फर्निचर. पोपडे पडलेल्या,

ओलसर भिंती आणि सोलवटलेले वॉलपेपर त्या वास्तूकडे झालेल्या दुर्लक्षाची जाणीव करून देत होते. त्या चौकशीतून काय निष्पन्न होणार या विचारानं माझ्या काळजाचा ठोका चुकलाच!

कोर्टात, उंचच उंच छत असलेल्या खोलीच्या शिरोभागी अगदी स्वतंत्रपणे एका लाकडी सिंहासनावर कॉरोनर स्थानापन्न झाला. सभोवतालचं पॉलिश केलेलं फर्निचर, रॉयल टाउन ऑफ सटन कोल्डफिल्ड आणि गेल्या अनेक वर्षांतल्या आजवरच्या मेयरांची नामावली मिरवत होतं.

कोर्टाच्या कामकाजाच्या प्रारंभीच या केसची पार्श्वभूमी म्हणून, २१ एप्रिल रोजी मार्कनं केलेली नोंद वाचून दाखवण्यात आली. रेडिओ, पाणी, अन्न आणि वैद्यकीय उपकरणं यांची उणीव, मनुष्यबळाची कमतरता आणि ते सगळेच तिथं किती सुरक्षित होते, या साऱ्याचीच त्याला वाटणारी चिंता त्यात होती.

मेजर बेटिन्सननं त्या घटनेनंतर दोन दिवसांनी लिहिलेला 'द वेल्श गार्ड्स लर्निंग अकौंट' हा त्याच्या वरिष्ठांना सविस्तर माहिती देणारा अहवाल, संरक्षण मंत्रालयानं आम्हाला आधीच दिला होता. ९ मेला नेहमीप्रमाणे गस्तीला गेल्यावर त्यांची तुकडी काय करणार आहे, हे त्यानं सविस्तर दिलेलं होतं. "मुख्य काम भोवतालच्या प्रदेशावर आपलं वर्चस्व मिळवणं आणि आंतरराष्ट्रीय संरक्षण साहाय्य दलाची लगतच्या प्रदेशात सुरक्षा पुरवण्याची क्षमता सिद्ध करणं."

चौकशी समितीनं लिखित स्वरूपातले आणि काही प्रत्यक्ष असे एकूण ३८ साक्षीदारांचे पुरावे तपासले.

चौकशीचे पहिले दोन दिवस काही सैनिक प्रत्यक्ष उपस्थित होते. काहींनी पाठवलेली माहिती विशेष तपास विभागाच्या अहवालातून वाचली गली. 'शौर्य आणि निराशेची व्यथित करणारी कहाणी' असं मि. मॅथ्यूजनं त्याचं वर्णन केलं. सैनिकांच्या तोंडून प्रत्यक्ष वर्णन ऐकणं मला आणि सैनिकांनाही अस्वस्थ करणार होतं. कोर्टात ते अस्वस्थ आणि अवघडलेले होते. त्या क्लेशकारक दिवसाबद्दल इतकं औपचारिक आणि तटस्थ होऊन बोलणं नकोसं वाटतं, असं त्यांनी नंतर माझ्याजवळ व्यक्त केलं. त्यांना जेवढं लवकर निघता येईल तेवढं लवकर तिथून बाहेर पडणंच त्यांनी पसंत केलं. कायदेशीर चौकशीची ही रुक्ष प्रक्रिया एक युद्ध परिस्थिती जाणून घेण्याचा प्रयत्न करत होती. हे युद्ध अतुलनीय पराक्रम, सैनिकांची कर्तव्यनिष्ठा आणि परस्पर बंधुभाव यांचं मूर्तिमंत उदाहरण होतं. पण ही चौकशी त्या तुलनेत काहीशी निष्प्रभ वाटत होती. तिथं आलेल्या सैनिकांनी आपलं म्हणणं मांडलं आणि इतरांचंही ऐकलं; पण त्यांच्या मनात त्या प्रसंगाच्या दुःखद आणि कसोटी पाहणाऱ्या स्मृती सदैव जाग्याच होत्या.

लेफ्टनंट कर्नल केम्प हे एक ज्येष्ठ आणि कणखर सैनिक होते. अशा अनेक

चौकश्यांचा अनुभव त्यांच्या गाठीशी होता. सैन्य दलातील साक्षीदारांचं आपसात सामंजस्य असावं, ही जबाबदारी लेफ्टनंट कर्नल केम्प यांची होती. त्यांनीच सैनिकांना सूचना दिल्याचं दिसत होतं. दुसऱ्या दिवशी फॉकलंडहून विमानानं काही सैनिक येऊन दाखल झाले. ते पोचले तेव्हा दुपार झाली होती. लेफ्टनंट कर्नल केम्पला त्यांना सविस्तर सूचना देण्याइतका वेळ मिळाला नाही. आदल्या दिवशी लेफ्टनंट कर्नल केम्पनं ज्यांना सूचना दिल्या होत्या, त्यांच्यापेक्षा या सैनिकांनी अधिक खुलेपणानं फारसं काही न दडवता माहिती दिली, असं माझ्या लक्षात आलं. (आणि शेवटी त्या घटनेच्या वेळी असलेल्या परिस्थितीचं नीट आकलन होण्यास हीच माहिती उपयुक्त ठरली.)

कोर्टाची ती इमारत खूप जुनी होती. कॉरोनर आणि आम जनतेसाठी आसनं मांडलेल्या रांगा यांच्या मधोमध एका छोट्या व्यासपीठावर साक्षीदार उभे राहत. साक्षीदारांच्या अगदी पुढ्यात असत, लेफ्टनंट कर्नल केम्प आणि संरक्षण मंत्रालयाचे कायदेशीर प्रतिनिधी. दुसऱ्या दिवशी एक गंमतच झाली. मार्कचे वडील डेव्हिड यांनी रागानं कॉरोनरच्या असं निदर्शनास आणून दिलं की, साक्षीदारांच्या पिंजऱ्यातले साक्षीदार सैनिक वारंवार लेफ्टनंट कर्नल केम्प यांच्याकडे दृष्टिक्षेप टाकतात आणि आपण दिलेली उत्तर योग्य आहेत ना, असं पडताळून पाहतात. डेव्हिडला यात उघडपणे असं म्हणायचं होतं की, साक्षीदारांना आपल्या कह्यात ठेवण्याचाच हा प्रयत्न आहे. डेव्हिड हा एक कलाकार असल्यामुळे अशा कायदेशीर बाबींमध्ये अगदी अनभिज्ञ होता. पण तिथं हजर असलेल्या अनेक जणांना ही गोष्ट स्पष्ट दिसत होती. डेव्हिडनं औपचारिकपणे लेफ्टनंट कर्नल केम्प यांना त्याविषयी प्रश्न केला. अर्थात कर्नल केम्प यांनी त्याचा इन्कार केला आणि त्यांनी हेही सांगितलं की सुरक्षिततेच्या दृष्टीनं संवेदनशील माहिती उघड होणार नाही ना, याकडे लक्ष देणं महत्त्वाचं आहे. ही परिस्थिती कशी समर्थनीय आहे, हेच डेव्हिडला पटवून देऊन कॉरोनरनं त्या बाबींत अधिक हस्तक्षेप करण्याचं टाळलं. डेव्हिडला मात्र ते पचवणं फार कठीण गेलं.

डॉ. निकोलस हंट हे एक होम ऑफिसमधील पॅथॉलॉजीतले आदरणीय विशेषज्ञ होते. त्यांनीच मार्कच्या शरीराची मरणोत्तर तपासणी केली होती. पहिल्या दिवशीच्या सत्रात त्यांनी आपले पुरावे सादर केले. त्यांच्या पुराव्यातल्या एका गोष्टीनं मी अतिशय अस्वस्थ झाले. ते म्हणाले, "मार्कच्या शरीरातून इतकं रक्त वाहिलं की त्यामुळे त्याचा मृत्यू झाला." अशा सार्वजनिक ठिकाणी त्यांनी हे पुन्हा पुन्हा सांगितल्यामुळे मी अतिशय अस्वस्थ झाले. वैद्यकीय क्षेत्रातल्या एका व्यक्तीच्या त्या विधानानं मार्कला नेमकं काय झालं होतं हे माझ्या लक्षात आलं. माझ्या कल्पनेपेक्षा वेगळी अशी ही वस्तुस्थिती होती. त्याला हळूहळू रक्तस्राव होत होता. हेलिकॉप्टर येऊन त्याला हॉस्पिटलमध्ये घेऊन जाईल ह्या प्रतीक्षेत तो असताना,

त्यातला बहुतेक वेळ तो पूर्णपणे शुद्धीवर होता. त्या घटनेची भीषणता आणि वेदना कल्पनेच्याच पलीकडची होती.

त्याच दिवशी संध्याकाळी वर्तमानपत्रवाल्यांनी, मार्क जखमी झाला त्या वेळी सैनिकांजवळ पुरेशी वैद्यकीय उपकरणं, बँडेजेस, इत्यादी नसल्याचं प्रसिद्ध केलं. त्यांनी असंही म्हटलं की, ही हेमकॉन बँडेजेस तर सैनिकांना अजून दिलेलीच नव्हती. या लेखात जे सूचित केलं होतं त्यामुळे वेळ मारून नेणाऱ्या व्यक्ती अस्वस्थ झाल्या. (पण या बँडेजेसनं मार्कच्या बाबतीत फारसा फरक पडलाच नसता. कारण मार्कला तातडीच्या शस्त्रक्रियेचीच आवश्यकता होती. वैद्यकीय तज्ज्ञांच्या या मताशी नंतर कॉरोनरही सहमत झाला.)

तिसऱ्या दिवशी आणखी काही साक्षीदारांनी लिहिलेली माहिती वाचण्यात आली. सैन्य दलाचे एक वरिष्ठ अधिकारी म्हणून मेजर बेटिन्सन यांनी प्रत्यक्ष हजर राहून पुरावे सादर केले. (कॅप्टन क्रिस लँब यांनी नंतर एकदा मला सांगितलं की, त्या चौकशीच्या वेळी मी एक दिवस उपस्थित होतो आणि ती घटना घडली त्या वेळी मार्कचा मुख्य तळावरचा बिनतारी संदेश देणारा अधिकारी म्हणून मीच होतो. त्यामुळे साक्षीदार म्हणून मी साक्ष देण्याची तयारी दाखवली होती; पण संरक्षण मंत्रालयाच्या वकिलांनी या महत्त्वाच्या विनंतीकडे पूर्ण दुर्लक्ष केलं आणि सगळ्यांत धक्कादायक म्हणजे माझ्या वकिलालाही हे कळवलं नाही. महत्त्वाच्या ठरू शकणाऱ्या साक्षीदाराबद्दल आम्हाला जर त्याच वेळी कल्पना दिली गेली असती, तर त्यांना साक्षीसाठी बोलावण्याचा आम्ही आग्रह धरला असता.)

चौथ्या दिवशी कॉरोनरनं सगळ्याचा आढावा घेऊन त्याचा निकाल देऊन टाकला. (परिशिष्ट दोन पाहा.)

सुनावणीपूर्वी माझ्यासाठी काम करणाऱ्या त्या वरिष्ठ वकिलांनी केसच्या गुंतागुंतीचा खूप बारकाईनं अभ्यास केला होता. याउलट कॉरोनरनं कायद्याचा अभ्यास केलेला होता आणि वैद्यकशास्त्राचं त्याला काहीही ज्ञान नव्हतं. त्यामुळे तो कधीकधी अडचणीत सापडत असे. संपूर्ण सुनावणीच्या काळात त्या दोघांच्या तयारीतील फरक वेळोवेळी निदर्शनास येत होता.

या तीन दिवसांच्या पुराव्यांची कॉरोनरनं दोन विभागांत वर्गवारी केली. एक म्हणजे 'बोमन रेडिओ' आणि दुसरं म्हणजे 'वैद्यकीय पुरावे आणि हेलिकॉप्टरचा विलंब'. (त्यात हेलिकॉप्टरला झालेला विलंब आणि मार्कच्या वाचण्यावर त्याचा झालेला परिणाम हेही होतेच.)

बोमन रेडिओ आणि संपर्क साधण्यात येणाऱ्या अडचणी यावर चर्चा चालू असताना मेजर बेटिन्सननं सांगितलं की, त्या वेळच्या परिस्थितीत बिनतारी संदेशच बंदुकीपेक्षा जास्त उपयुक्त आणि महत्त्वाचे होते. हे त्याचे उद्‌गारच सत्य प्रकट

करणारे होते. योग्य तो संदेश मिळवण्यासाठी काय घडतंय हे प्रत्यक्ष पाहण्यासाठी मार्क धडपडत होता. त्यासाठी तो दारापुढे गेला होता. तिथून हलत असताना त्याच्या पाठीत गोळी लागली. त्या जिवावर बेतलेल्या लढाईत मार्कला वाटलं की, त्याचे सारे सैनिक त्या उष्ण, रखरखीत, अपरिचित प्रदेशात मृत्युमुखीच पडतील. त्यामुळे उरलेली तुकडी आणि मुख्य छावणी यांच्याशी संपर्क प्रस्थापित होणं त्याच्या दृष्टीनं फार गरजेचं होतं.

बिनतारी संदेश मिळवणं, हे एक कसं रोजचंच नाटक होतं, याचा उल्लेख सैनिकांनी आपल्या साक्षीत केला होता. काहींनी, शत्रूच्या संदेशात व्यत्यय आणण्यासाठी बनवलेले ई.सी.एम.रेडिओज त्यांच्या स्वतःच्याच बोमन रेडिओ संदेशांवर विपरीत परिणाम कसे करत असत, याचा उल्लेख केला होता. या साक्षीनं लेफ्टनंट कर्नल केम्प क्षुब्ध झाले. संरक्षण मंत्रालयाच्या सूचना अधिकाऱ्यानं या बिनतारी संदेशांचा मार्कच्या बिनतारी संदेशांवर काही विपरीत परिणाम झाला असल्याच्या शक्यतेला प्रसिद्धी देण्यापासून प्रसिद्धिमाध्यमांना अगदी हिरिरीनं परावृत्त केलं.

युद्धाची व्याप्ती लक्षात आल्यावरही मार्क किंवा १०० मीटरवरून त्यांना गोळीबारानं संरक्षण देणारे पथक यांपैकी कोणीच हवाई संरक्षण मागवू शकले नाहीत. ते मिळालं असतं तर घाबरून तालिबानी पसार झाले असते. लान्स बम्बार्डियर स्पूनर, बोमन रेडिओद्वारा हवाई संरक्षणासाठी हेलिकॉप्टरशी परस्पर संपर्क साधू शकला नाही. त्याची उपग्रहामार्फत चालणारी संदेश यंत्रणा काम करत नव्हती. आणि त्या युद्धाच्या धुमश्चक्रीत बिनतारी संदेश पाठवणं फार वेळखाऊ आणि अवघड होतं. त्यामुळे त्यामार्फत सिलाबच्या तळावरून मदत मागणं मुश्कील होत होतं.

अशा तऱ्हेनं, गस्तीवरच्या वरिष्ठांचा त्यांच्या 'व्हेरी हाय फ्रीक्वेन्सी बोमन रेडिओ'मार्फत मुख्य छावणीशी असलेला संपर्क तुटक होता. कदाचित सैनिकांकडे असलेल्या ई.सी.एम. उपकरणांनी त्यातल्या काही संदेशांमध्ये व्यत्यय येत होता. त्यामुळे गस्तीवरच्या सैनिकांचा हवाई संरक्षण देणाऱ्या हेलिकॉप्टरांबरोबर योग्य तो संपर्क होऊ शकत नव्हता आणि गस्तीवरच्या सर्वच सैनिकांना इंटरपर्सनल पी.आर.आर. रेडिओ पुरवलेले नव्हते.

मेजर बेटिन्सनने ९ मे, २००९च्या 'लर्निंग अकौंट'मध्ये म्हटलं होतं,

"संपूर्ण लढाईत प्रत्यक्ष लढणाऱ्या सैनिकांना सिलाब चौकीशी संपर्क साधणं फार कठीण जात होतं. आता त्या परिस्थितीत सुधारणा व्हावयास हवी. या यंत्रणा चालण्यासारख्या नाहीत. सध्याच्या यंत्रणांमुळे वरिष्ठांकडे माहिती कळवण्याची किंवा अधिक कुमक मागवण्याची क्षमता बाधित होत

आहे आणि माझी मुख्य काळजी तीच आहे. (गस्ती चौकीवरच्या बॅटऱ्या चार्ज करण्यात येणाऱ्या अडचणींचाही उल्लेख त्यानं केला आहे.)

समाधानकारक संदेशवहन यंत्रणा असल्याखेरीज सैनिकांना गस्त घालण्यास पाठवण्यात येऊ नये. किंबहुना त्यांना पाठवायचं का नाही, हे ठरवण्याचा हाच निकष असायला हवा. विमानातून जमिनीवर मारा करून संरक्षण देणाऱ्या पथकाचा टास्क फोर्स हेल्मंड स्टाइक नेटवर चांगला संपर्क असावयास हवा. त्याखेरीज गस्ती तुकडीस मोहिमेवर पाठवण्यात येऊ नये.

हाजी अलेमच्या गस्ती चौकीपासून ३०० मीटरहून अधिक अंतरावर गस्ती तुकडी पाठवून काय साधणार आहे आणि त्याच्या तुलनेत असं करण्यात धोका किती आहे, याचा या घटनेनंतर पुनर्विचार करण्यात आला आहे. याची चर्चा या आठवड्यात बॅटल ग्रुपच्या कमांडिंग ऑफिसरबरोबर करण्यात येईल.

कमांडर अर्थातच बंडखोरांवर मात कशी करता येईल याचा विचार चालूच ठेवील. पण दृष्टीच्या टप्प्यात येणारा विस्तीर्ण टापू, मुख्य तळाच्या बाहेरचे अडथळे आणि मुख्य तळाचं लपून न राहणं, ही आव्हानं आहेत. त्यामुळे अशा घटना पुन्हा घडू न देता आपलं उद्दिष्ट कसं साध्य करायचं, हे मोठं आव्हान राहणार आहे. या ठिकाणी संपर्क यंत्रणा सुधारणं आणि माऱ्याची क्षमता वाढवणं उपयुक्त ठरेल.

अशा तऱ्हेनं दळवळणाच्या समस्यांचं महत्त्व तो कबूल करत होता. भविष्यात हवाई संरक्षण देणाऱ्या हेलिकॉप्टरची मदत घेण्याचा मार्ग सुकर केल्याशिवाय गस्त घालण्याचा धोका पत्करायचा नाही, असंही मान्य करत होता.

आश्चर्याची गोष्ट अशी की, सैनिकांनी शपथेवर आपलं निवेदन दिलेलं असताना, मार्कच्या घटनेनंतर लगेचच मेजरनं आपल्या लर्निंग अकौंटमध्येही याबाबत नमूद केलं असताना आणि कंपनी अँडज्युटंटनं संदेश वहनातल्या समस्यांचं वर्णन करणारं पत्र लिहिलेलं असूनसुद्धा, मेजर बेटिन्सननं कोर्टात साक्ष देताना मात्र संदेश पाठवण्यातल्या समस्यांचं महत्त्व खोडून काढलं होतं. त्याचं स्वतःचं कोर्टातलं निवेदन आणि लर्निंग अकौंट यातील विसंगतीचं स्पष्टीकरण देताना त्यानं सांगितलं की, ''लर्निंग अकौंटमध्ये मी लिहिलेलं चुकीचं आहे. कारण ते लिहिताना माझ्या जवळच्या सहकाऱ्याच्या मृत्यूमुळे मी भावनाविवश झालो होतो.'' त्या क्षणी माझे डोळे उघडले. म्हणजे तो फक्त संरक्षण मंत्रालयाच्या बाजूनं बोलत होता, का त्या वेळच्या परिस्थितीचा तो साक्षीदार होता? हा विरोध सगळ्यांच्या समोर आला होता.

आपल्या समारोपात कॉरोनरनं संपर्कासंदर्भात म्हटलं होतं :

"संदेशवहनात येणारा अडथळा हा विशेष महत्त्वाचा मुद्दा आहे. एक कारण असं आहे की, गोळी लागली त्या वेळी मार्क जिथं होता तिथं असल्याचं एक कारण हेच होतं. मार्क त्या ठिकाणी होता, कारण एक तर त्याला काय घडतंय हे स्वतःच्या डोळ्यांनी पाहायचं होतं आणि दुसरं म्हणजे तो त्याच्या बिनतारी यंत्रणेवर संदेश मिळवण्याच्या प्रयत्नांत होता. आपण उघड्यावर येऊन जोखीम पत्करतोय हे माहीत असूनही केवळ याच दोन कारणांसाठी तो प्रवेश मार्गाशी आला. लान्स सार्जंट पीक आणि कंपनी कमांडरशी त्यानं बोलणं आवश्यकच होतं. हे करणं खरोखर फार धाडसाचं होतं. त्याच्यावर सतत गोळीबार होतच होता. मार्कला त्यानं पत्करलेले धोके ठाऊकच असणार. त्याला त्याच्या बिनतारी यंत्रणेवर कोणतेच संदेश मिळत नव्हते का, किंवा मिळणारे संदेश फारच क्षीण होते का, हे आपल्याला काहीच माहीत नाही. एक लक्षात घ्यायला हवं की, या चौकशीचा हेतू, ब्रिटिश सैन्य दलासाठी बोमन रेडिओ योग्य आहेत की नाहीत किंवा सैन्य दलाकडे पुरेसे बोमन रेडिओ आहेत का नाहीत किंवा इलेक्ट्रॉनिक गणक मापक (ई.सी.एम.) हे बोमन रेडिओच्या कामात व्यत्यय आणतात का, याची चौकशी करणं हा नाही. ही पार्लमेंटमध्ये चर्चा करण्याची राजकीय बाब आहे. याचा मार्कच्या मृत्यूवर परिणाम झाला का... आणि झाला असल्यास कसा... माझ्या दृष्टीनं एवढंच महत्त्वाचं आहे.

मार्कला संदेशवहन यंत्रणा न देताच किंवा मोडक्या संदेशवहन यंत्रणेनिशी जर गस्तीला पाठवण्यात आलं असतं तर ती फारच चिंतेची बाब झाली असती. काल एका सैनिकानं इलेक्ट्रॉनिक गणक मापकानं बोमन रेडिओमध्ये अडथळा आणल्याची साक्ष, तर इतर सैनिकांनी तसं काहीच न झाल्याची साक्ष दिलेली आपण ऐकली. इतर काहींनी साक्ष दिली की, बोमन रेडिओवर दुसऱ्या कशाचा परिणाम झाला असावा. उदाहरणार्थ, तो भूप्रदेश किंवा त्या वेळचं हवामान याचा. वास्तवात असं लक्षात येतं की, गस्तीवर असताना प्लॅटूनला बिनतारी संदेशात अडथळे येत होते. आता हे समजून घेणं महत्त्वाचं आहे की मार्कची बिनतारी संदेश यंत्रणा कुचकामी होती की त्यात काही तत्कालिक अडचणी येत होत्या. मला वाटतं असं गृहीत धरणं योग्य ठरेल की, मार्कनं गस्तीवर जाण्यापूर्वी बिनतारी यंत्रणा ठीक चालत आहे ना याची खात्री करून घेतली असावी.

त्याच्याविषयी मी जे ऐकलं आहे त्यावरून तो तसं न करताच गेला असेल अशी मी कल्पना करू शकत नाही. माझी खात्री आहे की, जर गस्तीची तुकडी घेऊन निघतानाच त्याला बिनतारी यंत्रणेत मोठा अडथळा आला असता तर तो गस्ती तुकडी घेऊन गेलाच नसता. आपण असंही ऐकलं की तो जखमी होण्यापूर्वी ३० मिनिटं यंत्रणा वापरतच होता. हे सैनिकांच्या साक्षीतून, आणि त्यांच्या नोंदीतून स्पष्ट झालं आहे. शिवाय मेजर बेटिन्सननेही लेफ्टनंट एव्हिन्सनशी ८.३२ला, ८.३५ला आणि ८.३८ला संपर्क झाल्याचं सांगितलं आहे.

मार्कला साधारण ८.४३च्या आसपास गोळी लागली असावी. गार्ड्समन टकरला मार्क पडल्यानंतरही काही मिनिटं बिनतारी संदेश मिळवण्यात यश आलं होतं. कंपनी कमांडरशी, टकर तर काही अडथळे न येता बोलू शकला होता. टकरनं आपल्या निवेदनात सांगितलं की, त्यानं गार्ड्समन जेम्सला लेफ्टनंट एव्हिसनवर उपचार करताना पाहिलं होतं आणि त्यानंच मार्कच्या बिनतारी यंत्रणेवरून कंपनी कमांडरला मार्क जखमी झाल्याची खबर दिली होती. त्यानं, लान्स सार्जंट पीकनं सगळ्या तुकडीला कम्पाउंडमधून सुखरूप बाहेर काढण्यासाठी बिनतारी यंत्रणेतून मदत करण्याची विनंती केलेली ऐकली होती. या सगळ्या साक्षींवरून मी अशा निष्कर्षाला आलोय की, मार्क एव्हिसनचा बोमन रेडिओ चालत नव्हता असं नसून संदेश मिळण्यात त्याला तात्पुरती अडचण आली होती. तो कम्पाउंडच्या प्रवेशद्वारापाशी येण्याचं एक कारण हेच होतं.

पर्सनल रोल रेडिओमध्येही काही अडचणी येत असल्याचं आपण ऐकलं. परंतु, ज्या साक्षी आपण ऐकल्या त्यात पर्सनल रोल रेडिओवर बोलत असल्याचे उल्लेखही वारंवार आले. मी असं म्हणत नाही की त्यांना अडचणी आल्याच नाहीत. क्वचित आल्या; परंतु त्यांच्यात अजिबात संपर्क नव्हता, हे म्हणणं मात्र चुकीचं होईल. असं म्हणता येईल की संपर्क काही वेळा तुटक होता.''

यावरून स्पष्ट होतं की, 'अपुरा संपर्क मार्कच्या मृत्यूस कारणीभूत झाला का' याचा सर्वंकष विचार करण्याची कॉरोनरची तयारी नव्हती. परिशिष्ट २नुसार केलेल्या चौकशीत नेमका याचाच विचार करायला हवा, जसा इतर कॉरोनर अशा चौकश्यांत करतात. अधूनमधून बंद पडणारी बिनतारी यंत्रणा वापरली गेली एवढंच म्हणणं योग्य होतं का? सैनिकांना सुस्थितीतली बिनतारी यंत्रणा, पुरेसे इंटरपर्सनल रेडिओ आणि मोडलेल्या बिनतारी यंत्रणांसाठी सुटे भाग पुरवले जाऊ नयेत का?

वैद्यकीय उपचारांचा सारांश देताना कॉरोनरनं सांगितलं, (कॉरोनरनं लिखित निकालात इटॅलिक्समध्ये दिलेली वाक्यं मी इथं त्यावर जोर देण्यासाठी ठळक टाइपात दिलेली आहेत.)

"कॉरोनर चौकशीत वैद्यकीय सुविधा पुरवण्यात संपूर्ण दुर्लक्ष केलं गेलं आणि ***ते रोग्याच्या मृत्यूस कारणीभूत झालं असलं*** *तरच त्याला उपेक्षा म्हणता येईल. ते कदाचित रोग्याच्या मृत्यूचं एकमेव कारण नसेलही, पण* ***ते मृत्यूचं एक कारण असावयास हवं.***

गार्ड्समन जेम्स, कॉर्पोरल लेसी, गार्ड्समन कोरोसाया, गनर गॅडस्बी, गार्ड्समन रिचर्ड्स, गार्ड्समन हॉब्स आणि अफगाण राष्ट्रीय सेनेचे सैनिक ज्यांनी मार्कचं स्ट्रेचर नेलं त्या सगळ्यांच्या या प्रसंगातील सहभागाचा मला विचार केला पाहिजे. ज्यांनी गस्ती चौकीवर मार्कवर उपचार केले, हेलिकॉप्टरमध्ये आणि बॅस्टिअन तळावर विमानाने मार्कला इंग्लंडमध्ये आणलं गेलं त्या वेळी आणि सेली ओक हॉस्पिटलमध्येही ज्यांनी उपचार केले, त्या सर्वांचाही विचार केला पाहिजे.

शक्यतांच्या समतोलावर कॉरोनरचं काम आधारलेलं असतं. ***मार्कची जखम फार गंभीर होती हे स्पष्टच आहे. त्याच्या सैनिकांनी आणि बॅस्टिअन तळावरच्या सर्जननी शर्थीचे प्रयत्न केले; पण ज्या परिस्थितीत ही जखम झाली ती पाहता, त्याची परिणती मार्कच्या मृत्यूतच झाली असती.***

वैद्यकीय दृष्टीनं त्यात काही उपेक्षा झाल्याचं मला वाटत नाही. या प्रकरणात अशी नोंद करण्याचं मला कोणी सूचित केलेलं नाही. बॅस्टिअन तळावर आणि सेली ओक हॉस्पिटलमध्ये मार्कला जे उपचार मिळाले त्याबद्दलही कोणी शंका घेतलेली नाही. बॅस्टिअन तळावर जे उपचार केले गेले ते निःसंशय लक्षणीय होते, असे मत मि. मॅथ्यूनी प्रदर्शित केलं आहे. तो पुढे इतका काळ जिवंत राहू शकला हा उपचारांच्या लक्षणीयतेचाच पुरावा आहे. बॅस्टिअन तळावर त्यांनी जे प्रयत्न केले तेही अतुलनीयच म्हटले पाहिजेत असं मि. मॅथ्यूजनं ही वर्णन केलं आहे. माझ्या मते, हे त्यांचं भाष्य समर्थनीय आहे."

जखमी झाल्यापासून जवळजवळ तासभर मार्कची प्रकृती ठीक होती, याचा कॉरोनरनं उल्लेखही केला नाही. तसंच हेलिकॉप्टरला जर विलंब झाला नसता तर तो शुद्धीवर असताना आणि श्वासोच्छ्वास नीट चालू असतानाच हॉस्पिटलमध्ये

दाखल होऊ शकला असता, याचाही त्यानं उल्लेख केला नाही. दोन वैद्यकीय तज्ज्ञांच्या- ज्यांच्यापैकी कोणालाच वेळेची अथवा ९.१५च्या सुमाराला मार्कची स्थिती कशी होती याची नोंद घ्यावीशी वाटली नव्हती अशांच्या- अहवालावरून कॉरोनरनं आपला निष्कर्ष काढला होता.

कॉरोनरनं पुढं म्हटलं होतं,

"आपल्याला माहीतच आहे की, मार्कची जखम सैनिकांनी प्रथम 'क' वर्गवारीतील ठरवली होती; पण ती खरंतर 'ब' वर्गवारीत हवी होती; ***पण मी हे पूर्णपणे मान्य करतो की, ही चुकीची वर्गवारी मार्कच्या मृत्यूस कारणीभूत नाही.*** *कर्नल केम्प मी आपल्याला असं सुचवतो की, ही वर्गवारी ठरवणाऱ्या सैनिकांना, त्यामुळे मार्कचा मृत्यू ओढवला नाही असं स्पष्ट करावं."*

कॉरोनरनं त्या चौकशीचा समारोप असा केला आहे,

"कर्नल केम्प, कृपया गार्ड्समन जेम्स आणि कार्पोरल लेसी यांच्याशी बोलून त्यांना हे समजून घेण्यास सांगा की, मार्कला वाचवण्यासाठी त्यांना यापेक्षा अधिक काही करता आलं नसतं. अर्थात त्यामुळे त्यांचं कितपत समाधान होईल, याची मला शंका आहे."

मार्कच्या जखमेच्या वर्गवारीत बदल केल्यानं होणाऱ्या परिणामाविषयी बोलू शकणारे आणि हेलिकॉप्टरच्या विलंबाविषयी बोलू शकणारे साक्षीदार बोलावलेच गेले नाहीत. त्यावर पुढे काहीही चर्चा झाली नाही. इथे कॉरोनर फक्त खांद्याच्या जखमेचा उल्लेख करतो; पण मार्कच्या मेंदूच्या इजेविषयी बोलण्याचं मात्र तो टाळत असल्याचं दिसतं.

मि. मॅथ्यूज यांनी चौकशीच्या वेळी सैनिकांनी दिलेल्या साक्षी ऐकल्या नव्हत्या. ते आम्हाला माहीत होतं. कारण दुसऱ्या दिवशी जेव्हा प्रश्न विचारण्यात आले त्याच वेळी फक्त थोडा वेळ ते कोर्टात हजर होते. बॅस्टिअन हॉस्पिटलमध्ये दाखल होण्यापूर्वी मार्कची वैद्यकीयदृष्ट्या अवस्था कशी होती याची सर्जन लेफ्टनंट कर्नल ब्रुक्स यांना फारच थोडी माहिती होती. मार्कला नेमक्या कोणत्या क्षणी कृत्रिम श्वासोच्छ्वासाची गरज निर्माण झाली आणि युद्धभूमीवर त्याला पुन्हा शुद्धीवर येण्यास नेमका किती वेळ लागला, याची त्यांना फारशी कल्पना नव्हती. अशा रीतीनं मार्कची शुद्ध नक्की केव्हा हरपली याबद्दलच्या साक्षी त्यांनी ऐकलेल्या

नव्हत्या किंवा त्यांनी हेड कॅमेऱ्याचं चित्रीकरणही पाहिलेलं नव्हतं. तरीही कॉरोनरनं हेलिकॉप्टरचा विलंब या मुद्द्याचं सार असं काढलं. (पुन्हा त्यातील काही गोष्टी मी अधिक ठळक टाइपात लिहिल्या आहेत.)

''मार्कचा रक्तस्राव थांबण्यासाठी शस्त्रक्रियेव्यतिरिक्त दुसरा पर्यायच नव्हता याच्याशी लेफ्टनंट कर्नल ब्रुक्स सहमत आहेत; पण ज्या वेळी मार्कला कृत्रिम श्वासोच्छ्वास दिला तेव्हाही मार्क वाचू शकला नसता हे त्यांना मान्य नाही. लेफ्टनंट कर्नल ब्रुक्स पुढे असंही म्हणतात की, युनिट एक ट्रॉमा युनिटमध्ये येणाऱ्या अशा तऱ्हेची जखम झालेल्या रुग्णांपैकी, ज्यांच्या शरीरातील सर्व महत्त्वाची इंद्रियं तुलनात्मकदृष्ट्या अधिक कार्यक्षम असतात, त्यांच्यापैकीसुद्धा निम्मे रुग्ण दगावतात. मार्क ज्या परिस्थितीत जखमी झाला, त्या परिस्थितीत तर मृत्यूची शक्यता जवळ जवळ शंभर टक्क्यांपर्यंत जाते. जखमी व्यक्तीला हलवणं अवघड असेल आणि रोग्याच्या वैद्यकीय पूर्वोतिहासानुसार त्याला कृत्रिम श्वासोच्छ्वासाची गरज भासलेली असेल, तर असा रोगी यूकेमध्ये अगदी हॉस्पिटलच्या दारात जरी जखमी झाला असता तरी तो वाचण्याची शक्यता नगण्य असती. ट्रॉमा युनिटच्या दरवाजात जर एखादी व्यक्ती जखमी झाली तर ती वाचण्याची किंचितशी शक्यता असते.

हेलिकॉप्टर पाठवण्यासाठी अधिकृत परवानगी मिळण्यास लागलेल्या वेळेचा वेगवेगळा उल्लेख आढळतो. म्हणजे कधी ३२ मिनिटं कधी ३७ मिनिटं तर कधी ३९ मिनिटं. मी ३९ मिनिटं असाच त्याचा वेळ धरतो. हा वेळ म्हणजे 'नाइन लाइनर' पाठवल्यापासून हेलिकॉप्टरच्या मागणीसाठी रीतसर परवानगी मिळाल्यापर्यंतचा काळ. नाइन लाइनर पाठवला ८.४६ला आणि हेलिकॉप्टर पाठवण्याची परवानगी मिळाली ९.२५ला. मिसेस एव्हिन्सनला या दिरंगाईचीच चिंता वाटते आहे हे समजण्यासारखं आहे. ***सैन्य दल किंवा चौकशी समिती यांपैकी कोणीच याचं स्पष्टीकरण देऊ शकलेलं नाही.***

केवळ हीच गोष्ट मृत्यूला कारणीभूत झाली का हे मला या चौकशीच्या संदर्भात महत्त्वाचं वाटतं. तर ही गोष्ट कारणीभूत झाली असं वाटत नाही.

मला मि. मॅथ्यूज यांच्या अहवालातील परिच्छेद ५४ विश्वसनीय वाटतो.

''साक्षीदारांच्या निवेदनातून, ९.१५ला लेफ्टनंट एव्हिसनची

अवस्था कशी होती हे मला स्पष्ट कळू शकलेलं नाही. ही गोष्ट चौकशी समितीनं निश्चित करायला हवी असं मला वाटतं; पण त्याची नाडी हळूहळू मंद होत होती आणि त्या क्षणी त्याला कार्डिॲक मसाज अथवा कृत्रिम श्वासोच्छ्वासाची गरज पडू लागली होती. *त्याच वेळी हेलिकॉप्टरमध्ये त्याला शुद्धीवर आणण्यासाठी शिरेतून काही दिलं असतं तरी हेलिकॉप्टरच्या प्रवासात त्याचा रक्तस्राव थांबवता आला नसता आणि खरोखरच तसं घडलं. हेलिकॉप्टरमध्येच त्याची हृदयक्रिया थांबली. माझं मत असं आहे की, रक्तस्रावामुळे ज्या वेळी त्याला कृत्रिम श्वासोच्छ्वासाची गरज पडली त्या वेळी केलेल्या शर्थीच्या प्रयत्नांना तात्पुरतं यश मिळालं असलं तरीसुद्धा त्याचे प्राण वाचवता आलेच नसते.''*

मि. मॅथ्यूज यांनी अहवालाच्या ५७व्या परिच्छेदात असंही म्हटलं आहे.

''या चौकशी समितीपुढे मी माझं असं मत मांडू इच्छितो की, ज्या वेळी लेफ्टनंट मार्क एव्हिसन बेशुद्धावस्थेत जात होता आणि पुन्हा शुद्धीवर येत होता त्या वेळी श्वासोच्छ्वासाच्या अधिक प्रगत उपचारांखेरीज तो वाचणं अशक्य होतं. ***जेव्हापासून त्याला कृत्रिम श्वासोच्छ्वासाची गरज निर्माण झाली होती, त्यानंतर तो दीर्घ काळ जिवंत राहण्याची अपेक्षा करणं अवास्तव होतं आणि समजा तो वाचला असता तरी प्राणवायू न मिळाल्यानं मेंदूला झालेल्या इजेमुळे, या अशा अवस्थेत, त्याला जन्मभर देखभाल आणि आधाराची गरज पडली असती. बहुधा चेतनाहीन अवस्थेतच त्याला आयुष्य कंठावं लागलं असतं.''***

वेगवेगळ्या नोंदींप्रमाणे हेलिकॉप्टरला झालेल्या ३२, अथवा ३७ मिनिटांच्या विलंबाबाबतचं लेफ्टनंट कर्नल ब्रुक्सचं मत!

''लेफ्टनंट एव्हिसनची ३२ मिनिटं अगोदर शस्त्रक्रिया झाली असती तर त्याची फलश्रुती वेगळी असती. हे नुसतं अनुमान आहे. हे काही सिद्ध झालेलं नाही. माझ्या मते, त्या तथाकथित '३२ मिनिटांच्या विलंबाचा' वाचण्याच्या शक्यतेवर काही फारसा परिणाम झाला नसता. जखम झाली अफगाणिस्तानातील युद्धात, तेव्हा अशा पार्श्वभूमीवर जखमी अवस्थेत जगण्याची शक्यता कमीत कमीच असू शकते. तरीही, माझी खात्री आहे की, शक्य तितके सर्व प्रयत्न करणं योग्यच होतं आणि ते केले गेले.''

लेफ्टनंट कर्नल ब्रुक्सना त्यांचं मत मांडण्याचा अधिकार होताच; पण रक्तस्राव आटोक्यात आणण्यासाठी जितका अधिक कालावधी लागेल तितकी मृत्यूची शक्यता अधिक वाढेल आणि ही अशी घटना घडू शकेल. विलंब जितका अधिक होईल तितके त्याचे दुष्परिणाम अधिक होणार, ही साधी व्यावहारिक गोष्ट आहे.

कॉरोनरच्या नोंदींप्रमाणे, जगण्याच्या शक्यतेबद्दलचा लेफ्टनंट कर्नल ब्रुक्सचा गोंधळ झालेला दिसतो. ब्रुक्सनं मृत्युदर ५० टक्के म्हटलं होतं आणि नंतर पुढच्याच वाक्यात तो जवळजवळ १०० टक्के असल्याचं म्हटलं होतं. कॉरोनरनं ही अशी तफावत का, याची काहीही खास दखल घेतलेली नाही.

लेफ्टनंट कर्नल ब्रुक्स, मि. मॅथ्यूज यांच्या प्राथमिक अहवालाशी सहमत नव्हते. खास करून लोकल ट्रॉमाचे अनुभव आणि बॅस्टिअन हॉस्पिटलनं दिलेले निकाल यांबाबत. ही त्यांची काळजी डॉ. निकोलस यांच्या विशेष तपास विभागाच्या अहवालातही प्रतिबिंबित झाली होती. डॉ. निकोलस हंट यांनी स्पष्टपणे म्हटलं होतं!

> *''रक्तवाहिन्यांना झालेल्या जखमेतून वाचण्याची शक्यता, जखम कोणत्या परिस्थितीत झाला, त्यासंदर्भात विचारात घेतली गेली पाहिजे. त्याची तुलना, शहरातील सुसज्ज हॉस्पिटलातील ट्रॉमा उपचारात वाचण्याच्या शक्यतेशी करणं उचित होणार नाही. रोगनिदान शास्त्राप्रमाणे पाहिल्यास तर तो इतका काळ जिवंत राहू शकला, हा त्याला रणांगणात त्वरित साहाय्य मिळालं याचाच पुरावा आहे.''*

अशा युद्धभूमीवरच्या हॉस्पिटलमध्ये येणारे सैनिक त्यांच्या ताकदीच्या आणि तंदुरुस्तीच्या ऐन भरात असतात. त्यांच्यावर नावीन्यपूर्ण आणि पूर्वी कोणीही केलेले नाही अशा प्रकारचे उपचारसुद्धा केले जाऊ शकतात, हे डॉ. निकोलस हंट यांना पूर्णपणे ज्ञात होतं. तरीही या चौकशीतील काही निष्कर्ष इतर वयोगटातील व इतर सेवेतील रुग्णांवरील उपचारांच्या अनुभवांवर आधारित होते. ते निष्कर्ष युद्धभूमीवरील उपचारांना लागू पडणारे नव्हते.

लढाईत मार्कच्या खांद्याला झालेल्या जखमेची प्रतवारी अमेरिकन लोकांनी प्राणघातक अशी केलेली नाही. असे रोगी वाचण्याची शक्यता असते. टॉम स्पेन्सर स्मिथ नावाच्या दुसऱ्या एका लेफ्टनंटला या मोहिमेत, नंतर काही दिवसांनी खांद्याला अशा तऱ्हेची जखम झाली; पण तो त्यातून वाचला आणि नंतर पुन्हा कामावरही हजर झाला. गोळी लागल्यापासून ४० मिनिटांत त्याला हेलिकॉप्टरनं आणलं गेलं आणि ऑक्सिजन न मिळाल्यानं येणारी सूज त्याच्या मेंदूला आली नाही.

गस्ती चौकीवर आल्यानंतर ९.१५ची मार्कची अवस्था आणि अर्ध्या तासानंतर त्याला हेलिकॉप्टरनं नेण्यात आलं त्या वेळची त्याची अवस्था; यांतला फरक कोर्टानं जाणून घ्यावा असं मि. मॅथ्यूज यांनी सांगितलं होतं. मि. मॅथ्यूजनी अहवालातल्या ४८व्या परिच्छेदात म्हटलं आहे, ''लेफ्टनंट एव्हिसन जेव्हा ट्रॉमा युनिट-१च्या शॉकरूममध्ये दाखल झाला, त्या वेळी त्याची नाडी मंद असती आणि तो शुद्ध आणि बेशुद्धीच्या सीमारेषेवर असता **तर तो वाचण्याची किंचितशी शक्यता होती.**'' ९.१५ वाजता आणि त्यानंतर अर्ध्या तासानं मार्कची वैद्यकीय दृष्टीनं अवस्था कशी होती हे 'विशेष तपास विभागा'च्या अहवालात पुरेसं स्पष्ट केलेलं नव्हतं, असं मि. मॅथ्यूज यांना वाटत होतं. मि. मॅथ्यूज यांनी त्या दोनही वेळेस मार्कची अवस्था कशी होती या प्रश्नाकडे विशेष लक्ष देण्याची चौकशी समितीला सूचना केली होती. मि. मॅथ्यूज यांनी याची उकल करण्याची जबाबदारी कॉरोनरवर सोपवली. कॉरोनरनं जर त्याच वेळी हेड कॅमेऱ्याचं चित्रीकरण पाहिलं असतं तरी त्यांना त्याचं आकलन झालं असतं आणि त्यांनी त्याकडे लक्ष पुरवलं असतं. हेड कॅमेऱ्याचं चित्रीकरण आणि सैनिकांची साक्ष हेच सूचित करते की, ९.४०च्या आसपास मार्क बेसावध होऊ लागला होता. म्हणजे त्याच वेळी तो शुद्ध आणि बेशुद्धी यांच्या सीमारेषेवर होता आणि त्याच वेळी त्याला कृत्रिम श्वासोच्छ्वासाची आवश्यकता निर्माण झाली होती. त्यापूर्वी मार्क त्याच्या लोकांबरोबर व्यवस्थित संभाषण करत होता. पण मॉर्फिन दिल्यानं तो काहीसा गुंगीत होता. अर्थात ९.१५ची मार्कची अवस्था लक्षात घ्यावी, ही मि. मॅथ्यूज यांची विनंती कॉरोनरनं धुडकावून लावली आणि सैनिकांनाही त्याबाबत काही विचारलं नाही.

कलम २नुसार केलेली चौकशी असूनसुद्धा कॉरोनरची हेलिकॉप्टरच्या विलंबाबाबतच्या कारणांकडे लक्ष पुरवण्याची मुळीच तयारी नव्हती. विशेष तपास विभागानं त्यांच्या अहवालात हेलिकॉप्टरच्या विलंबाच्या तीन वेगवेगळ्या शक्यता सूचित केल्या होत्या, हे मला माहीत होतं. मार्कची जखम ही 'क' वर्गवारीतील की ती अधिक गंभीर म्हणजे 'ब' वर्गवारीतील, याबाबत झालेला गोंधळ आणि पाठवले गेलेले विसंगत संदेश हे या हेलिकॉप्टरला झालेल्या विलंबाचं एक कारण असल्याचं विशेष तपास विभागाच्या अहवालात म्हटलं गेलं असलं तरी कॉरोनरनं मात्र हेलिकॉप्टरला यामुळे विलंब झाला नाही, असं स्पष्टपणे म्हटलं. ब्रिटिश 'चिनुक' हेलिकॉप्टर सुरुवातीला चुकून पाठवण्यात आलं किंवा ते मार्कच्या आधीच जखमी झालेल्या नागरिकाला नेण्यासाठी दुसऱ्या गस्ती चौकीवर पाठवण्यात आलं, असं स्पष्टीकरण सैनिकांना देण्यात आलं होतं. ते पोलीस अहवालातही नोंदण्यात आलं होतं. पण यात काहीच तथ्य नव्हतं. कारण चिनुक हेलिकॉप्टर हे अतिशय मोठं असून, मार्कच्या गस्ती चौकीवर ते उतरवणंच शक्य नव्हतं; पण या शक्यतेची चर्चा

कोर्टात करण्यातच आली नाही. तिसरं कारण जवानांना असं देण्यात आलं होतं की, वैद्यकीय सुविधा असलेलं हेलिकॉप्टर त्या वेळी उपलब्धच नव्हतं; पण कोर्टात याचीही चर्चा करण्यात आली नाही.

लर्निंग अकौंट, हेलिकॉप्टरची मागणी आणि उपलब्धता यांचा काहीच उल्लेख करत नाही. उलटपक्षी ८.४६च्या 'नाइन लाइनर'ची आणि पेड्रो (अमेरिकन ब्लॅक हॉक हेलिकॉप्टर) ९.२२ला उपलब्ध झाल्याची मात्र नोंद करतं. एक गोष्ट मात्र स्पष्ट होते की, चिनुक जर कुठं इतरत्र पाठवण्यात आलं असेल आणि ते गस्ती चौकीवर उतरवण्यास फार मोठं असेल, लढाईत अन्य कुठंही उतरू शकत नसेल तर अमेरिकन हेलिकॉप्टर पाठवण्यासाठी आधीच विनंती का करण्यात आली नाही? कारण नऊच्या सुमारास हेलिकॉप्टरची मागणी करणारे सैनिकांचे काळजीयुक्त संदेश पाठोपाठ येतच होते. हेलिकॉप्टर कमांडरनं जर विनंती केली असेल तर तिची दखल का घेतली गेली नाही... हेलिकॉप्टर कमांडचा कोणीही प्रतिनिधी या चौकशीच्या वेळी स्पष्टीकरण देण्यास अथवा पुरावे देण्यास का बोलावला गेला नाही... संरक्षण मंत्रालयानं या प्रसंगोचित नोंदी का मिळवल्या नाहीत... हेलिकॉप्टरसाठी केलेल्या मागण्यांचं काय झालं... या प्रश्नांवर कॉरोनर कोर्टानं काहीही भाष्य केलं नाही.

अशा रीतीनं मार्कची अवस्था आणि हेलिकॉप्टरचा विलंब यांचा काहीही संबंध जोडण्याचे कष्ट चौकशी समितीनं घेतले नाहीत. मि. मॅथ्यू यांनी याची चौकशी करण्याची कोर्टाला शिफारस केली होती. त्याचा पाठपुरावा कोर्टानं करावयास हवा होता. उचित पुरावे न तपासताच कॉरोनरनं निष्कर्ष काढून टाकले. कॉरोनरनं असं म्हटलं असलं की, त्यांच्या व्यवसायातील लोक शक्यतांच्या आधारावर काम करतात, तरी डॉक्टरांनी असं स्पष्ट केलं की, वैद्यकीय जग हे मतांवर आधारलेलं असतं आणि कमी शक्यता असलेल्या मतांचाही आम्ही विचार करतो.

खांद्याच्या जखमेतून मार्क वाचला; पण अंतर्गत रक्तस्त्रावातून किंवा खोलवर केलेल्या गंभीर शस्त्रक्रियेचा परिणाम म्हणून शरीरांतर्गत इंद्रियांना पोचलेली इजा यातून वाचला असता का, हे कोणीच सांगू शकलं नसतं. हेलिकॉप्टर जर मागणी केल्यावर लगेच पोचलं असतं तर हेलिकॉप्टर प्रवासासाठी लागणारा १४ मिनिटांचा वेळ धरूनसुद्धा मार्क ९.४० पूर्वी बॅस्टिअन हॉस्पिटलमध्ये दाखल होऊ शकला असता. म्हणजेच मार्क शुद्धीवर असतानाच बॅस्टिअन हॉस्पिटलमध्ये दाखल झाला असता. जर तो बॅस्टिअन हॉस्पिटलमध्ये शुद्धीवर असताना पोचला असता आणि त्याला गंभीर शस्त्रक्रियेची गरज निर्माण झाली नसती आणि त्याचं हृदय कार्यक्षम राहिलं असतं, तर ते मेंदूला पुरेसा रक्तपुरवठा करू शकलं असतं, शिवाय त्याची खांद्याची जखम नियंत्रित करून त्याला तातडीनं सलाइनमधून उपयुक्त द्रवपदार्थ देता आले असते. मेंदूला सूज येण्याचा धोकाही कमी करता आला असता; पण २०

तासांच्या विलंबानंतर तसं होऊ शकलं नाही. जर तो ९.४०पूर्वी दाखल झाला असता, तर गंभीर शस्त्रक्रियेची गरजच पडली नसती आणि त्याचा परिणाम म्हणून झालेला अंतर्गत रक्तस्रावही टाळता आला असता.

असं सगळं घडूनही मार्कनं मोठ्या अनिच्छेनंच आपलं आयुष्य मृत्यूच्या स्वाधीन केलं. आयुष्याच्या ऐन बहरातला मार्क एक धडधाकट युवक होता. सैन्य दलातल्या सर्वांत तंदुरुस्त सैनिकांपैकी एक होता. त्याचा स्वभाव झगडण्याचा होता. इतरांपेक्षा तग धरण्याची शक्ती त्याच्यात अधिक होती, ही गोष्ट विचारात घ्यायला हवी होती; पण ती घेतली गेली नाही. शुद्धीवर राहण्याचे त्यानं शेवटपर्यंत आटोकाट प्रयत्न केले.

कॉरोनरनं पुढे म्हटलं,

"मि. टेम्पलनं म्हटलं आहे की, कितीही अंधूक असली तरी वाचण्याची शक्यता नेहमीच असते; पण कितीही कमी शक्यता असली तरी कसल्याही विलंबामुळे ती आणखी कमी होते आणि या भूमिकेपेक्षा पुढे जाऊन त्या विलंबामुळेच मृत्यू झाला, असं म्हणणं मला योग्य वाटत नाही."

मार्कचा मृत्यू, केवळ विलंबामुळे झाला असा युक्तिवाद माझ्या वकिलांनी कधीच केला नव्हता. पण ते तो तसा करत आहेत, असंच कॉरोनरच्या निरीक्षणानं सुचवलं होतं. चौकशी समितीच्या विचित्र नियमामुळे वादीला प्रश्न विचारता येतात; पण भाषण देता येत नाही. विलंबाच्या कारणांचा आणि परिणामांचा शोध आणि छाननी आवश्यक आहे, अशी भूमिका आम्ही पूर्वसुनावणीत घेतली होती.

सगळ्याचा समारोप करताना कॉरोनरनं विचारपूर्वक सांगितलं की, ह्या चौकशीनंतर संरक्षण मंत्रालयाला या विलंबाचं स्पष्टीकरण देणाऱ्या काही गोष्टी आढळल्या, तर त्या मार्कच्या कुटुंबियांना कळवल्या जाव्यात.

"मिसेस् एव्हिसनच्या या विलंबाविषयीच्या तीव्र भावना समजण्यासारख्या आहेत; पण सैन्य दल अथवा चौकशी समिती यांपैकी कोणीच त्याचं स्पष्टीकरण देऊ शकलेलं नाही. सैन्य दलानं ते शोधून काढण्यासाठी जी मदत केली त्याबाबत मी समाधानी आहे, जर त्याविषयीची कागदपत्रं उपलब्ध झाली तर सैन्य दल, मार्कच्या आई-वडिलांना आणि कोर्टाला तसं कळवील."

संरक्षण मंत्रालयाच्या वकिलांचा हेतू कॉरोनर समजून घेत नव्हता, हे आता आम्हाला स्पष्ट दिसत होतं. दुर्दैवानं, माझ्या वकिलांनी या चौकशीनंतर केलेल्या (विलंबाच्या) नोंदींच्या मागणीला त्यांनी अगदी निर्दयपणे दिलेला प्रतिसाद असा होता :

"चौकशी समितीनं या प्रकरणाचा निकाल दिल्यानं, संरक्षण मंत्रालय त्या नोंदींची पुढे खास चौकशी करू इच्छित नाही. त्या नोंदी उपलब्ध असतील

अथवा नसतील, त्यांचा शोध घेणं संरक्षण मंत्रालयावर बंधनकारक आहे, असं मंत्रालयाला वाटत नाही.''

कॉरोनर कोर्टाच्या या कामकाजादरम्यान 'गोल्डन अवर' हा एक दुय्यम मुद्दा पुढे आला. 'गोल्डन अवर' हा, या पूर्वीच्या युद्धात सैनिकांचे प्राण वाचवण्यासाठी कृती आणि अनुभव यांवर आधारलेला एक नियम होता. मि. मॅथ्यूज यांचं ट्रॉमा सर्जन म्हणून एक निरीक्षण होतं की, जखम झाल्यापासून ते तातडीचे उपचार मिळेपर्यंत दोन तासांचा अवधी जाणं जखमी व्यक्तीचे प्राण वाचवायला योग्य नसतं. खरंतर त्याला शक्य तेवढ्या लवकर उपचार मिळावयास हवेत, जेणेकरून जखमी व्यक्तीच्या प्रकृतीत लवकरात लवकर सुधारणा होईल. 'गोल्डन अवर' अशा तऱ्हेनं निर्धारित करावयास हवा. हा 'गोल्डन अवर' आता नाटोच्या नियमावलीत समाविष्ट नाही. मेजर बेटिन्सननं यांच्या 'लर्निंग अकौंट'मध्ये नमूद केलंय, ''मार्कच्या केसमध्ये त्याच्या जखमेला १ तास २० मिनिटांच्या आतच शस्त्रक्रियेचे उपचार मिळाले. म्हणजे 'ब' वर्गवारीतल्या जखमांसाठी जी कालमर्यादा ठरवली आहे, त्याच्या आतच, याचं मला समाधान आहे.'' एखाद्याचा जीव वाचवायचा असेल तर असा आत्मसंतुष्टपणा काय कामाचा? 'गोल्डन अवर'च्या आतच मार्कला उपचार मिळाले असते तर कदाचित तो आज इथं असता.

या चौकशी समितीची व्याप्ती आणि कार्यक्षेत्र हा एक महत्त्वाचा प्रश्न होता. त्याविषयी कॉरोनरनं सांगितलं, ''मृत व्यक्तीची ओळख पटवण्यासाठी, त्या व्यक्तीचा मृत्यू कसा आणि कोणत्या कारणांनी झाला याचा पूर्ण तपास करण्याचं काम मी पार पाडलं आहे. मला वाटतं त्याचं श्रेय तुम्ही मला द्यावं.'' पण कोणत्या परिस्थितीत, या तपासाचा उल्लेख त्यानं टाळला. याचा अर्थ ही कलम २नुसार केलेली चौकशी नव्हती, असा होतो. पण चौकशीच्या शेवटी त्यानं असा निष्कर्ष काढला की :

''कलम २नुसार तपास केल्याचं मी आपल्याला सांगितलंच आहे. या सगळ्याच्या केंद्रस्थानी मार्कच असायला हवा होता आणि तो होताही. सैन्याच्या तुकडीबरोबर कोणती वैद्यकीय उपकरणं किंवा सुविधा असायला हव्यात आणि जर त्या असत्या तर त्याचा जीव वाचला असता, अशा गोष्टींचा ऊहापोह कॉरोनर म्हणून मी करण्याचं कारण नाही. जखमींना त्या 'गोल्डन अवर'मध्ये हलवण्यासाठी ब्रिटिश सैन्य दलानं वचनबद्ध असलंच पाहिजे असं नाही. मार्क ऑपरेशन थिएटरमध्ये लवकरात लवकर दाखल होऊ शकला असता का आणि त्यामुळे त्याचे प्राण वाचले असते का,

त्याच्याशीच फक्त माझा संबंध आहे. बोमन रेडिओ आणि इलेक्ट्रॉनिक गणक मापक हे एकत्र काम करू शकतात का, याच्याशी माझा संबंध नाही. माझा संबंध फक्त इतकाच आहे की, मार्कजवळ बोमन रेडिओ होता का आणि तो जेवढा कार्यक्षम असावयास हवा होता, तेवढा होता का? उर्वरित गोष्टी हे राजकीय निर्णय आहेत, ते पार्लमेंटनं घ्यायचे आहेत. जर सरकारनं याची सार्वजनिक चौकशी केली तर तेदेखील मला या मुद्द्यांवर 'माझं मत' विचारणार नाहीत, याची मला खात्री आहे.''

हा त्याचा समारोप गोंधळात टाकणारा होता. त्यात त्यानं बिनतारी यंत्रणेकडून 'काय अपेक्षा करावी' हे गृहीत धरलं होतं; पण कॉरोनरनं असंही म्हटलं होतं की, त्यानं 'कलम २नुसार' चौकशी केली आहे. हे जर खरं मानलं तर त्यानं योग्य त्या साक्षीदारांना आणखी काही मुद्द्यांवर चौफेर भाष्य करण्यासाठी यापूर्वी बोलावलं नव्हतं, याचंच आश्चर्य वाटलं. त्यानं असे साक्षीदार बोलावले नाहीत यातून हेच ध्वनित होतं की, त्याला अशी तौलनिक सखोल चौकशी अभिप्रेतच नव्हती. त्यानं सखोल चौकशी करायला हवी होती किंवा त्यानं सखोल चौकशी का केली नाही? कदाचित असंही झालं असेल की, पूर्व सुनावणीत त्याच्या पुढे आलेल्या (आणि त्याच्या हाताखालच्या लोकांनी पुढे केलेल्या) काही सूक्ष्म मुद्द्यांचं आकलन होण्याची कॉरोनरची क्षमता नव्हती. त्यामुळे अर्थातच या प्रकरणात अधिक पुरावे देऊ शकतील असे साक्षीदार त्यानं बोलावले नाहीत; अथवा त्याच्यावर इतरही काही दडपणं आली असावीत.

एका मृत सैनिकाची माता म्हणून मी दुखावली गेले होते. या दुःखामुळे किंवा या दुःखानं विचलित झाल्यामुळे माझं या चौकशीच्या कारवाईनं समाधान झालं नाही, असा आरोप माझ्यावर करता येईल याची मला कल्पना आहे. पण चौकशीची कारवाई योग्य तऱ्हेनं झाली नाही, ही वस्तुस्थिती होती. उचित दस्तऐवज सादर केले गेले आहेत याची खात्री करून घेण्यासाठी कॉरोनर अपयशी का ठरला? सुसंगत साक्षीदारांना कोर्टासमोर पेश न करताच मार्कच्या मृत्यूच्या कारणांचा तपास तो कसा काय लावू शकतो? मार्कच्या मेंदूची अवस्था कशी होती यावर आणखी निवेदन देण्यासाठी त्यानं वैद्यकीय तज्ज्ञांना का पाचारण केलं नाही? किंवा इतकंच कशाला, कोर्टात 'मृत्यूचं हेच कारण आहे' अशी दखलही का घेतली नाही? वेळेनुसार मार्कची शारीरिक अवस्था कशी खालावत गेली, याचं हेड कॅमेऱ्यानं केलेलं चित्रीकरण सर्व तज्ज्ञांना आणि साक्षीदारांना का दाखविण्यात आलं नाही? मार्कची प्रकृती ९.१५ला कशी होती आणि पुन्हा ९.४५ला कशी होती, याचं वर्णन करण्यास जवानांना का सांगितलं

गेलं नाही? फार अल्प कालावधीची चौकशी समिती अन् तीही ज्यूरीशिवाय अशी तजवीज करण्याबाबत कॉरोनर इतका का आग्रही होता? शेवटी आपण एका सखोल कलम २नुसार चौकशीचं आयोजन केलं होतं, असं कॉरोनर छातीठोकपणे कसं म्हणू शकतो? आणि त्याच वेळी 'मार्कचा मृत्यू काही झालं तरी ओढवलाच असता' या आधारावर पुराव्यांची व्याप्ती कमी करून पुरावे सादर करण्याचंच कसं टाळतो? या दोन्ही गोष्टींत सुसंगतीच नाही.

मार्कचा मृत्यू नाहीतरी ओढवलाच असता, हे विधान मला मुळातच अतार्किक वाटतं. मार्कवर ज्या वेळी उपचार चालू होते त्यावेळी वैद्यकीय पथकाला त्याचा मृत्यू होणारच आहे, असं वाटत नव्हतं; नाहीतर त्यांनी प्रयत्नांची पराकाष्ठा केलीच नसती. ज्यांना तातडीच्या उपचारांची गरज आहे अशा वाचवता येण्याजोग्या गंभीर रुग्णांवर शस्त्रक्रिया करून उपलब्ध साधनांचा जास्तीत जास्त उपयोग करण्याचं हॉस्पिटल्समधील तत्त्व मला माहीत आहे. उपलब्ध साधनांचा त्यांनी मार्कसाठी पुरेपूर उपयोग केला, हे उघड आहे. उपलब्ध रक्ताचा साठा त्याला वाचवण्याचे प्रयत्न करताना वापरायची त्यांची तयारी होती. सहा तास गुंतागुंतीच्या आणि नावीन्यपूर्ण शस्त्रक्रिया करण्याचा त्यांनी प्रयत्न केला आणि रात्रभर त्याच्या उशाशी डॉक्टर बसून होते. त्या शनिवारी तो जगेल असाच विश्वास वाटला असेल त्याच्यावर उपचार करणाऱ्या वैद्यकीय पथकाला. नाहीतर त्यांनी उपचार चालू ठेवलेच नसते. तिथं असणाऱ्या प्रत्येकाला हेच वाटत होतं. तिथल्या धर्मोपदेशकानंही अगदी असंच वाटत असल्याचं मला सांगितलं होतं. ९ मेला मार्कची जखम कोणत्या वर्गवारीतील आहे ते मला सांगताना तो जगण्याची शक्यता नाही, असं कोणीच बोललं नव्हतं. (खरंतर जखमेची गणना अतिगंभीर किंवा प्राणघातक जखम यांत करावयास हवी होती, त्याऐवजी मार्कची जखम 'गंभीर जखम' असं सांगण्यात आलं.) या प्रकरणात आता गतगोष्टींची चर्चा योग्य नाही. तो जगणार असंच त्यांनी त्या वेळी गृहीत धरलेलं असेल तर, चौकशी समितीनंही ज्या परिस्थितीत मार्कचा मृत्यू झाला त्या परिस्थितीची अधिक तपासणी करावयास हवी होती. ज्या क्षणी तो जखमी झाला तेव्हाच जर तो वाचण्याची शक्यता अंधूक असेल, तर या सर्व मुद्द्यांचा अधिक तपास आणि स्पष्टीकरण देण्याची आवश्यकता होती. त्या वेळेपर्यंत तो काही मृत झालेला नव्हता.

शेवटी मनात असंच येतं- चौकशी समितीच्या या उघडउघड निरर्थक खटाटोपाचा कुणाला काय उपयोग? हा मृत्यू कदाचित टाळता आला असता. मार्कला इतका रक्तस्राव झाला की, अखेर त्याचं हृदय शुष्क झालं, एका अत्याधुनिक हॉस्पिटलपासून केवळ २० ते ३० किलोमीटर अंतरावर असताना. हा एका तऱ्हेनं सैन्य दलाच्या वचनबद्धतेच्या कराराचा उपहासच होता. पुढे त्याचं कोणतंही स्पष्टीकरण दिलं गेलं नाही. सेवेत असणाऱ्या इतर सैनिकांसाठीही हे योग्य होतं का?

वैयक्तिक पातळीवर विचार केला तर, या सगळ्या प्रक्रियेनं मार्कचा मृत्यू क्षुद्र ठरवला, काही विचार न करता सर्वसामान्य गणला गेला. त्याचा सर्वोच्च त्याग कवडीमोल केला. माझ्या मनात सैन्य दलाची जी प्रतिमा होती, ती यामुळे मलिन झाली. मार्कची सेवा आणि माझी हानी यांना तुच्छ लेखलं गेलं. त्याच्या मृत्यूच्या धक्क्यातून मी सावरू पाहत असतानाच या चौकशीनं मला पुन्हा मागे खेचून नेलं. 'माझा मार्क मला दिसत नाही आहे' एवढंच माझ्या मनानं तेव्हा स्वीकारलं होतं. शेवटी माझ्याजवळ उरला माझ्या प्राणप्रिय व्यक्तीचा चिरवियोग! असं का व्हावं, याचं उत्तर किंवा पुरेसं स्पष्टीकरण ही चौकशी देऊ शकली नाही. चौकशी समिती या प्रकरणाचा सोक्षमोक्ष लावेल, असं माझ्या साहाय्य अधिकाऱ्यानं, स्टीव्हनं मला सांगितलं होतं; पण प्रत्यक्षात मात्र चौकशी समिती त्यापासून दूरच राहिली.

न्यायदानाच्या प्रक्रियेत वादी आणि प्रतिवादींचे विधिज्ञ आपापली बाजू मांडतात, सर्व बारकाव्यांचा सारासार विचार करून निकाल दिला जातो. या चौकशीत या सर्व गोष्टी एकाच माणसाच्या हातात होत्या, हे मला चुकीचं वाटलं. कॉरोनर हा काही न्यायाधीश नव्हता; पण त्याला न्यायाधीशासारखं काम करायचं होतं. चौकशीदरम्यान त्यानं आपल्याला थकवा आल्याचं जाहीर केलं. पहिल्या पूर्व सुनावणीला तो गैरहजर होता. दुसऱ्या पूर्व सुनावणीच्या वेळीही त्याची प्रकृती खरोखरच ठीक नव्हती. त्याला सतत खोकल्याची उबळ येत होती. त्यानं कामकाजात व्यत्यय येत होता. जेव्हा एकच व्यक्ती कार्यभार सांभाळणारी, ऐकणारी आणि निर्णय घेणारी असते, तेव्हा त्या व्यक्तीचं त्यातील नैपुण्य आणि मानसिक अवस्था या गोष्टींना महत्त्व प्राप्त होतं. ज्यूरीची नेमणूक करण्यास कॉरोनरनं फार उत्साह दाखवला नाही. गतगोष्टींचा विचार करता ज्यूरीच्या नेमणुकीनं चौकशीचा स्तर उंचावण्यास मदतच झाली असती. कॉरोनरनं हे स्पष्ट केलं की, त्याच्या मते या कामकाजाची सगळी सूत्रं त्याच्या हातात असणंच योग्य होईल. त्याला असं वाटत होतं, कारण हा त्याच्या दैनंदिन कामाचाच भाग होता. या गोष्टी कशा हाताळायच्या, हे तो जाणून होता. ज्यूरीच्या नेमणुकीनं सगळ्या कामाला दुप्पट वेळ लागेल, असं तो म्हणाला आणि कोर्टाकडेही फार वेळ उपलब्ध नव्हता, हेही उघड दिसत होतं.

युद्धाच्या पारंपरिक तत्त्वांवर कॉरोनरचा विश्वास होता. सैनिकांना, सैनिकांनी जे काही केलंय ते योग्य आणि पुरेसं होतं, असा धीर दिला पाहिजे याबाबत तो आग्रही होता. उलटपक्षी जेव्हा एका साक्षीदाराची उलटतपासणी होणार होती, तेव्हा त्यावर एक वरिष्ठ अधिकारी आणत असलेला दबाव माझ्या माजी नवऱ्याला खटकला होता आणि त्यानं तशी तक्रार कॉरोनरपाशी केली होती. कॉरोनरनं त्यावर जाणीवपूर्वक प्रतिक्रिया दर्शवली नाही आणि त्याकडे एक विशेष मुद्दा म्हणून पाहण्याचं नाकारलं होतं. संपूर्ण सुनावणीच्या काळात संरक्षण मंत्रालयाच्या अधिकाऱ्यांची एक पालक

म्हणून माझ्याशी वागण्याची असलेली वृत्ती पाहून मला धक्काच बसला. संरक्षण मंत्रालयाच्या बॅरिस्टर्सनी मला असं सांगितलं की, या अत्यंत काळजीच्या चार दिवसांत डॉक्टर्सनी माझ्याजवळ थोडी आशा असल्याचं जे व्यक्त केलं होतं, ते केवळ माझ्याशी सौजन्यपूर्ण वर्तन करण्याच्या हेतूनं केलं होतं. म्हणजे त्यांच्या बोलण्यातून असं सूचित होत होतं की, मार्कचा जीव वाचवण्याचा प्रयत्न करत असताना त्यांना खरंतर तो वाचणार नाही, हे माहीत होतं. त्यांच्या तोंडून ते ऐकताना माझ्या अंगावर अगदी काटा आला.

चौकशीच्या वेळी जसजशा घटना एकामागोमाग एक उलगडत गेल्या, तसतसं कोणाचेतरी दोष लपवण्यासाठी हा एक सारवासारवीचा प्रयत्न चालू आहे, अशीच भावना मनात निर्माण झाली- प्रारंभी माहिती गोळा करण्याच्या प्रक्रियेत आणि पाठोपाठ कॉरोनरनं काढलेला सारांश आणि दिलेला निकाल यातही. त्यानंतर मी संतापले. हा संताप होता अन्यायानं आलेल्या हतबलतेचा. तसंच अदृश्य शक्तींच्या सर्व गोष्टींवर ताबा ठेवण्याच्या आणि आपल्याला हवं तसंच घडवून आणण्याच्या वृत्तीचा. मार्कच्या मृत्यूचा राग येण्याची ही पहिलीच वेळ होती.

चौकशी संपल्यावर मला इतर सैनिकांच्या कुटुंबियांचा संताप जाणवला. अलीकडेच मृत सैनिकांच्या कुटुंबीयांच्या वतीनं एक वरिष्ठ कॉरोनर नेमावा यासाठी त्यांनी राबवलेल्या मोहिमेला मी पाठिंबा दिला. काही काळानं त्याला यशही आलं. न्यायविषयक सचिव मि. केनेथ क्लार्क यांनी २०११मध्ये नवीन योजना जाहीर केली. ही योजना कॉरोनरचं कामकाज कशा रीतीनं चालावं याविषयी असेल, असं आम्हाला वाटत होतं. त्या प्रमाणे ती त्या कामकाजात सुधारणा करण्यासाठी होती. त्या योजनेत कॉरोनर चौकशीचा स्तर उंचावण्यासाठी सर्व तऱ्हेचे अधिकार दिले गेलेले होते. यामध्ये कॉरोनरचं प्रशिक्षण, कामकाजाचे किमान निकष कायम करणं आणि मृतांच्या कुटुंबीयांना अधिक चांगली वागणूक देणं, यांचा समावेश होता.

पण कॉरोनर कितीही प्रशिक्षित असला आणि त्याला अधिकार बहाल केलेले असले, तरी सैन्याच्या चौकशी समितीची जी सध्या अस्तित्वात असलेली रचना आहे, त्यात संरक्षण मंत्रालयाच्या वकिलांचं स्थान अबाधितच राहणार आहे. या सगळ्या प्रक्रियेत संरक्षण मंत्रालयाच्या दृष्टिकोनाला सर्वोच्च महत्त्व राहणार आहे. पण माझ्या मते, याचा सखोल असा पुनर्विचार व्हायला हवा. 'संरक्षण मंत्रालयानं जे केलं ते का केलं असावं' याचा मी काही काळानं, अधिक व्यापक दृष्टीनं विचार केला. संरक्षण मंत्रालय हे गुप्तता पाळून सर्व काही ताब्यात ठेवणारी संस्था मानली जाते. बदलाला विरोध करणारी. आपल्यावर कोणाला फिर्याद करता येईल का, याची त्यांना चिंता असते. याचं कारण असं असावं की, कदाचित संरक्षण मंत्रालयानं आपला दोष मान्य केला तर संपूर्ण सैन्य दलाला मोठी आर्थिक हानी सोसावी लागू

शकेल. उदाहरणार्थ, अमेरिकेने 'गोल्डन अवर' हा निकष पुन्हा लागू केला आहे. त्या वेळात जखमींना हॉस्पिटलमध्ये नेणं बंधनकारक झालं आहे. त्यायोगे सैनिकांचे जीव वाचण्याचं प्रमाण लक्षणीयरीत्या वाढलं आहे; पण त्यासाठी त्यांना मोठी किंमत ही मोजावी लागते. पण दुर्दैवानं संरक्षण मंत्रालयानं त्यांच्या सैनिकांची काळजी किती घ्यायची याला कदाचित मर्यादा असाव्यात आणि मार्कचा रेंगाळणारा मृत्यू, हाही त्याचाच परिणाम असावा आणि संरक्षण मंत्रालयाला हा मुद्दा अडचणीचा वाटणारा असावा.

मार्कच्या मृत्यूनंतर जवळजवळ वर्षभरानं त्यासंबंधी माहिती मागवल्यावर संरक्षण मंत्रालयाला ती देता येऊ नये, याचं दुसरं कुठलं स्पष्टीकरण देता येईल? संरक्षण मंत्रालय अकार्यक्षम होतं, गुप्तता पाळत होतं, का त्यांचा अधिक वाईट हेतू होता? आपल्याला सोयीस्कर निकाल लागावा असा तर त्यांचा प्रयत्न नव्हता? सैनिकांच्या विनाकारण ओढवणाऱ्या मृत्यूत संरक्षण मंत्रालयाचा किती दोष होता हे त्यायोगे उघडकीस येण्याचं टळलं असतं. मला असं वाटतं, संस्थागत अपयशांची सखोल चौकशी होऊ नये असा त्यांचा प्रयत्न होता. हे नैतिक, राजकीय आणि कायदेशीर दृष्टीनं कितपत समर्थनीय होतं?

बहुप्रतीक्षित अशा संरक्षण खर्चाच्या आढाव्यापूर्वी सप्टेंबर, २०१०मध्ये 'चॅनेल 4'चा 'डिस्पॅचेस' हा कार्यक्रम पाहून मला धक्काच बसला. संरक्षण दल आणि मंत्रालय यांच्याकडून होणारी साधनसामग्री खरेदीतील अनियमितता आणि पैशांची उधळपट्टी त्यात उघड केली होती. त्याचा परिणाम युद्धभूमीवर लढणाऱ्या सैनिकांना उपलब्ध असलेल्या निधीवर नक्कीच होत असणार. हेड कॅमेऱ्यानं केलेलं चित्रीकरण मला देण्यात आलंय, याची एका बातमीदाराला कल्पना होती. ते चित्रीकरण प्रसिद्ध करण्याची माझी इच्छा नाही, याचीही त्याला कल्पना होती. त्यानं मला फोन केला; पण या वेळी मात्र ते चित्रीकरण प्रसिद्ध करण्यास मी तयारी दर्शवली. संरक्षण मंत्रालयानं मी ते प्रसिद्ध करू नये म्हणून मला अडवण्याचा प्रयत्न केला; इतकंच नव्हे, तर कोर्टाच्या आदेशाचीही धमकी दिली. पण चौकशीच्या वेळी ते सर्व पुरावे जनतेला उपलब्ध करून देण्यात आले होते हे माझ्या वकिलांनी जेव्हा निदर्शनास आणून दिलं, तेव्हा त्यानंतर मात्र संरक्षण मंत्रालयानं धमक्या देणं थांबवलं.

चॅनेल 4नं, ५ ऑक्टोबर, २०१०रोजी त्या चित्रीकरणाचा, त्या दिवशीच्या बातम्यांत मुख्य बातमी म्हणून समावेश केला. (पाठोपाठ तो वार्ताहर, क्रिस जेप्सन त्याचं नाव, त्या वर्षीच्या तरुण वार्ताहराच्या पुरस्काराचा मानकरी ठरला.) त्या चित्रीकरणानं काय घडलं याचे सर्व तपशील दिले. जनता ते प्रथमच पाहत होती. सैनिक हेलिकॉप्टरची वाट पाहत असताना त्यांचा लाडका कमांडिंग अधिकारी आणि साथीदार आपल्यादेखत मृत्युमुखी पडत आहे हे जाणवून, सैनिकांचा जीव किती

कासावीस झाला असेल ते जनतेनं अनुभवलं. जेप्सननं हेलिकॉप्टरच्या विलंबाशी आणि मार्कच्या मृत्यूशी निगडित प्रश्नांची उत्तरं अजूनही संरक्षण मंत्रालयानं दिली नसल्याकडे लक्ष वेधलं. हुजूर पक्षाचे त्या वेळेचे पंतप्रधान डेव्हिड कॅमरून यांची मुलाखत पाठोपाठच थोड्या वेळात दाखवण्यात आली. 'अफगाणिस्तानात दीर्घ काळपर्यंत आमच्याजवळ पुरेशी हेलिकॉप्टर्स नव्हती,' अशी कबुली त्यांनी दिली. अप्रत्यक्षरीत्या त्यांना असं तर सूचित करायचं नव्हतं ना की, 'त्या दिवशी खरी अडचण म्हणजे हेलिकॉप्टर्सची कमतरता हीच होती.'

संरक्षण मंत्रालयानं या कार्यक्रमाला प्रतिसाद म्हणून वर्तमानपत्रांकडे एक निवेदन पाठवून दिलं. त्यात म्हटलं होतं-

> *"मिसेस एव्हिसन यांचा पुत्र लेफ्टनंट मार्क एव्हिसन याचा मृत्यू झाला आणि आम्ही त्यांच्या दुःखात सहभागी आहोत. वैद्यकीय सुविधा असलेल्या हेलिकॉप्टरला लागलेला वेळ हे मार्कच्या मृत्यूस कारणीभूत नाही. दुर्दैवानं त्याच्या गंभीर जखमांमुळे त्याचे प्राण वाचू शकले नसते, हा कॅरोनरनं स्वतंत्रपणे काढलेला निष्कर्ष आहे. चौकशीत असंही आढळून आलं की, बिनतारी संदेशवहनाचं काम व्यवस्थित चालू होतं आणि गस्ती तुकडीशी असलेल्या संपर्काच्या अनेक नोंदींची दखल कॉरोनरनं घेतली."*

चौकशीच्या वेळी सगळ्या साक्षी ऐकलेला किंवा मार्कच्या बरोबर त्या वेळी असलेला असा कोणताही सैनिक, त्या वेळी बिनतारी यंत्रणा खऱ्या अर्थानं व्यवस्थित काम करत होती, असं म्हणू शकणार नाही. असे पुरावे होते की, परिस्थिती अगदी अनुकूल असतानासुद्धा संपर्क तुटक तुटकच होता. त्या दिवशी आणि त्या संपूर्ण मोहिमेच्या काळात 'संपर्कातील अडचणी' हा एक मुख्य मुद्दा होता. त्यामुळे हवाई संरक्षणाची मागणी करण्यावर त्याचा विपरीत परिणाम झाला, नाहीतर अशी परिस्थिती ओढवलीच नसती. संरक्षण मंत्रालयाची भूमिका एका ठरावीक साच्याचीच होती. सैन्य दलाच्या केंद्रस्थानी असलेली महत्त्वाची मूल्यं, नीतितत्त्वं, प्रामाणिकपणा यांचा अभाव हा सर्वथैव धक्कादायक होता. लढणारं सैन्य आणि त्यांचे वरिष्ठ यांच्यात असलेल्या महदंतरावरच या त्यांच्या भूमिकेनं प्रकाश टाकला. परिस्थितीचा पुनर्विचार आणि संस्थात्मक बदल याला त्यात स्थान नव्हतं. त्यामुळे असं वाटतं की, मार्कचं बलिदान निरर्थक ठरलं- मृतांच्या संख्येत केवळ एकानं पडलेली भर!

अफगाणिस्तान आणि युद्ध यांची माझ्या मनावरील छाप

युद्ध हे काही या विशिष्ट प्रश्नांचं उत्तर नाही यावर विश्वास ठेवणारा बहुधा मी एकटाच असेन इथं. अफगाणींचं भविष्य घडवायचं असेल तर त्यांच्याशी चांगले संबंध प्रस्थापित करण्यावर भर दिला पाहिजे. ही माझी भूमिका कदाचित पुढच्या काही दिवसांत, आठवड्यांत बदलेलसुद्धा.

मार्कच्या रोजनिशीतून, २६ एप्रिल, २००९

कॉरोनरच्या कोर्टातील कायदेशीर चौकशीनंतर एक आठवड्यानं, स्थानिक अफगाण विमानात मी बसलेली होते. कदाचित माझ्या नशिबानं एक वेगळंच वळण घेतलं होतं. विमानातून खाली, माझी नजर दूरदूरवर पसरलेल्या काबूल शहराबाहेरच्या तपकिरी गोळ्या-गोळ्यांच्या जाड पांघरुणासारख्या डोंगरावर गेली. त्या उंचच उंच सुळक्यांना, विमानानं जवळ जाऊन हळूच आलिंगन दिल्यासारखं वाटलं. माझ्याबरोबरच्या सहप्रवाशानं मोठ्या उत्साहानं सांगितलं की, कधीकधी विमानं त्यावर धडकतात आणि मग खोल घळीतून नष्ट झालेल्या वस्तू किंवा मृतदेह, त्यावर पेरून ठेवलेल्या सुरुंगांमुळे परत मिळवणंही अशक्य असतं. आम्ही दऱ्याखोऱ्यांवरून उडत होतो. घरांभोवती केलेली उंच भिंतींची कम्पाउंड्स, तपकिरी शेतांसभोवती कालव्याच्या पाण्याचे चर- तुकडे तुकडे जोडून केलेल्या गोधडीसारखे वरून नजरेला पडत होते. मी पाहिलेल्या व्हिडिओ चित्रीकरणामधून हे दृश्य आता माझ्या परिचयाचं झालं होतं. मार्कच्या बालपणातील रेखीव, शांत वातावरणापुढे हे वातावरण मला कठोर, अगदी परकं वाटलं. खोल दडलेल्या दुःखानं पुन्हा डोकं वर काढलं. विषण्णता सहन न करता येण्यासारखी, झटकून न टाकता येण्यासारखी होती. घरापासून इतक्या दूर, अनोळखी प्रदेशात तो गेला, मरण पावला.

मी इथं कशाला आले आहे? मार्कच्या मृत्यूनं सैन्य दलाला धक्का बसला असेल; थांबून विचार करायला भाग पाडलं असेल? अनेकांच्या मृत्यूप्रमाणेच हा

एक मृत्यू! ब्रिटिश जनतेला हळूहळू असा प्रश्न पडायला लागला असेल की, आपली मुलं इथं काय करताहेत? गेल्या काही दिवसांत याच प्रश्नानं मला सतावलं होतं. मार्कच्या मृत्यूला फक्त १६ महिने झालेत आणि मला अजूनही मार्कला शोधावंसं वाटतंय. ज्या ठिकाणी तो गेला, त्या ठिकाणी जावं, त्यानं काय पाहिलं ते समजून घ्यावं; जणूकाही त्याच्याबरोबर असावं. त्यानं कशासाठी बलिदान दिलं ते मला पाहावंसं वाटलं. कदाचित देशाचं, जनतेचं हित साधल्यानं त्याच्या मृत्यूचं सार्थक झालं. त्याचं बलिदान सार्थ ठरलं, याचं माझ्या मनाला समाधान हवं होतं. मला वाटलं, मी अफगाणिस्तानला गेले तर ब्रिटिश तरुणांच्या त्यागाला काही अर्थ आहे का, ते जाणून घ्यायला मला मदतच होईल.

काही महिन्यांपूर्वी सैन्य दलाच्या एका नृत्याच्या समारंभात बक्षिसांचा लिलावही होता. त्या लिलावातलं बक्षीस म्हणून अफगाणिस्तानच्या ट्रिपचा प्रस्ताव ठेवण्यात आला होता. ते ऐकताक्षणीच मला असं वाटलं की, 'हो, मला जायचंय!' ही ट्रिप काही सुरक्षित असणार नाही, याची मला खात्री होती. एलिझाबेथनं आत्ताच भावाला गमावलंय आणि आता पुन्हा आणखी दुर्घटनेला तिला सामोरं जावं लागू नये अशीच माझी इच्छा होती. पण एलिझाबेथनं माझं मन जाणलं आणि नुसता होकारच नाही, तर उलट तिनं मला प्रोत्साहन दिलं, जाण्यासाठी.

माझ्या प्रवासाची सुरुवातच मुळी अपशकुनानं झाली. प्रवासापूर्वीच माझा पासपोर्ट हरवला. मग मी विमानतळावर विनापासपोर्टच गेले. तिथून मला पाठवून देण्यात आलं. तो शोधणंच भाग होतं आणि मग त्यात कित्येक तास गेले. तो पलंगाखाली अडकला होता. अखेर एलिझाबेथनं तो शोधून काढला; पण दरम्यानच्या काळात मला न घेता विमान सुटलं होतं. आम्ही कशीबशी दुसरी फ्लाइट शोधली. या वेळी आम्हाला नेमका विमानतळ चुकीचा सांगण्यात आला होता. तिथून परत फिरून शर्यत लावल्यासारखी ड्रायव्हरला टॅक्सी दक्षिण लंडनमधून विमान पकडण्यासाठी पिटाळायला लावली. हे नाटक अनेक तास चालू होतं. अदृश्य अशा ताणतणावातून मी विमानात बसले होते. अफगाणिस्तानच्या वाटेवर माझं सामान गायब झालं आणि मी लंडनला परतायची वेळ झाली तरी ते मिळण्याचं चिन्ह दिसेना.

पूर्वेकडे असलेल्या, अफगाणिस्तानच्या राजधानीत काबूलला आम्ही जाणार होतो. त्यानंतर बामियानला आणि शेवटी 'पानाशीर' खोऱ्याला भेट देणार होतो. तालिबान्यांच्या तावडीतून मुक्त झालेल्या या सगळ्या प्रदेशात आता शांतता होती. दुर्दैवानं सगळा दक्षिणेकडचा प्रदेश, हेल्मंडसकट- जिथं मार्कला मृत्यू आला- तो पर्यटकांसाठी फारच धोकादायक होता. आमच्या ट्रिपचं नेतृत्व ८४ वर्षांच्या सँडी गॉल नावाच्या एका वयस्कर पत्रकाराकडे होतं. अफगाणिस्तानचा तो चांगलाच जाणकार होता. मुजाहिदींच्या काळात तो एक प्रमुख राजनैतिक भाष्यकार म्हणून

नावाजला होता. तिथं त्यानं एक धर्मादाय संस्था उभारली होती. त्या ठिकाणी युद्धात अंपगत्व आलेल्या स्थानिक लोकांसाठी कृत्रिम पाय बनवले जात. आता निवृत्त झालेले मेजर जनरल पीटर गिलख्रिस्ट हे २००६ मध्ये काबूलमध्ये कार्यरत होते, अमेरिकनांच्या हाताखाली आणि त्यानंतर वॉशिंग्टनमध्ये ते होते. या देशानं (अफगाणिस्ताननं) त्यांना भुरळ घातल्याचं त्यांनी मला सांगितलं होतं. हा देश पत्नीलाही दाखवायची त्यांची तीव्र इच्छा होती. ज्यांच्याबद्दल आदर वाटावा असे एक ज्येष्ठ पत्रकार, चार्ल्स मूर आणि त्यांची पत्नी यांनाही अफगाणिस्तानविषयी फार कुतूहल होतं. केट हा एक निधड्या छातीचा कलाकार होता. नंतरच्या काही दिवसांत या सगळ्या खास व्यक्ती आणि त्यांचे पूर्वानुभव यांच्या जोरावर आम्ही विविध ताणतणावातून तरून गेलो. आम्हाला पुराचा, रद्द झालेल्या विमानांचा, इच्छित स्थळी न नेणाऱ्या टॅक्सींचा सामना करावा लागला. परिस्थितीजन्य धोके, कोणीतरी अपहरण करण्याची भीती अथवा खून; या साऱ्याचीच आम्हा सर्वांना सतत धास्ती वाटत असे. आम्ही एकमेकांचे कपडे, अन्न, टूथपेस्ट, कॅमेरे, स्कार्फ्स आणि धोकेसुद्धा परस्परांशी वाटून घेत होतो. सँडीच्या सूटकेसमधील जिन कधीकधी दिवसभराचा शीण घालवायला उपयोगी पडत असे.

काबूल विमानतळावरून आम्ही निघालो. चांगल्या लांबरुंद खड्ड्यांच्या रस्त्यातून. ट्रक्स, जुन्या पद्धतीच्या गाड्या, मोठाल्या बस यांनी रस्ता गजबजलेला होता. तिथं सगळा सावळा गोंधळच होता. ट्रॅफिकचे दिवे थोडेफार होते कुठेकुठे. क्वचितच एखाद्या गजबजलेल्या चौकात वाहतूक सांभाळणारा पोलीस दिसे. पण वाहतुकीत बऱ्याचदा वैतागलेल्यांचा आरडाओरडा किंवा ढकलाढकली यांचाच वरचष्मा असे. काही सायकलवालेसुद्धा त्या झगड्यात उडी घेण्याचं साहस दाखवत. मुंडासेवाले, घोळदार झगा घातलेले आणि मरतुकड्या घोड्यांवर विराजमान झालेले चपळ तरुण पुरुषसुद्धा त्यात सामील असत. तुरळक कुठे मोटारसायकली दिसत, पण त्या असत श्रीमंत तरुणांच्या मालकीच्या. मला कळलं की, तिथं न्यायपद्धती अस्तित्वातच नसल्यानं नियम पाळण्याची कोणावर सक्तीच नाही, त्यामुळे वाहतूक नियमांच्या भंगाचा अपराधही नाहीच! कोर्ट फक्त गंभीर गुन्ह्यांचा उदाहरणार्थ, ड्रग्जचा चोरटा व्यापार, दहशतवाद, खून इत्यादींचाच विचार करू शकतं. तिथं ब्रिटिश सैन्य दल हजर असल्यानंच थोडीफार सुरक्षितता आहे, असं म्हटलं जात असे, हे मला माहीत होतं.

रस्त्याच्या दुतर्फा असलेली दुकानं कोणत्याही क्षणी ढासळतील अशा अवस्थेत होती. कालव्याच्या पाण्यावर वाढलेली रसाळ खरबुजं आणि इतर फळं त्या दुकानांतून विकायला होती. तिथं काही तुरळक छोटी झाडं होती. ती इतकी लहान होती की, ती कापून जळण्यासाठी अत्यावश्यक सरपणसुद्धा मिळणार नव्हतं किंवा कदाचित ती नुकतीच लावलेली होती. फुटपाथवर तुडुंब गर्दी होती; पण त्यात

बायका संख्येनं अगदी कमी आणि निळ्या सिल्कच्या बुरख्यात चेहरे लपवलेल्या. रस्त्यातले पुरुष देखणे, उग्र करारी मुद्रेचे आणि न हसता पाहणारे. हसणं म्हणजे लैंगिकतेला प्रोत्साहन देण्याचं लक्षण मानत असावेत. एखाद्याशी फारसा परिचय नसल्याचं त्यातून सूचित होत होतं आणि ती एक पूर्ण पाश्चात्त्य पद्धत समजत असावेत. अर्थात पुरुषांची आपसात आपुलकीची भावना असावी असं निदर्शनास येत होतं. रस्त्यात गटागटानं त्यांच्या गप्पा चालत असत.

ते शहर अनेक अर्थानं भकास वाटत होतं. इमारती काँक्रीटच्या असूनही खडबडीत, ओबडधोबड वाटत होत्या. मोठाल्या बंदुका घेतलेले पोलीस इमारतींचं रक्षण करताना दिसत होते. ठिकठिकाणी पडझड झालेल्या इमारतींच्या रिकाम्या भिंती अंगावर बुलेट्सच्या खुणा मिरवत उभ्या होत्या. क्वचितच कुठे वैभवशाली गतसंस्कृतीचे अवशेष शिल्लक होते. आमचं हॉटेल होतं- 'गँडामॅक लॉज'. पण त्या नावाची पाटी रस्त्यावर कुठंच उघड लिहिलेली दिसत नव्हती. बंदूकधारी गार्ड्सच्या दोन जोड्या आणि भक्कम भलेमोठे लोखंडी दरवाजे यांच्यामागे हे लॉज दडलेलं होतं. बंद दरवाजांचे झरोके उघडून बाहेरच्या व्यक्तीला निरखल्यानंतरच त्या व्यक्तीस आत प्रवेश दिला जाई. गाड्यांचीही स्फोटकांसाठी तपासणी केली जाई. लॉजच्या आवारात एकदा आत शिरल्यावर मात्र हिरवळच हिरवळ होती, नाजूक वेली आणि फळझाडं होती.

पहिले दोन दिवस काबूलमध्ये पाऊस पडला. तिथल्या छोट्या रस्त्यांवर चिखलामुळे चालणं अशक्य झालं. माझं सामानच पोचलं नव्हतं, त्यामुळे नवे कपडे खरेदी करण्यासाठी, मार्गदर्शकाच्या मदतीनं स्थानिक बाजार गाठणं आवश्यक होतं. सुती लांब नाड्यांचे कपडे आणि लांब स्कर्ट फारच स्वस्त होते. रस्त्यानं खूप काळजीपूर्वक चालण्याबद्दल सगळ्यांनी मला बजावलं होतं. भीतीचं सावट सतत मनावर होतं. मी धास्तावले होते. सुरक्षितता ही एक मोठीच चिंतेची बाब होती. रशियन, मुजाहिद्दिन, तालिबान आणि आता पाश्चिमात्य फौजांबरोबरच्या ३० वर्षांच्या युद्धाचे परिणाम जागोजागी दिसत होते आणि अनुभवास येत होते. १९७० मध्ये हे एक सुसंस्कृत सभ्य शहर होतं, असं मला सांगण्यात आलं. याच शहरात पाश्चिमात्यांशी अफगाणिस्तानची तोंडओळख झाली होती. पण आता हा इतिहास आणि ही संस्कृती हिरावली गेली असल्याचा भास होत होता. मला तर ते एक दुर्दैवी, उदासवाणं शहर वाटलं. यदाकदाचित थोडंसं सुख-समाधान आणि चैतन्य असलं तर ते तिथल्या बंद दरवाजांमागेच असावं. २००१मध्ये तालिबान्यांच्या तावडीतून मुक्त झाल्यानंतर अजूनही कदाचित ते पूर्वपदाला आलं नसावं, अधोगती नाही, पण प्रगती तरी होत होती का? पण मी खात्रीपूर्वक काहीच सांगू शकले नसते.

मुख्य शहरापासून दूर, काबूलच्या छोट्या छोट्या वस्त्यांतून आम्ही हिंडलो. फिक्या तपकिरी डोंगरांमागून माती-विटांच्या विटक्या घरांच्या रांगा डोकावत होत्या. लांबलचक, खडकाळ, झाडाझुडपांचं अस्तित्वसुद्धा नसलेला शहराचा ओसाड भाग आणि त्यात इतस्ततः धावणारे धिप्पाड कुत्रे. मोठमोठे फलक. त्यावर होत्या पाश्चात्त्य संपर्कसाधनांच्या जाहिराती, वाहतुकीचे नियम, चिकन स्टॉक क्यूब्जच्या जाहिराती आणि आगामी निवडणुकीतील राजकीय उमेदवारांची छायाचित्रं. वाटेत आम्हाला एक मोठा, खूप सजवलेला 'दुनिया वेडिंग हॉल' लागला. त्याहून अधिक वैभवशाली फक्त मशिदीच असाव्यात. एरवी बर्फाच्या पाण्यानं भरून वाहणारी काबूल नदी अत्यंत अस्वच्छ होती आणि ऑगस्टमध्ये तर जवळ जवळ शुष्कच होती; तरीही अधूनमधून पाटाच्या पाण्यावर पिकवलेली शेतं जवळपास दिसत होती. मैदानात क्रिकेट आणि फुटबॉल खेळणारी मुलं फक्त एकदाच नजरेस पडली. तरुणपणी खेळण्याची इच्छा असते याची आठवण करून देणारी, पण अशी दृश्यं विरळाच!

काबूलचं संग्रहालय पाहायला आम्ही गेलो असताना एक नऊ वर्षांचा गुबगुबीत गालांचा मुलगा कुठूनतरी अचानक अवतीर्ण झाला. आम्ही संग्रहालय पाहत असल्याचं पाहून त्यानं आम्हाला टोमणा मारला, "असा फक्त पाहण्यात वेळ घालवण्यापेक्षा तुम्ही जाऊन प्रार्थना करा." पर्यटक नुसता वेळ वाया घालवत आहेत, असं त्यांच्या नजरेत दिसत होतं. आमच्याबद्दल त्याला वाटणारा तिरस्कार मला स्पष्ट जाणवला. हा देश त्याचा होता. आम्हीच उपरे होतो आणि पर्यटन तर इथं त्याला धोका वाटत होतं. दुर्दैवानं संग्रहालयात विशेष काहीच नव्हतं. काबूलमध्ये तालिबान्यांचं राज्य असताना ते लुटलं गेलं होतं. जवळपास सगळ्या वस्तू ओरबाडून नेल्या होत्या. जे काही अवशेष उरले होते, त्यांत काही तिसऱ्या-चौथ्या शतकातील बुद्धकालीन अतिशय सुंदर नमुने होते. तिथं काही प्राण्यांच्या आणि विविध देवतांच्या मूर्तींचा संग्रहही होता. या मूर्ती ईशान्य अफगाणिस्तान म्हणजे नूरीस्तानमधील काफिरांना- म्हणजेच गैरइस्लामी लोकांनी बनवलेल्या होत्या. इंडो-इराणी भूतकाळाचे ते अवशेष होते. ते सर्व अठराव्या शतकाच्या शेवटचे आहेत हे पाहून मला आश्चर्याचा धक्काच बसला. ती साधी चित्रं आणि इतक्या अलीकडच्या काळातील? ती अगदी अप्रगत असल्यासारखी भासत होती.

हे काबूल होतं- एक राजधानी, लुबाडली गेलेली आणि अशांत. मार्कनं जे जीवन कदाचित पाहिलं असेल त्याच्याशी मिळतंजुळतं जीवन असलेला प्रदेश पाहण्याची माझी इच्छा होती. अफगाणिस्तानचं अनेक पातळ्यांवर विभाजन झालं आहे. परगणे आणि वेगवेगळ्या जमाती, दुसऱ्यांचं सहज न स्वीकारणाऱ्या आणि आपसात वैर असलेल्या, आणि धार्मिक मतभेद असलेले शिया आणि सुन्नी

मुस्लिम. दक्षिणेकडे 'पश्तुन' प्रांत पाकिस्तानच्या सरहद्दीवर पूर्णपणे पसरलेला आहे, त्याचप्रमाणे उत्तरेकडील प्रदेशांच्या संघात वेगवेगळ्या जमातींची वस्ती आहे. तालिबान आणि राष्ट्राध्यक्ष करझाई हे पश्तुन आहेत. पश्तुन ही पुराणमतवादी जमात आहे. हे वेगवेगळ्या जमातींतले तणाव आणि धार्मिक तणाव अगदी उघड आहेत आणि तो त्यांच्या आयुष्याचाच एक भाग आहे.

सकाळी नाश्त्याच्या वेळी अगदी योगायोगानं मला नोरीन भेटली. ती हॉटेलात राहत होती; पण लष्करगाहला तिचं घरही होतं. 'आंतरराष्ट्रीय सुरक्षा आणि विकास' या एका छोट्या धोरणात्मक विचार करणाऱ्या संस्थेसाठी अगदी तळागाळातील जनतेत संशोधन करण्यात तिला रस होता. म्हणून ती, तिथल्या स्थानिकांच्या मुलाखती घेत होती. परिस्थिती इतकी गुंतागुंतीची का झाली, याचं तिनं मला स्पष्टीकरण दिलं. या हळूहळू चालू असलेल्या युद्धाचा दक्षिणेकडच्या मागासलेल्या भागात फारसा परिणाम होत नव्हता. राष्ट्रीय पातळीवर पाहायला गेल्यास त्या देशाकडे काहीच नव्हतं. शिक्षण फक्त स्थानिक पातळीवर (सर्व देशांत मिळून २० टक्के जनता लिहू-वाचू शकते आणि दक्षिणेकडे हे प्रमाण आणखी कमी) औषधं नाहीत, मतदान पद्धती अस्तित्वात नाही, कायदा पद्धतीची फक्त कच्ची चौकट आणि सैन्य दल. दक्षिणेकडील प्रांतांना युद्धाची झळ अधिक सोसावी लागली होती आणि त्या भागात धोकाही अधिक होता. पाश्चिमात्य फौजा लवकरच परत जातील, ही गोष्ट स्थानिक लोक जाणून होते. त्यामुळे शेवटी त्यांचं स्वतःचं तग धरून राहणं यावरच त्यांचा प्रामुख्यानं भर होता. हेल्मंडमध्ये सैन्यानं बांधलेल्या शाळा एक तर ओसाड पडल्या होत्या किंवा उद्ध्वस्त झाल्या होत्या. शिक्षक आणि विद्यार्थ्यांचा पत्ताच नव्हता. अफगाणिस्तानच्या नुकत्याच पार पडलेल्या निवडणुकांत दक्षिण भागातलं मतदान अगदीच कमी होतं. मतदान करणाऱ्या स्थानिक रहिवाशांना तालिबान्यांनी शासन केलेलं दिसत होतं. तालिबान्यांच्या मार्गांचा आणि दहशतवादाचा शेतकऱ्यांना तिटकारा होता; पण त्यांचा धार्मिक मूलतत्त्ववाद मान्य होता. पाश्चात्त्यांच्या वागण्याच्या अपरिचित आणि विचित्र पद्धतींविषयी ते साशंक होते.

काबूलमध्ये पोचल्यावर दोन दिवसांनी आम्ही वायव्येला असलेल्या बामियानला गेलो. त्यालाच 'व्हॅली ऑफ बुद्धाज' नावानंही ओळखतात. रुंद चेहऱ्याचे, बदामी डोळ्यांचे हाजरा जमातीचे लोक मूळचे बामियानचे. आमचं छोटंसं जेमतेम २० प्रवाशांचं विमान त्या अतिशय देखण्या पर्वतातून झेप घेत चाललं होतं. खाली तपकिरी जमिनीच्या सुरकुत्यांमध्ये अजूनही कुठं-कुठं बर्फ पसरलेलं दिसत होतं. नद्यांच्या हिरव्यागार खोऱ्यातून क्वचितच कुठं चिमुकली शेतं दिसत होती. त्यांच्या काठानं होते निलगिरीचे वृक्ष. एखाद्यानं, अगदी मनापासून चढून जाऊन विश्वाच्या अत्युच्च शिखरावर विराजमान होऊन न्याहाळावं, तशीच मी अगदी जवळून ते दृश्य

न्याहाळत होते. आम्ही खाली जमिनीवरच्या धावपट्टीवर आलो. सभोवती जिकडे-तिकडे ते भीतिदायक फिकट तपकिरी सुळके होते. हे भव्य आणि कालातीत दृश्य माझ्या दुःखाशी अगदी विसंगत होतं. हे पर्वत आणि हा देश इथं पृथ्वीवर कैक वर्षांपासून आहेत तस्सेच आहेत, जणू वैश्विक शांतीचा एक भाग बनून राहिले आहेत. मार्कचा मृत्यू ही एक किरकोळ घटना होती. त्याचा याच्याशी काहीही संबंध नव्हता; पण ते माझं सर्वस्व होतं.

बऱ्याच दिवसांच्या पुरानंतर आम्ही बामियानमध्ये दाखल झालो. आता प्रश्न हा होता की झोपायचं म्हटलं तरी हॉटेलमध्ये जागा मिळेल का नाही? पाणी उतरायची अनेक तास वाट पाहावी लागली. अखेर त्या फुगलेल्या नदीतून आम्ही गाडीनं हॉटेलच्या दिशेनं निघालो. पण त्या पाण्याच्या झोतात गाडी सरळ उभी राहील याची खातरी देता येत नव्हती. हॉटेल रिकामंच होतं. देखभाल करायला केवळ एकच माणूस होता. काही खोल्या तर वापरण्याजोग्याच नव्हत्या, दुर्गंधीनं भरल्या होत्या. कारण सणांच्या दिवसात काम करायला कोणी येण्याची शक्यताच नव्हती. स्त्रियाच फक्त जेवण-खाण, स्वच्छता आणि खोल्यातनं सेवा पुरवत होत्या.

येथे चौथ्या किंवा सहाव्या शतकात पर्वतांच्या उंच सुळक्यातून बुद्धाच्या प्रचंड मूर्ती कोरल्या होत्या. मार्च, २००१मध्ये बॉम्बफेक करून तालिबान्यांनी या उद्ध्वस्त केल्या होत्या. बहुधा धार्मिक कट्टरता आणि मूर्तिपूजेचा द्वेष यांच्या उन्मादाच्या भरात. आता फक्त त्या भोवतीच्या दगडांचे प्रचंड सांगाडे तेवढे शिल्लक होते, संपूर्ण खोऱ्यावर नजर रोखून. त्यांचं अस्तित्वच उरात धडकी भरवत होतं.

पाश्चात्त्यांच्या हल्ल्यांचे काही सकारात्मक परिणाम आम्हाला भोवती दिसत होते. नवे अंकुर फुटत होते. काहीतरी बदल होत होता. इकडची स्थानिक जनता थोडी स्नेहभावानं वागत होती. आंतरराष्ट्रीय मदत आणि प्रकल्पांना थोडं अर्थसाहाय्य मिळत असल्यानं आता लोक आमच्याकडे बघून थोडं स्मितही करत होते. हा भाग २००१ मध्ये अमेरिकनांनी तालिबान्यांच्या हातून मुक्त केल्यापासून इथं गेली १० वर्षं थोडी शांतता नांदत आहे. दक्षिणेकडच्या पश्तुन जमातींबद्दल इथल्या स्थानिक लोकांच्या मनात नेहमीच तिरस्काराची भावना होती. त्यामुळे पश्तुन तालिबान्यांनी इथला ताबा घेण्याचा प्रयत्न केला होता. पण त्यांचा पराभव करणं तुलनेनं थोडं सोपं गेलं. आता इथं तालिबानी कैदेत आहेत. इथली स्थानिक जनता त्यांना शत्रू समजते.

एक दिवस आमच्या गटातील इतर सर्व स्थानिक सरोवरांना भेटी देण्यास जाणार होते; पण त्याऐवजी मी मार्गदर्शकाला मला स्थानिक बाजारात घेऊन जाण्यास सांगितलं. आमचा मार्गदर्शक अगदी सडपातळ, चपळ, विचारी तरुण होता. पर्यटकांचा मार्गदर्शक असल्यामुळे इंग्लिशही बऱ्यापैकी बोलायला शिकला होता. रस्त्यातून गेलेल्या आडव्यातिडव्या फुगलेल्या त्रासदायक ओढ्यांवरून मी

उड्या मारत जावं, असा त्याचा आग्रह होता. मार्क असता तर त्यानं हेच केलं असतं. पावसामुळे फुगल्यानं खरंतर ते ओलांडणं अजूनही अशक्यच होतं. त्याच्या तरुणाईला माझं वय थोडंच कळत होतं ! हॉटेलमधून बाहेर पडून गावात आणि बाजारात भटकताना आम्ही अखंड बोलत होतो. अतिशय मोहक कोरीवकाम केलेल्या चांदीच्या आणि तिथल्या खाणीतले नीलमणी जडवलेल्या सिरॅमिक्सच्या वस्तू, कापड आणि गालिचे अशा खूप वस्तू खरेदी करण्याजोग्या होत्या. आश्चर्याची गोष्ट म्हणजे बहुतेक खाद्य पदार्थ, त्यांचा सगळ्यात जवळचा शेजारी देश पाकिस्तान इथून आलेले होते. हा व्यापार अगदी जोरात चालतो. अगदी लांब तिकडे वायव्य अफगाणिस्तानातसुद्धा.

आपल्याला स्वतःला उत्तम शैक्षणिक संधी आणि काम मिळावं अशी माझ्या मार्गदर्शकाची इच्छा दिसली. आम्ही जात असताना शाळेतून परतणारी मुलं नजरेस पडली. काळ्या ट्यूनिक्समधल्या, डोक्यांना पांढरे स्कार्फ बांधलेल्या मुली दिसल्या. तिथली गव्हर्नर म्हणजे एक सुशिक्षित महिला होती. शिवाय शिक्षणही सर्वांना मोफत होतं. पण अफगाणिस्तानच्या फक्त याच भागात. त्यांचं म्हणणं इथल्या लोकांच्यात राष्ट्रीयत्वाची भावना आहे. त्यांना अफगाणिस्तानबद्दल कळकळ वाटते. पाश्चात्त्यांच्या प्रभावामुळे जाती-जमातीतले हेवेदावे हे राष्ट्रहितापुढे महत्त्वाचे नाहीत, हेही त्यांना कळून चुकलं आहे. तरीसुद्धा पूर्वापार चालत आलेली जमातींतील वैमनस्यं इथंही प्रबळ आहेतच. एखादा तालिबानी आलाच तर मी त्याच्याशी दोन हात केल्यावाचून राहणार नाही, असंही त्यानं सांगितलं.

दुसऱ्या दिवशी आम्ही, देखण्या, खडकाळ, तांबूस, गुलाबी, टेकड्यांवर भटकलो. त्यांच्या पायथ्याशी होता वाऱ्यानं वाहून आलेला पांढरा गाळ. तिथं वस्ती होती- कुणाची? तर काही गुरं राखणाऱ्या फक्त काही स्त्रिया आणि पंख पसरून मंद गतीनं उडणारे ससाणे यांची. मार्गदर्शकाचं म्हणणं होतं की, वेगवेगळ्या जमातींतल्या आपसातल्या वैरामुळे या डोंगरातली खनिजं काढणाऱ्या खाणींचं काम मात्र बंद पडलं.

शेतकऱ्यांचं स्थान तिथं महत्त्वाचं होतं. या जगातील प्यादी, हत्ती, राजे वजीर सर्व तेच होते. रंगीत नक्षीदार बुद्धिबळाच्या चित्रातल्यासारखं. असं वाटलं की, येथील पर्वतच त्यांची आधारभूत तत्त्वं ठरवतात. त्यांच्या समृद्ध खोऱ्यांत शेती करणारे लोक वेळोवेळी काळाबरोबर तिथल्या धोक्याशी जुळवून घेण्यास शिकले होते. आपल्या घरांभोवती त्यांनी उंच भिंती उभारल्या होत्या. त्यांच्या जमातीतल्या लोकांनाच त्यांच्या घरात प्रवेशास मुभा होती. अपरिचितांवर आणि आगंतुक पाहुण्यांवर विश्वास ठेवण्यात ते तयार नसत. समाजातले बुजुर्ग, मुल्ला, तसंच लढाईतले म्होरके सर्वांना संरक्षण पुरवण्यासाठी सगळी सूत्रं स्वतःकडेच ठेवत.

भयानक परिस्थिती आणि घुसखोर यांना तोंड देण्याच्या कामात त्यांनी स्वतःला वाहून घेतलं होतं.

सर्वांवर त्यांचीच हुकमत चाले. त्यांचं नेतृत्व इतरांना मान्य करावंच लागे. कारण पोलीस फारसे नव्हतेच आणि कायद्याच्या चौकटीलाही मर्यादाच होत्या, अनेक. फारसा पुढचा विचार करायचा नाही, असंच तेथील जनता शिकलेली होती, असं मला सांगण्यात आलं. पुढे काय वाढून ठेवलंय, काय काम करायचंय, भविष्यात सुरक्षितता असेल की नाही, याची त्यांना खात्रीच वाटत नसे. आपली टोळी, आपलं कुटुंब अल्ला जसं ठेवेल तसंच राहायचं. हे जग पाश्चात्त्य जगापासून अगदी वेगळं होत, हे मला दिसत होतं.

हॉटेलमधील तरुण मार्गदर्शिका माझी चांगली मैत्रीण झाली होती. त्या वेळी आमच्या गटातले इतर सगळे दुसऱ्या प्रवासात होते. ती आणि मी दोघीच होतो. २० वर्षांची ती तरुणी हाजरा जमातीतली होती. सुशिक्षित, हुशार, महत्त्वाकांक्षी होती. परदेशात हिंडावं, अभ्यास करावा, अशी तिची मनापासूनची इच्छा होती. तिची आणि माझी चांगली गट्टी जमली. परस्परांशी बोलण्यात आम्ही काही दिवस अगदी मजेत घालवले.

इथल्या आयुष्याविषयी तिनं मला माहिती दिली. त्यातील कोणत्या गोष्टींचा तिला त्रास होतो, हेही तिनं मला सांगितलं. ती म्हणे की, बदल फार वरवरचा आहे. पाश्चात्त्यांना जे ऐकावंसं वाटे तेच स्थानिक रहिवासी पाश्चात्त्यांना ऐकवत. पण बंद दारामागे त्यांच्या जुनाट तत्त्वांचाच हेका चालवत. देशाच्या वायव्येकडच्या या प्रगतिशील वसाहतीतसुद्धा तिच्या म्हणण्याप्रमाणे पूर्णपणे पुरुषांचं राज्य असतं. या पुरुषप्रधान संस्कृतीत सौम्य अशा स्त्रियांना शोभून दिसणारा नाजूक प्रभाव कोठे दिसत असेल तर तो फक्त घराच्या त्या उंच चार भिंतींच्या आतच! सर्वसाधारणपणे कमावते असतात ते फक्त पुरुषच. मोठ्या कुटुंबाला तेच पोसतात. तब्येतीनंही धिप्पाड असतात. त्यामुळे प्रतिकूल परिस्थितीत तग धरून राहण्याची हिंमत फक्त त्यांच्यातच असते. काम करायचं म्हटलं, तर बायका नवऱ्यांच्या होकारावरच विसंबून असतात. बायकांनी काम करायचं ते हलक्या प्रतीचं म्हणजे साफसफाई किंवा शेतमजुरी. कामाच्या आड येईल अशी मौजमजा त्यांच्यांसाठी निषिद्ध असते.

ठरवून केलेली लग्नं- स्त्री-पुरुषांनी एकमेकांवर प्रेम करून केलेली नव्हे – येथे प्रचलित आहेत. ती आर्थिक फायद्यासाठीच असतात. मुलींनी लग्न करण्याचं नाकारलं तर ते कुटुंबासाठी नामुश्कीचं ठरतं. बहिणींना मिळणाऱ्या हुंड्यातून भावांसाठी चांगल्या बायका शोधल्या जातात. त्यामुळे मुलींना स्वतःसाठी जास्त स्वातंत्र्य हवंसं वाटलं तर सगळ्या कुटुंबालाच त्याची झळ सोसावी लागते. लग्नं जमातीतल्या माहीतगारांशीच केली जातात आणि तेच त्यांना सुरक्षित वाटतं.

बायकांना सहापासून बारापर्यंत कितीही मुलं होतात. त्यांचं पालनपोषण तीन वर्षांपर्यंत केलं जातं आणि मग त्यांना तिथल्या रस्त्यावर भटकण्यासाठी वाऱ्यावर सोडून दिलं जातं. बायका सुस्त होतात. त्यांच्यावर फारशा जबाबदाऱ्या टाकल्या जात नाहीत. त्या मागे मागेच राहतात, पर्यायानं आत्मविश्वास गमावून बसतात. त्यांचा आनंद कशात तर कुटुंबात, इतर बायकांच्यात आणि गप्पांत. पुरुष बायकांना दमदाटी करत असतील, छळत असतील तर बायकांना कोणाहीकडे मदत मागायची चोरीच असते. त्या माझ्या मैत्रिणीनं असंही सांगितलं की, संततिनियमनाविषयी पूर्वी काही माहितीच नसे. कॉंडोम्स आत्ता आत्ता लोकांना ठाऊक झाले. बऱ्याच स्त्रियांचा बाळंतपणात मृत्यू ओढवतो. चुंबनसुख त्यांना नवीन आहे. अमेरिकन फिल्म्समध्ये त्यांनी चुंबनदृश्य प्रथम पाहिलं. नग्न शरीरसंबंधसुद्धा. बहुतेक वेळा हा पूर्ण कपड्यांनिशी केला जातो.

इस्लाम हा त्यांना दिलासा वाटतो. इस्लाम मृत्यू आणि दुःखाची संगती लावतो. काम आणि अस्तित्वाचा झगडा हे एकमेकांत गुंतलेले असताना त्यांच्या चित्ताला स्वस्थता इस्लाममुळेच मिळते.

ज्या दिवशी आम्ही बामियान सोडणार होतो, त्या दिवशी ही माझी मैत्रीण नाश्त्यानंतर भेटली. ती सारखी रडत होती आणि अस्वस्थ होती. काबूलपासून तिची ज्या सात पाश्चात्त्य मदतनिसांशी मैत्री झाली होती, त्यांचा खून झाला होता. तोही कुठे, तर देशाचा जो भाग थोडा सुरक्षित समजला जात होता तेथून थोड्याच अंतरावर त्यांचा बळी गेला होता. तिचा तारुण्यसुलभ आदर्शवाद, न्यायबुद्धी यांच्यावर या अन्याय्य घटनेमुळे मोठाच आघात झाला होता. त्यांना गोळ्या घालण्यात आल्या होत्या. त्यांच्याजवळच्या मौल्यवान वस्तू आणि त्यांची ओळखपत्रं बहुधा भुरट्या चोरांनी चोरली होती. पण तालिबाननं त्याची जबाबदारी स्वीकारली होती. जे कोणी परदेशी धीटपणे पुढे होऊन या बळींच्या मदतीला धावतील अशांनाही त्यांना जरब बसवायची असावी. मारले गेलेले सर्व ख्रिश्चन मदतनीस होते आणि त्यांच्याजवळ बायबलही होत, अशी चर्चा सगळीकडे चालू होती.

ख्रिश्चन असण्याबरोबरच बायबल आणि क्रॉस जवळ बाळगणं; इतकंच नव्हे, तर इस्लामधर्मीय नसणं हे त्या देशात कुठं मान्य होण्यासारखंच नाही, असं सर्वत्र दिसून आलं. ख्रिश्चनांना तुरुंगवासाची शिक्षा दिली जाते. अफगाणच्या या संघर्षात पाश्चात्त्य देश या उजव्या कडव्या इस्लामी मूलतत्त्ववाद्यांना दोषी ठरवत आले आहेत. तिथल्या तरुणांना फक्त लढण्याचा मार्ग माहीत आहे. ख्रिश्चनांविषयी त्यांच्या मनात इतकी तीव्र वैरभावना आहे की, सध्याचा अफगाण संघर्ष म्हणजे या तरुणांनी पुकारलेलं धर्मयुद्ध तर नाही ना, असा प्रश्न पडतो. छोट्या गावात पैगंबरांना जे मानत नाहीत, त्यांना 'काफर' समजलं जातं. जुन्या प्रथा पाळणाऱ्या घरांमध्ये जर

त्यांचं आदरातिथ्य करायची वेळ आली तर त्यांना स्वतंत्र ताटांमधून खाणं दिलं जातं आणि त्यानंतर त्यांची ताटं अगदी काळजीपूर्वक स्वच्छ केली जातात. पूर्वीच्या काळी खोऱ्यात राहणाऱ्या छोट्या जमातींत बाहेरून येणाऱ्या पाहुण्यांकडून आजारही येत असत. त्यामुळे ही प्रथा रूढ झाली असावी.

जसजशी मला याची जाणीव होत गेली, तसतशी मार्कची रोजनिशी आणि पत्रं मला अधिक अर्थवाही आणि जवळची वाटू लागली. स्थानिक रहिवाशांशी चर्चा करणं, आपली बाजू पटवून देणं आणि या देशात राहणं प्लॅटूनला किती अवघड गेलं असेल, ते आता कुठं मला कळू लागलं होतं.

आमचा काबूलचा परतीचा मार्ग पानशीर खोऱ्यातून होता. हल्लीच्या काळातील मसूद नावाचा उत्तरेकडील प्रतिकार करणारा एक महान योद्धा ११ सप्टेंबरच्या थोडेच दिवस आधी मारला गेला होता. त्या खोऱ्यात त्याचं एक स्मारक केलं जात होतं. त्यात त्याचं थडगं असणार होतं. खोऱ्यातल्या एका सुंदर टुमदार मशिदीजवळ एक मुसलमान कुटुंब जेवणासाठी आलेलं मी पाहिलं. गाडीच्या मागच्या बाजूस असलेल्या सामान ठेवण्याच्या जागेतून त्यांनी एक कोकरू बरोबर आणलं होतं. सहलीच्या इराद्यानं आलेली मुलं उत्साहानं अवतीभवती नाचत होती. कोकरूसुद्धा बरोबर आणलेलं पाहून मला अगदी कौतुक वाटलं; पण हा माझा भाबडेपणा होता. त्या सहलीची मेजवानी म्हणून त्यांनी जेव्हा त्या कोकराची मान कापली, तेव्हा मी घाबरून पाहतच राहिले.

कठीण, खडकाळ, झाडांचा मागमूससुद्धा नसलेले पर्वत आमच्या सभोवार सर्वत्र होतेच. फिकट गुलाबी, तपकिरी, केशरी या बदलत्या रंगात ते न्हाऊन निघाले होते. पर्जन्य आणि नद्यांचा अनमोल खजिना होता त्या डोंगरात. हे पर्वत अनेक शतकं लूटमार करणाऱ्या काफरांचं सुरक्षित आश्रयस्थान होतं. आता ते होतं तालिबान आणि अल्-कायदावाल्यांचं लपण्याचं ठिकाण. तिथं सुरुंग पेरून ठेवलेले होते. डोंगरांच्या खिंडीत क्वचित ठिकाणी, सोडून दिलेल्या रशियन रणगाड्यांचे उद्ध्वस्त अवशेष दिसत होते. पर्वतावरचे काळे गंजलेले हे अवशेष म्हणजे इतिहासानं दिलेले धडेच होते. त्यावर होतं, अजूनही निवांत निळाईनं भरलेलं साधंभोळं आकाश. ऑगस्टमधलं त्याचं हे रूप थोड्याच अवधीत पालटणार होतं.

अजूनही आपल्याच दुःखात चूर असलेली मी, या लोकांना स्वतःच्या मृत्यूविषयी काय वाटतं, हे जाणून घेण्यास उत्सुक होते. त्यांचा धर्म किंवा त्यांची जीवनशैली यांमुळे पाश्चात्त्यांपेक्षा त्यांना त्यांचा मृत्यू काही वेगळा वाटतो का? नोरीननं माझी अझीजशी ओळख करून दिली. अझीज हा नोरीनच्या सामाजिक संस्थेच्या लंडनच्या ऑफिसमध्ये काम करत होता. तालिबान्यांनी त्याच्या भावाला ठार मारलं होतं. मी लंडनला परत आल्यावर एक दिवस तो मला भेटायला आला.

अझीज, एक २६ वर्षांचा अगदी उमदा तरुण अफगाण होता. अझीज पश्तुन होता. त्याचं शिक्षण काबूलमध्येच झालेलं होतं; पण त्याला अगदी आधुनिक वातावरणात जगायची इच्छा होती. युद्धाची झळ सोसावी लागलेला तो एक मुस्लिम युवक होता आणि भोवतालचा संहार पाहून त्याला अनेक प्रश्न पडू लागले होते. ११ भावंडांतला हा सगळ्यांत थोरला. त्याला सात बहिणी होत्या. आणि दोनच भाऊ उरले आहेत. कुटुंबाच्या, आई-वडिलांच्या आणि भावंडांच्या पालनपोषणासांठी तो अनेक वर्षं पाश्चात्त्य देशात काम करत होता. त्याची आई गृहिणी होती आणि वडील बांधकाम विकसक होते. देशांतर्गत त्रासापासून सुटका करून घेण्यासाठी त्याचे काही काका कायमचे परदेशी गेले होते. पण पाश्चात्त्यांशी असं सहकार्य करणं अथवा पाश्चात्त्य सैन्याशी असलेले हे संबंध त्याच्या कुटुंबातील बुजुर्ग व्यक्तींना मात्र पसंत पडले नाहीत. हे कृत्य त्यांच्या मते अतिशय लाजिरवाणं आणि अनुचित होतं. अझीजच्या वडिलांनी त्याच्या लग्नाचा घाट एकदा घातला होता. त्या गोष्टींचा अझीजला फार संताप आला होता. ती सगळी परिस्थिती टाळण्यासाठी तो अनेक महिने घराकडे फिरकलाच नव्हता; कारण आपल्या पत्नीची निवड त्याला स्वतःलाच करण्याची इच्छा होती.

अझीजचं आपल्या भावावर फार प्रेम होतं. त्यांचं सगळं बालपण एकत्र गेलं होतं. एकाच खोलीत एकाच पलंगावर ते झोपत. एकत्र खेळणं, गप्पागोष्टी करणं, मोठेपणी आपण कोण हो, अशी स्वप्नं रंगवतच ते वाढले होते. अमेरिकन सैन्यासाठी दुभाषा म्हणून काम करणारा हा त्याचा भाऊ, तालिबान्यांनी रस्त्यावर घडवून आणलेल्या बॉम्बहल्ल्यात, २००८ मध्ये मृत्युमुखी पडला. भावाच्या मृत्यूची बातमी अझीजला अगदी अलीकडेच कळली होती. तोपर्यंत आपला भाऊ बाहेर देशातच काम करतोय, प्रवास करतोय, अशीच त्याची ठाम समजूत होती. तो अजूनही दुःखातच बुडालेला होता. आपला भाऊ आता नाही, यावर त्याचा विश्वासच बसत नव्हता. त्यानं सांगितलं की, त्याची आई आजही भ्रमिष्टासारखी वागते, रोज कबरस्तानात जाते. कधीकधी तिचं चित्त कशातच लागत नाही. ती इतकी दुःखी आहे की, पायांत चप्पल घालणंसुद्धा तिला नकोसं वाटतं. वडिलांनी जसे काही ओठ घट्ट शिवून टाकलेत. आता फक्त पुढचा विचार केला पाहिजे, असा त्यांचा आग्रह असतो. अझीज म्हणाला, "लंडनमध्ये, अफगाण वकिलात आणि एक चर्च यांमध्ये एक छोटीशी पायवाट आहे. त्या ठिकाणीच मी आणि भाऊ शेवटचं भेटलो होतो. त्या ठिकाणी मी वारंवार जातो. त्या आठवणी पुन्हा पुन्हा मनात जागवून मी रडतो." भितींवरचं त्यानं बनवलेलं कपाट भावानं मिळवलेल्या पदकांनी म्हणजे त्याच्या आयुष्यानं भरून गेलं होतं. जणूकाही भावाच्या स्मृतिचिन्हांनी त्याच्याशी असलेलं त्याचं नातं तो जपू पाहत होता. हे सर्व समजून घेण्याच्या प्रयत्नांत त्याला वाटणारी चिंता स्पष्ट दिसत होती आणि इस्लामकडेही त्याच्या या प्रश्नांची समाधानकारक उत्तरं नव्हती. त्याच्या मनाची व्यथा मला पूर्णपणे कळत होती.

दक्षिण भागातल्या त्या दुःखी वातावरणात अझीजनं बराच काळ घालवला. राष्ट्रीय पोलीस दल किंवा सैन्य दलाची बांधणी दोन-चार वर्षांत होणं अशक्यप्राय आहे, असं अझीजला विचार केल्यावर वाटू लागलं. सगळीच परिस्थिती फार गुंतागुंतीची होती. अफगाणिस्तानातून अमेरिकन बाहेर पडल्यावर अफगाणिस्तानची स्थिती किती भयानक होईल, त्याचा विचार करणंसुद्धा अझीजला नकोसं वाटलं. तालिबान्यांना दहशत निर्माण करून राज्य करायचं आहे. त्यांचं क्रौर्य पाहून जनता हवालदिल झाली आहे. थोडक्यात, मध्ययुगीन पद्धती तालिबान्यांना अमलात आणायची आहे, असं अझीजनं सांगितलं. त्याची स्वतःची अवस्था फार धोकादायक झाली होती, हे माझ्या लक्षात आलं. खरंतर मनातून लंडनमध्ये राहण्याची इच्छा असूनसुद्धा आपण अफगाणिस्तानात परत गेलं पाहिजे, असं त्याला वाटत होतं

त्या नऊ दिवसांत मी जो अफगाणिस्तान पाहिला तो असा होता. शक्य होतं त्या वेळी तिथल्या रहिवाशांशी बोलून मी काही जाणून घेण्याचा प्रयत्न केला. माझ्यासाठी अफगाणिस्तानला अशी भेट देणं किती महत्त्वाचं होतं, ते मला नंतर जाणवलं. त्या भेटीनंच, सैन्य दलाविषयी, युद्धाविषयी आणि मार्कच्या मृत्यूविषयी मला जे काही माहीत होतं, त्याला स्थानिक संदर्भ दिले. ती एक संस्मरणीय भेट होती. त्या भेटीनं पुढचे अनेक महिने माझ्या विचारांना खाद्य पुरवलं.

माझ्या पदरात काय पडलं? पाश्चात्त्य फौजा आणि आंतरराष्ट्रीय मदतीतून काय फायदे होऊ शकतात, ते काबूलमध्ये पाहणं सोपं होतं; पण संपूर्ण देशातला बदल म्हणावा तर तो फार हळूहळू होत होता. जनतेवर लादलेल्या या राष्ट्रीयत्वाशी जुळवून घेण्यासाठी त्यांना झगडावं लागत होतं; आंतरराष्ट्रीयत्व तर फारच दूरची गोष्ट झाली. सुरक्षा, राष्ट्रीय पोलीस दल, सैन्य दल; त्याचबरोबर लोकशाही, सर्वांना शिक्षण आणि महिलांसाठी समान हक्क, हे सर्व अगदी अल्पावधीतच अस्तित्वात यावं अशी दोस्त राष्ट्रांची इच्छा होती. तसं पाहिलं तर या सगळ्याचा पाश्चात्त्य देशांत विकास होण्यासाठी शतकानुशतकं लागली होती. इथं हे सगळं घडवून आणण्यात येणाऱ्या अडचणी सहज समजण्यासारख्या होत्या. इलेक्ट्रॉनिक्स, टेलिव्हिजन, भ्रमणध्वनी, संगणक आणि शेवटी प्रवास- पर्यटन यांमुळे येथील जीवनशैलीत कदाचित बदल होतील. जसा बदल १४९२ मध्ये जागतिक बाजारपेठेची चाहूल लागून पाश्चात्त्य देशातील स्थानिक जीवनात घडून आला होता आणि हळूहळू जागतिकीकरणाचा उदय होऊ लागला होता. इतर युद्धं, मोहिमा यांना न जुमानता हा देश पाश्चात्त्यांच्या प्रभावाखाली फारसा आला नाही, जसे इतर मुस्लिम देश आले; मग लोकशाही तर फारच दूरची गोष्ट झाली.

ते उघडेबोडके उत्तुंग पर्वत माझ्या दृष्टीनं या देशाचं ठळक प्रतीक बनून राहिलेत. हा सगळा भूप्रदेश म्हणजे लोकांनी कसं वागावं याचा निर्देश देणारा

आडमुठा दिशादर्शक वाटला. मी अफगाणिस्तानला भेट दिली तेव्हा उन्हाळा होता; पण तिथली थंडी मात्र जीवघेणी असणार. हेल्मंडच्या सपाट भागातील एका कम्पाउंडच्या आत मार्क जखमी झाला होता, अगदी तशीच कम्पाउंड्स मी सर्वत्र घरांभोवती पाहिली. झरोकाही नसलेल्या उंच भिंतींमागे दडलेली, तग धरून राहणारी कुटुंबं आणि छोट्या छोट्या जमाती. पाश्चात्त्य देश आणि त्यांच्या जीवनमानाशी सोयरसुतक नसलेल्या! जुन्या रूढी, जुनी ओझी... ओझी निसर्गानं, भौगोलिक परिस्थितीनं आणि धर्मानं लादलेलीसुद्धा. तीच लोकांना जगावं कसं ते शिकवतात, धीर धरायला शिकवतात. काफर आणि घुसखोरांच्या धोक्यामुळे गेली अनेक शतकं समाज कर्मठ झाला आहे. समाजाची धारणा, हिंसेला हिंसेनंच उत्तर दिलं पाहिजे, अशी झाली आहे. न्यायाची जुनी पद्धत म्हणजे खून के बदले खून! शांततेची अख्ख्या जगाची गरज, क्रौर्य आणि असमानतेला विरोध, आपल्यांचं रक्षण करणं आणि शांततेनं जगण्याची गरज यांचाच एक दिवस विजय होईल, अशी आपण फक्त अपेक्षा करू शकतो. आणि एक दिवस असा उगवेल की, हिंसा सोडून सर्व जण दुसऱ्या मार्गाचा अवलंब करतील.

पण लढाई आणि बंदुका, हे इथं जगण्याचं चलनी नाणं आहे. इथल्या तरुणांजवळ वेळ आहे. त्यांचा स्वतःचा आदर्शवाद आहे आणि शक्ती आहे. त्यांचा उपयोग ते बंदुका आणि यंत्रांच्या दुनियेत रमण्यासाठी मारामारी करणं आणि जिंकणं यांसाठी करतात. त्यासाठी त्यांना पैशाचा मोबदलाही दिला जातो. सूड घेणं हे सामर्थ्यशाली आणि अत्यावश्यक हत्यार समजलं जातं. कारण दरोडेखोर आणि इतर टोळ्यांना स्थानिक कायदे पाळावेच लागत नाहीत. पिढ्यान्‌पिढ्या इथं हीच संस्कृती चालत आली आहे. 'बरेचसे अफगाणी सैनिक पाश्चात्त्य फौजांच्या बरोबरीनं लढण्याचा मार्ग निवडतात. कारण आपल्या नातलगांना ठार मारणाऱ्या तालिबान्यांवर त्यांना सूड उगवायचा असतो,' असं मार्क एकदा म्हणाल्याचं मला आठवतंय. तिथं अशी एक म्हण आहे, 'पश्तुन, सूड घेण्यासाठी जन्मभर वाट बघू शकतो आणि नंतर उतावळेपणासाठी स्वतःला दोष देतो.' या म्हणीचा उल्लेख सैन्याच्या कमांडरनं २०१० मध्ये आपल्या भाषणात केला होता.

या संघर्षाच्या सुरुवातीपासून ते २०११पर्यंत स्थानिक रहिवाशांचा मृत्युदर हेल्मंडमध्ये किती होता, ते कुणीतरी मला सांगितलं होतं. २००७पासून ते २०११पर्यंत १२,७९३ रहिवासी मारले गेले होते. त्यातले ६६.९ टक्के तालिबान्यांनी ठार केले आणि उरलेले सरकारी फौजांनी. पाश्चात्त्य देशांच्या विरोधातली आग भडकली नाही, तरी धुमसत कशी राहू शकेल, ते मला समजू शकतं. मार्कला नेण्यासाठी हेलिकॉप्टरला येण्यास उशीर का झाला, याचं एक कारण काय सांगितलं गेलं होतं त्याची मला आठवण झाली. ते हेलिकॉप्टर एका जखमी

स्थानिक रहिवाशाला आणण्यासाठी रवाना करण्यात आलं होतं. कारण सैन्य दलाला त्या जखमांचं पर्यवसान कशात होईल, याचीच काळजी होती. पाश्चात्त्य कमांडर्स धैर्यानं आत्मसंयमन करत आणि स्थानिक रहिवाशांचे मृत्यू रोखत किंवा टाळत. तिथले रहिवासी आणि बरेच वेळा लहान मुलं मोबाइल फोन वापरून सैनिकांच्या हालचालींविषयीची माहिती नियमितपणे तालिबान्यांना पुरवत असत आणि पाश्चात्त्य सैनिक त्यांना असं करण्यापासून फारसं परावृत्त करू शकत नसत, हे खुद्द मार्कनंच मला एकदा सांगितलं होतं.

मला अफगाण जनतेच्या मनातला संताप जसा दिसतो तशी पाश्चात्त्य देशातली दहशतवादाची भीती समजू शकते. तीव्र एकवटलेल्या वैरभावनेच्या विरोधात आपण काहीच करू शकत नसल्याची अगतिकताही दिसते. अफगाणिस्तानातील एका विचारधारेच्या विरोधात युद्ध जिंकायचं आहे या भावनेत प्रेरित होऊन यूकेचं सैन्य दल झटत होतं. कारण ही विचारधारा त्यांना देशाच्या (इंग्लंडच्या) अंतर्गत सुरक्षेसाठीही विघातक वाटत होती; पण तेच सैन्य दल आता अफगाणिस्तानात सुरक्षा प्रस्थापित करण्यासाठी प्रयत्न करत होतं. स्थिर लोकभावनेचं प्रतिनिधित्व करणारं सरकार त्या भागातल्या झगडणाऱ्या राजकीय शक्तींना टक्कर देऊ शकतं. पण मग त्या पूर्वापार चालत आलेल्या अधिकाराचं काय? जुन्या प्रथांचं जुन्या स्थिरता देणाऱ्या नियंत्रक शक्तिस्थानांचं काय? मला दिसत होतं की, जमातीतले ताणतणाव, प्रथा, पैशाचा योग्य किंवा गैरवापर, सत्तेची सौदेबाजी, पाश्चात्त्यांकडून येणारा दबाव या सगळ्यांतला समतोल राष्ट्राध्यक्ष करझाईंना साधायला लागत होता. हे सर्व तात्कालिक आणि अति खर्चिक उपाय आहेत; कदाचित भविष्यकाळात काही समस्याही निर्माण करू शकतील.

२००९नंतर या युद्धाला 'दहशतवाद्यांविरुद्धचा संघर्ष' असं म्हणणं थांबलं होतं. कारण आता अल्-कायदाचा प्रभाव तिथं आहे की नाही, हे सांगता येत नव्हतं. आता त्याला 'बंडखोरां'विरुद्धचा संघर्ष म्हटलं जातं. तरुण कडवे बंडखोर- मग ते कदाचित तालिबानही असतील; पण तालिबान असतीलच असं नाही- त्यांचा पराभव करण्यावरच आता त्या संघर्षाचा भर होता. त्याचबरोबर स्थानिक रहिवाशांची मनं आणि हृदय जिंकून घेणं, हाही उद्देश होताच. पण जेव्हा पाश्चिमात्य शक्ती येतात आणि त्यांची धार्मिक सामाजिक आणि नैतिक पार्श्वभूमी वेगळी असते, तेव्हा स्थानिक जनतेची मनं आणि हृदय जिंकणं सोपं नसतं. ब्रिटिश सैनिक तिथं फक्त सहा महिन्यांसाठीच येतात. त्यांना त्यांची सैनिकी उद्दिष्टं असतात. हे संबंध सुधारण्यासाठी त्यांच्याकडे फारसा वेळ नसतोच.

दक्षिण हेल्मंडचा हा इतका कर्मठ भाग २००९च्या लढाईसाठी ब्रिटिश जनरलनी का निवडला, याचं कुणालाही आश्चर्यच वाटलं असतं. कारण नाटोच्या

इतर देशांनी ते टाळलं होतं. ब्रिटिश सैन्य दलाचा हा विश्वास अनाठायी होता. आमच्या गुप्तहेर यंत्रणांकडे, राजकीय नेत्यांकडे आणि डावपेच आखणाऱ्यांकडे परिस्थितीचं पुरेसं ज्ञान नसावं. तेथील बंडखोरी आणि गनिमी युद्धाची शक्यता त्यांनी विचारातच घेतली नव्हती. तालिबान त्यांना ठाऊक होते का? ते कसे आहेत, ते कसे लढतील, त्यांच्याकडे असलेली शस्त्रं, क्षेपणास्त्रं आणि कपट यांची त्यांना कल्पना होती का? यासाठी किती वाहनं, हेलिकॉप्टर्स, सैनिकी कुमक लागेल याची त्यांच्याजवळ काही योजना होती का? तेही मनुष्यबळाचा तुटवडा असताना?

यापासून खूप बोध घेता येण्यासारखा आहे. आंतरराष्ट्रीय संरक्षण साहाय्य सेनेचे माजी डेप्युटी कमांडर असलेले सर निक पार्कर यांना जेव्हा मी भेटले, त्या वेळी त्यांनी मोकळेपणानं कबूल केलं की, मार्कचा मृत्यू झाला त्या वेळची परिस्थिती फारच बिकट होती. तिथं खरंतर अधिक शस्त्रसामग्री आणि मनुष्यबळाची गरज होती. यदा कदाचित ती लढाई आम्ही जिंकलीच तरी ती एक अतिशय मंद गतीनं यश देणारी लढाई असेल.

१८४२ मध्ये झालेल्या अँग्लो-अफगाण युद्धाची परिणती कशात झाली होती ते मला आठवलं. लेडी एलिझाबेथ बटलरनं 'द रेमनंट्स ऑफ अॅन आर्मी' हे त्या युद्धाच्या आठवणी जागवणारं एक पेटिंग केलं होतं, ते माझ्या नजरेसमोर आलं. १६,५०० सैनिकांच्या पलटणीचा एकमेव वाचलेला अधिकारी विल्यम ब्रायडेन हा एकटाच काबूलमधून माघारी परतलेला त्या पेंटिंगमध्ये दाखवलेला होता. अनेक मोहिमांची दाणादाण उडाली होती आणि ज्याचं पर्यवसान शोकांतिकेत झालंय, अशा अनेक मोहिमांतील ही पहिलीच मोहीम होती.

मार्कची जी तळछावणी नाद-ए-अलीजवळ होती, त्याविषयीची एक बातमी बऱ्याच महिन्यांनंतर २०१०च्या नोव्हेंबर महिन्यात मी 'बीबीसी'च्या बातम्यांत पाहिली. अमेरिकेच्या सहा हजार सैनिकांनी १८ महिन्यांच्या अथक प्रयत्नांनंतर आणि बरेच जीव गमावल्यावर त्या छोट्याशा भागात अस्थिर शांतता प्रस्थापित केल्याचं त्यात म्हटलं होतं. तो एक छोटासा भूप्रदेश होता. ही तात्पुरती शांतता प्रस्थापित करण्यासाठी त्यांना केवढं मोल द्यावं लागलं होतं... तेही अमेरिकन फौजा लवकरच परतणार असताना!

आणि मी इथं होते. माझ्या सन्निध मार्क होता. मार्कचं बलिदान सार्थ ठरावं, त्यानं काही साधलं जावं, एवढीच मी आशा करू शकत होते.

अखेर

आता सगळंच संपलंय. ऋतुचक्र चालूच आहे. काळ हळूहळू पुढे सरकतोय. माझ्यापाशी काय उरलंय?

मार्कच्या मृत्यूनं आपल्याला फार अपराधी वाटेल आणि संताप येईल, असं मला वाटत होतं. सर्वसाधारणपणे मृत्यूबद्दल आपली हीच भावना असते. मला काहीसं अपराधी वाटतं. मग वाटतं त्याचं आयुष्य फार चांगलं गेलं, तो सर्वांचा फार लाडका होता आणि मग ही अपराधीपणाची भावना हळूहळू मागे पडते. चौकशी प्रक्रिया, संरक्षण मंत्रालयाचा त्यातील सहभाग आणि सगळ्यांत शेवटी युद्ध या साऱ्याचा मला संताप येणं कदाचित अपरिहार्य आहे. त्या संतापाला आवर घालायचा मी प्रयत्न करते आणि योग्य त्या वेळी अथवा योग्य त्या ठिकाणी तो व्यक्त होईल असंच बघते. पहिल्या महायुद्धात आघाडीवर लढलेल्या युद्धकवींनी व्यक्त केलेल्या संताप आणि तिरस्काराची मला आठवण होते; विल्फ्रेड ओवेनच्या, 'ड्यूल्स एट् डेकोरम एस्ट' या कवितेच्या ओळी मला आठवतात –

जसा धोपटीखाली वाकला वृद्ध भिकारी
अति दमलेला खोकत फुटक्या गुडघ्यावरती रखडत होतो
चिखलामधुनि शिव्या हासडत जळत्या
माऱ्यापासुन पळता भुई थोडकी आश्रयस्थानाकडे दूरच्या,
होते कितितरी बूट गमावुनि लुळे पांगळे आणि आंधळे,
झोपाळू अन् रक्त माखले
दमलेले ते ऐकत नव्हते,
पाठीवर फुटणारे गोळे
वायु विखारी त्वरा करारे!
चढवा संरक्षक अवजारे
धडपड गडबड किंकाळ्या
अन् उन्मादाने जग भरलेले

आग आणखी धूळ विषारी,
सटपटलेले सैनिक,
धुरकट काचेमधुनि अंधुक
दिसतो प्रकाश हिरवा, जैसा सागर
दिसतो मजला तो बुडताना,
स्वप्नातही असहाय होऊनि
तुम्हासही तो दिसेल,
तुमच्या दुःस्वप्नांमध्ये मरताना
गाडीमध्ये कोंबुन त्याला
गाडीमागुन होतो येत
तोंड लटकले, डोळे त्याचे शुभ्र होऊनि उचकटलेले
उबगहि यावा सैतानाला अपुल्या पापाच्या करणीचा
दर धक्क्याला ओकत होता छातीमधले रक्त आपुले
आणि बिचाऱ्या जिव्हेवरती असाध्य फौजांनी पसरावे
कर्कइतके बीभत्स आणिक चित्ताइतके कटू दृश्य
ते शकाल का सांगू पिल्लांना?
गोष्टीसाठी उत्सुकतेच्या देशासाठी प्राण ठेवणे
किती सुंदर अन् किती महान ते?

मार्कला सैनिक म्हणून वीरमरण आलं. युद्धातल्या मृत्यूची भयानकता हे कवी आपल्यापुढे उभी करतात. पूर्वीच्या लोकांना काव्यात जी भयानकता प्रभावीपणे तीव्रतेनं जाणवते, तिचा आधुनिक काळात आपल्याला मात्र विसर पडलेला आहे. मार्कला जिथं चिरविश्रांती देण्यात आली, ती जागा फार शांत आणि सुरेख आहे; पण त्या जागेचं सौंदर्य अथवा त्याच्या अंत्यविधीच्या समारंभाची शान, मार्कच्या मृत्यूबद्दलची किंवा युद्धाबद्दलची भयावहता माझ्या मनातून काढून टाकू शकत नाही.

जगाच्या पाठीवर कोठेही तरुण मुलाच्या, सैनिकाच्या मृत्यूचं दुःख एकसारखंच असतं. पहिल्या महायुद्धावर कविता करणारे कवी आणि त्या काळातील पोस्टकार्ड्‌स आपल्याला त्या दुःखाची जाणीव करून देतात. पाश्चात्त्यांच्या जगात, युद्धाच्या हजारो स्मारकांत ख्रिश्चनांचं आधारभूत प्रतीक वारंवार नजरेस पडतं. ते कोणतं म्हणाल तर मानवजातीच्या नीतिमत्तेचं उत्कृष्ट प्रतीक असलेली, शक्तिहीन, मृतप्राय भव्य अशी येशू ख्रिस्ताची मूर्ती!

सोबतीला दुःखी मेरी माता आणि अत्यंत श्रद्धावान, पण नेतृत्वहीन, गोंधळलेले

शिष्यगण! ख्रिश्चन धर्मात तो पराकोटीचा त्याग म्हणजे प्रेमाचे प्रतीक समजलं जातं, पण तो युद्धाचाही उद्‌गार आहे.

मी तर असं म्हटलं गेलेलं ऐकलंय की, अफगाणिस्तानातून माघार घेणं, हे ज्यांनी प्राण गमावलेत अशांच्या कुटुंबांना फार जड जाणार आहे. कारण त्यामुळे त्यांच्या प्रियजनांचं बलिदान व्यर्थ जाणार आहे. ५ ऑक्टोबर, २०१०रोजी टेलिव्हिजनसाठी दिलेल्या एक मुलाखतीत पंतप्रधानांनी आम्हाला आश्वस्त केलं की, मार्कच्या मृत्यूनं काही साध्य झालं नाही असं नाही, उलट त्या मृत्यूमुळे अफगाणी जनतेला त्यांचा देश सुरक्षित ठेवण्यास मदत झाली. मृत्यू आणि बलिदानाच्या पाठीमागे काही उद्दिष्ट असायला हवं, त्यातून काही साध्य व्हायला हवं, हे त्यांनी अशा रीतीनं मान्य केलं होतं. मार्कचं बलिदान व्यर्थ जाऊ नये; ते उपयुक्त ठरावं, असंच मला मनापासून वाटत होतं. अफगाणिस्तानात सकारात्मक आणि चिरकाल टिकणारे बदल झालेले दिसले, तर याला पुष्टी मिळू शकते.

एक नागरिक म्हणून मृत्यूबद्दल माझ्या काही भावना होत्या. सैनिकांची जी कर्तव्यं समजली जातात, त्यांच्याशी त्या अंशतः जुळणाऱ्या होत्या. इस्लाममध्ये सांगितल्याप्रमाणेच मला कुठंतरी असं वाटतं की, आयुष्याचं आपण काही देणं लागतो. ते देणं फेडून टाकणं आपलं कर्तव्य असतं. आपल्या जन्माचं सार्थक होण्यासाठी आपण माणूस म्हणून सदैव चांगलंच असलं पाहिजे. अकाली मृत्यूमूळे त्या परतफेडीत अडथळा येतो. अशा वेळी आपल्या हाती फार थोडा वेळ असतो. आयुष्यात नंतर पुढे ज्या अवघड अपेक्षा पेलायच्या असतात, त्याची हसत-खेळत स्वतःसाठी केलेली पूर्वतयारी म्हणजे तारुण्य असतं. ते उपकाराचं ऋण एखाद्या चांगल्या कृत्यानं फेडता येण्यासारखं असतं का?

मार्कच्या मृत्यूनंतर, मला आलेल्या अनेक पत्रांत भूतकाळातील हानीचा संदर्भ होता. माझ्या यातना त्यांनी समजून घेतल्या होत्या. त्या पत्रातून काय म्हटलं होतं ते मला कळायला खूपच वेळ लागला होता.

१६.७.२००९

प्रिय मिसेस एव्हिसन,

माझी सांत्वना तुमच्यापर्यंत पोचवण्यासाठी मला अनेकदा लिहावंसं वाटलं. तुमचा मुलगा मार्क, जे करायचा प्रयत्न करत होता ते खूप कठीण आणि जोखमीचं होतं हे त्याला कळलेलं होतं. ती जोखीम बाजूला ठेवून विचार केला तर असं दिसतं की, त्याच्याजवळ उत्तम नेतृत्वगुण आणि धाडस होतं आणि आपलं कसब पणाला लावण्याचा निश्चयही होता.

'आपल्या प्रियतम व्यक्तींच्या हृदयात वास करणं म्हणजे अमर होणं' या वचनावर माझा विश्वास आहे.

शब्दातून सहानुभूती दाखवणं सर्वस्वी अशक्य आहे, याची मला कल्पना आहे.

'मार्क फौंडेशन'साठी ही अल्पशी देणगी पाठवत आहे. अधिक देऊ करता आली असती तर आनंद झाला असता.

शुभेच्छांसहित
सी.सी.

१४.७.२००९

....सांत्वन करण्यासाठी माझ्याजवळ शब्द नाहीत. आजच्या टेलिग्राफनं माझ्या मनातील भावना जणूकाही व्यक्त केल्या आहेत. आज रात्री, माझ्या दहा वर्षांच्या मुलाला, ते मी वाचून दाखवणार आहे. राजकीय आणि धार्मिक स्वातंत्र्य असलेल्या देशाचं रहिवासी असणं म्हणजे काय, याची खरी किंमत आम्हाला कळेल.

मार्कचे आई-वडील आणि बहीण यांच्या दुःखात आम्ही सहभागी आहोत. आम्ही त्यांच्यासाठी परमेश्वराजवळ प्रार्थना करू. जेव्हा जेव्हा प्रेम, सौंदर्य आणि चांगल्या गोष्टींचा विचार मनात येईल, त्या वेळी नजरेसमोर मार्कच येईल. मार्कच्या आत्म्याला शांती मिळो.

आपले
एम.ए.आर.आर.

ज्यांनी पत्रं पाठवली, त्यांतल्या बहुतेकांनी मार्कवर स्तुतिसुमनांचा वर्षाव केला होता. मार्कचं शौर्य, ज्यासाठी त्यानं आपलं आयुष्य वेचलं आणि तो हसत मृत्यूला सामोरा गेला, त्या साऱ्याबद्दल तो लोकांच्या कौतुकास पात्र ठरला होता. आपलं काम उत्तम करायचं आणि आपल्या सैनिकांच्या बाबतीतलं कर्तव्य उत्तम पार पाडायचं, हे इतकंसुद्धा कौतुकास्पद होतं. एखाद्या वीराला उचित असंच त्याचं आयुष्य होतं. निःस्वार्थीपणाचं त्याचं हे कृत्य इतरांसाठी प्रेरणादायी होतं आणि केवळ एवढ्यामुळेदेखील त्याचं आयुष्य सार्थ ठरणार आहे. त्याच्या आयुष्याची इतिकर्तव्यता त्याच्या मरणानंच झाली होती. मार्कचं त्याच्या सैनिकांवर विलक्षण प्रेम होतं. त्यांच्या रक्षणासाठी त्यानं स्वतःचं बलिदान दिलं. ही त्याची अंतिम कृती उदात्त होती, अगदी वाखाणण्यायोग्यच होती. त्याचं कर्तृत्व कोणालाही अभिमान वाटावा असंच होतं, हे मला कळत होतं; पण मला दुःखही होत होतं. ज्या परिस्थितीत

मार्कला मृत्यू आला, ती परिस्थिती समर्थनीय वाटत नव्हती. एका मातेच्या दृष्टीनं आपल्या पुत्राच्या वियोगाचं समर्थन करता येईल अशी कोणतीही परिस्थिती असूच शकत नाही, अशी माझी भावना आहे.

जनसमूहाच्या कल्याणासाठीच माणसं नेहमी त्याग करत असतात. कोणत्याही संस्कृतीत हा विचार महत्त्वाचा मानला जातो. याचं कारण असंही असू शकेल की, काही प्रमाणात आपण चमत्कारावर विश्वास ठेवणारे अंधश्रद्ध, संकेतबद्ध प्राणिमात्र आहोत. आणि हजारो वर्षं वेगवेगळ्या श्रद्धा, समजुतीतून आपल्याला अज्ञात शक्तींना बळी देऊन शांत करण्याची गरज वाटत आली आहे. सैन्य दल ही एक अशी जुनी संस्था आहे की ज्यांना देखावा- शान, नैतिकता आणि आज्ञापालन तसंच मृत्यूला सामावून घेण्यासाठी केले गेलेले विधी- याचं महत्त्व पटलेलं आहे. त्यामुळे मृत्यूकडे एक आवश्यक त्याग म्हणून पाहण्याचा त्यांनी मार्ग निवडला आहे. सैनिकांनाही ते तसंच करण्यास शिकवतात. लढणारे सैनिकही मग त्याचा तसाच स्वीकार करण्याचा, त्याचे उदात्तीकरण करण्याचा मार्ग अनुसरत असावेत. म्हणून सैनिकांच्या स्मारकावर, कोरलेलं असतं की– 'वीरगती प्राप्त झालेल्या जवानांस'.

रॉयल मिलिटरी ॲकॅडमी, सँडहर्स्टमध्ये भरती होणाऱ्या तरुणांना मार्कची रोजनिशी वाचायला सांगतात. त्याची निःस्वार्थ निष्ठा आणि सर्वोच्च बलिदान याचं उदाहरण देऊन त्यावर विचार करायला सांगितलं जातं. त्यानंतर ब्रुकवुडमधल्या त्याच्या थडग्याला भेट देण्यास सांगितलं जातं. मार्कप्रमाणेच क्षणार्धात आपला कोवळा जीव बलिदान करण्याची त्यांची तयारी होण्याची गरज आहे, याची जाणीव करून दिली जाते. मार्कचा मृत्यू म्हणजे सैनिकी 'कर्तव्य' किंवा 'इतरांना जगता यावं म्हणून आपण मृत्यू पत्करायचा' एवढंच सूचित करत नाही, तर प्रेमही सूचित करतो. हे प्रेम जसं आपल्या सोबत्यांप्रती आहे, तसंच आपल्या देशासाठीही आहे. मार्कचा अंत्यविधी जेथे करण्यात आला होता, त्या गार्ड्स चॅपेलला युद्धात हौतात्म्य पत्करलेल्या वीरांची शेकडो वर्षांची परंपरा आहे आणि तिला देशानं आणि समाजानं अभिमानानं स्वीकारलेलं आहे. अनेक शतकांपासून युद्ध आणि युद्धात प्राप्त झालेली वीरगती यांचं उदात्तीकरण करण्यात आलेलं आहे.

आज इतक्या वर्षांनंतर, युद्धात येणाऱ्या मृत्यूकडे बघण्याचा आपला दृष्टिकोन बदललाय, ही एक आनंदाची गोष्ट आहे. दोन्ही बाजूंच्या सैनिकांना एकमेकांविरुद्ध उभे करून त्यांच्या जिवावर उदक सोडणं, हे जसं पहिल्या महायुद्धाच्या काळात केलं जाई, तसं करणं आज समाजमान्य नाही. मृत्यू ही ईश्वरेच्छा असं समाधान मानण्याचे दिवस आता राहिले नाहीत. आधुनिक जगात जीव वाचवण्यासाठीच शर्थीचे प्रयत्न केले जातात आणि पूर्वीपेक्षा अकाली

मृत्यूचं प्रमाणही कमी झालेलं दिसतं. तरुण वयातला मृत्यू फार धक्कादायक असतो आणि म्हणून कदाचित लोक जास्त खबरदारी घेतात. लोक त्यांच्या तरुणांकडे लक्ष पुरवतात आणि युद्धात बळी जाण्यासाठी त्यांचं आयुष्य देऊ करत नाहीत. अजून आपल्या आठवणींत असलेला दुसऱ्या महायुद्धात दिसलेला, माणसाच्या जिवाचा अतोनात अपव्यय आता आपल्याला टाळता येईल आणि युद्ध अधिक जबाबदारीनं लढली जातील अशी माणसाला आशा आहे. त्या दुःखदायक अनुभवांनी आपल्याला काहीतरी शिकवलं आहे. वैद्यकीय तंत्रज्ञानातही प्रगती झाली आहे. त्यामुळे मानवी आयुष्य हे सर्वांत मौल्यवान आहे, हे आपण स्वीकारलं आहे. अगदी गर्भधारणेपासूनचं आयुष्य! इथून पुढे अतियुद्धपिपासा आणि नाहक जीवितहानी ही खपवून घेतली जाणार नाही इथपर्यंत! २०११ मध्ये घेतलेल्या सर्वेक्षणात, मनुष्यजातीचा संहार हेच युद्धाला विरोध करण्यामागचं प्रमुख कारण असल्याचं आढळून आलंय. जीव जन्माला येणं हा एक चमत्कार असल्याचं विज्ञानानं दाखवून दिलंय; म्हणून त्या चमत्काराचं मोल जाणून घेऊन आपण त्याची सन्मानानं जपणूक केली पाहिजे.

महत्त्वाचं म्हणजे विल्‌शायरच्या वॉटन बॅसेटमध्ये मृत सैनिकांना दिली गेलेली मानवंदना पाहून, मृत आणि जखमी जवानांच्या कुटुंबांकडे संपूर्ण राष्ट्राच्या सहानुभूतीचा ओघ उसळून आला. ही देशानं त्यांना वाहिलेली श्रद्धांजलीच होती. त्यांचे मृतदेह परत आणून त्यांच्या शोकविव्हल कुटुंबांच्या सुपूर्त करणं ही त्यांना अखेरची मानवंदना होती. याचा एक परिणाम झाला की, युद्धाच्या या गंभीर फलश्रुतीची संपूर्ण राष्ट्राला जाणीव झाली. एका तऱ्हेनं पूर्वीच्या युद्धकविता जे साधत असत, तेच या काळात या मानवंदनांनी साधलं. संरक्षण मंत्रालयानं सैनिकांची दफनभूमी ऑक्सफर्डशायरच्या ब्रिज नॉर्टनला आता पुन्हा हलवली आहे. पण वॉटन-बॅसेटनं जनमानसावर खोल परिणाम घडवून आणला होता.

आपलं कर्तव्य पार पाडण्यासाठी प्रशिक्षित आणि शस्त्रास्त्रांनी सुसज्ज असं सैन्य दल देशाच्या रक्षणार्थ अत्यावश्यक असतं. लढण्याची खुमखुमी तरुणांच्या रक्तातच असते. युद्ध करण्यात आणि प्रतिपक्षाचा नाश करण्यात त्यांना स्वतःचं श्रेष्ठत्व आणि पौरुष सिद्ध केल्याचा आनंद मिळतो. ब्रिटनमध्ये तरुणांत असलेला जोश आणि शक्ती व्यक्त होण्यास सैन्य दलात वाव मिळतो. त्यातच संघटनेचं आणि देशाचं हितही सामावलेलं असतं. सैन्याचा काळजीपूर्वक वापर करणं ही राजकारण्यांची जबाबदारी आहे आणि शेवटी त्यांनीच सैनिकांचं हितही सांभाळलं पाहिजे. ''आम्ही जर आमच्यासाठी त्यांना लढायला आणि मरायला सांगत असलो तर आपणही आपली त्यांच्या बाबतीतली जबाबदारी निभावली पाहिजे. सैनिकांना पुरेसं संरक्षण मिळालं पाहिजे. आपण त्यांच्यावर टाकलेली जबाबदारी पूर्णपणे

निभावण्यासाठी त्यांनी आवश्यक असलेल्या शस्त्रास्त्रांनी सज्ज असायला हवं. म्हणजे त्यांचे प्राण जाण्याची अथवा त्यांना अपंगत्वाचा सामना करावा लागण्याची शक्यता कमी होईल. हेच सैन्याचं मूलभूत धोरण असलं पाहिजे, अशी सैनिकांची अपेक्षा असते.''

माझ्या मते राजकारण्यांना उपाय आणि सत्ता नेहमीच स्वस्तात हवी असते, त्यासाठी फार काही द्यावं लागू न देता. सैनिकांना लागणारी साधनसामग्री पुरवणारे मोठे उद्योग असूनसुद्धा सैन्याला आपलं काम प्रभावीपणे करण्यासाठी पुरेशी साधनं मिळाली नव्हती, याचं धडधडीत उदाहरण म्हणजे मार्कचा मृत्यू. मूलभूत गरजा म्हणजे हेलिकॉप्टर्स, बिनतारी यंत्रणा, वैद्यकीय सुविधा या अपुऱ्या होत्या- अजूनही आहेत. जर सैनिकांचं आयुष्य धोक्यात होतं, बिनतारी यंत्रणेची सुविधा पुरेशी नव्हती, हेलिकॉप्टर्स उपलब्ध नव्हती, तर माणसाच्या जिवाला प्राधान्य देऊन इतरत्र उपलब्ध असलेली महागडी उपकरणं सैनिकांसाठी उपलब्ध करून द्यावयास हवी होती. इथं मला संरक्षण मंत्रालयाची यंत्रणा, विमानं, जहाजं यांचा विचार करावासा वाटतो. योग्य ते निर्णय घेऊन सैनिकांसाठी सुस्थितीत असलेल्या बिनतारी संदेश यंत्रणा उपलब्ध असल्याची खात्री द्यावयास हवी. (जर त्या बंदुकांपेक्षा जास्त महत्त्वाच्या असतील तर) आणि सैनिक जखमी झाले तर वैद्यकीय मदतही लवकरात लवकर उपलब्ध करून दिली जावी.

तरुणांना लढायची इच्छा असते. जनतेला त्यागाचं महत्त्व कळत असतं आणि हे राजकारणी लोक असे असतात की, ते सत्तेसाठी युद्ध पुकारतात. युद्ध हाही एक व्यवसाय झाला आहे. त्यासाठी सैन्य दल आणि मोठमोठे उद्योग उभारण्यात आलेत. त्यातून निर्माण होणारा रोजगार आणि अर्थव्यवस्थेला मिळणारी चालना हीदेखील युद्धं घडवून आणण्यास प्रेरणा देतात.

अमेरिकेचे राष्ट्राध्यक्ष पूर्वायुष्यातले सैनिक, डी. आयसेनहॉवर, निवृत्त होण्यापूर्वी तीन दिवस आधी केलेल्या भाषणात म्हणतात,

> *''शांतता काळातील माझ्या पूर्वाधिकाऱ्यांना किंवा दुसऱ्या महायुद्धातील अथवा कोरियन युद्धातील सैनिकांना, जी सैनिकी संरचना माहीत होती त्यापेक्षा आजची परिस्थिती खूपच वेगळी आहे.*
>
> *प्रचंड मोठे सैन्य दल आणि तेवढेच मोठे शस्त्रास्त्रांचे कारखाने यांचा परस्पर संबंध हे अमेरिका नव्यानेच अनुभवत आहे. त्याचा एकूण प्रभाव आर्थिक, राजकीय, इतकंच काय नैतिकही- सर्वच क्षेत्रांत, प्रत्येक गावात, राज्यात आणि संघराज्याच्या प्रत्येक कचेरीत दिसून येतो. असं होण्याची अपरिहार्यता आपण समजू शकतो; पण याच्या गंभीर परिणामांकडे आपल्याला*

दुर्लक्ष करून चालणार नाही. आपले परिश्रम, साधन संपत्ती, आपली उपजीविका म्हणजे आपले अख्खे समाजजीवन त्यात गुंतलेले आहे.

आपल्या कायदेमंडळांनी नको असलेली दडपणं नेहमीच झुगारली पाहिजेत. मग ती सैन्य दलानं आणलेली असोत किंवा उद्योगसमूहानं आणलेली असोत अथवा इतरही असोत. सत्ता गैरमार्गाकडे वळण्याचा धोका नेहमीच असतो आणि असेल. त्याचे परिणाम विघातक होऊ शकतात.

सैन्य आणि उद्योग यांच्या एकत्रित दडपणामुळे आपले स्वातंत्र्य आणि लोकशाही धोक्यात येऊ नये याची आपण काळजी घेतली पाहिजे. आपण कोणत्याच गोष्टी गृहीत धरता कामा नयेत. स्वातंत्र्य आणि सुरक्षितता दोन्ही जपायचं असेल तर समाज जागरूक आणि जाणकार हवा. तरच तो सैन्य दल आणि प्रचंड उद्योगसमूह यांच्या परस्परसंबंधांवर नियंत्रण ठेवू शकेल आणि आपल्या उद्दिष्टांशी आणि शांततापूर्ण मार्गांशी सुसंगती राखू शकेल.''

(सैन्य आणि उद्योगसमूह यांविषयी, १९६१ मध्ये डी. डी. आयसेनहॉवर यांनी केलेल्या भाषणतील हा उतारा आहे. राष्ट्राध्यक्षांचे सार्वजनिक कागदपत्र १९६०, पृष्ठ क्र. १७३५ ते १७४०.)

या दडपणांमुळेच कोणत्याही संघर्षात उच्च नैतिकतेची आवश्यकता असते, ज्यायोगे राजकीय लाभ आणि सत्तेचा हव्यास आणि लोभ यांच्यापायी होणारी युद्धे टाळता येतील. स्वसंरक्षणासाठी केलेलं युद्ध नैतिकदृष्ट्या समर्थनीय मानता येईल हे उघड आहे; पण इतर कारणांसाठी केलेल्या युद्धाच्या कारणांचा विचार राज्यकर्त्यांना निवडून आणणाऱ्या जनतेनं काळजीपूर्वक करावयास हवा.

आजघडीला चालू असलेल्या अफगाण युद्धाची मुळं ११ सप्टेंबरच्या घटनेत जे मारले गेले त्यात आहेत. अंगावर काटा आणणाऱ्या दहशतवादाच्या या कृतीनं जवळजवळ तीन हजार निरपराध्यांचा बळी घेतला. अमेरिकेच्या तत्त्वांना, स्वातंत्र्याला, जीवनशैलीला, राजकारणाला दहशतवादानं दिलेला हा एक मोठा धक्काच होता. निरपराध्यांना त्या भयंकर क्रौर्यापासून आणि अनिश्चततेपासून वाचवण्यासाठी केलेलं हे आत्मबचावाचं आक्रमण आहे, असं अफगाण युद्धाचं राजकारण्यांनी सुरुवातीला समर्थन केलं. अर्थातच जनतेनं ते मान्य केलं. पण ही अमेरिकेनं केलेली सुडाची कारवाई होती, अशी अप्रिय भावनाही होती.

दहशतवादाच्या विरोधात असण्यापेक्षा आता हे युद्ध बंडखोरीच्या विरोधात असल्यासारखं वाटतं. त्यातली नैतिकता एवढी स्पष्ट नाही. हे आता मुख्यतः राजकीय युद्ध झालं आहे, ज्यात २०१२पर्यंत दोन हजार अमेरिकन सैनिक बळी

गेले आहेत. कोणी असं म्हणेल की, राजकीय उद्दिष्टांसाठी राजकीय युद्ध चालूच ठेवलं पाहिजे; पण युद्ध हे संहारक असतं आणि जवळच्या- इराक युद्धाच्या दुःखदायक स्मृती अजून ताज्या आहेत. अफगाणिस्तानला विनाशापेक्षा विकासाची अधिक गरज आहे आणि आम्ही जसं लढत आहोत, तसंच तेथे पुनर्बांधणीचाही प्रयत्न करत आहोत, असं म्हटलं जात आहे. असंही ऐकिवात येतं की, काही भागात सुधारणा घडून येत आहे. स्थैर्याची बीजं पेरली जात आहेत, स्थानिक प्रशिक्षित सैन्याची उभारणी होत आहे; पण येथील संस्कृती जुनाट आहे. पाश्चात्त्य देश जेव्हा बाहेर पडतील तेव्हा छोट्या गावातून पिढ्यान्‌पिढ्या चालत आलेली जमाती-जमातींतील वैरं संपुष्टात येण्याइतका बदल झालेला असेल का? का यादवी युद्धाचं केलेलं भाकीत तिथं पुन्हा खरं ठरेल? हे लोक, त्यांची संस्कृती नीट समजून घेतली नाही, तर आपण अनवधानानं त्यांना पाश्चात्त्यांचा पैसा, सत्ता आणि प्रभाव यांचा गुपचुप दुरुपयोग करायला प्रोत्साहन दिलं, असं तर म्हटलं जाणार नाही? गेल्या काही वर्षांतला इतिहास आपण आठवून पाहू. उदाहरणार्थ, रशियनांचं आक्रमण फसल्यानंतर अस्थिर झालेल्या अफगाणिस्तानात स्थैर्य आण्यासाठी सुरुवातीलाच अमेरिकेनं तालिबानला हाताशी धरलं होतं. त्यामुळे असं नव्यानं युद्धात पडण्यापूर्वी येथील संस्कृती आणि समाज आपण नीट जाणून घेतला पाहिजे.

मार्कच्या मृत्यूनं सैन्य दलविषयक महत्त्वाचे प्रश्न अधोरेखित झाले. सर्वोच्च पातळीवरून निर्णय घेताना लढण्यासाठी हेल्मंडची केलेली निवड हे म्हणजे ब्रिटिश सैन्य दलानं घेतलेला लहान तोंडी मोठा घासच म्हणायला हवा. संपर्कमाध्यमं, सैन्यातील जबाबदारी आणि उत्तरदायित्व या सर्वांतील त्रुटी अशा खूप अडचणी समोर आल्या.

एखाद्या मोठ्या संघटनेत अनेक पातळ्यांवर वास्तवाशी संबंध तुटू शकतो. पण संरक्षण मंत्रालय आणि सैन्य दल यांच्यात संवाद चांगला असण्यामध्ये हुद्द्यांची उतरंड आड येते. परस्पर संवाद हाच सगळ्यांत मोठा अडथळा भासतो. वरिष्ठ अधिकारी सैनिकांना नीट स्पष्टीकरण देऊ शकत नाहीत किंवा त्यांच्याकडून खंबीरपणे व स्पष्टपणे मागू शकत नाहीत. सैनिकांना जसं आपल्या वरिष्ठांशी बोलू दिलं जात नाही, तसंच वरिष्ठांनाही कनिष्ठांकडून मागणी करणं जड जातं. कारण असं करण्यापासून त्यांना अनेक वर्षं परावृत्त केलं गेलेलं असतं. असं केल्यास आपल्या बढतीवर त्याचा परिणाम होईल, अशीही त्यांना भीती वाटते. सैन्य दलाची रचना आणि वळण असं असतं की, लढणाऱ्या सामान्य सैनिकाचं म्हणणं, त्याकडे लक्ष देणं किंवा ऐकण्याकडे वरपासून खालपर्यंत कधीच प्रोत्साहन दिलं जात नाही. कनिष्ठांनाही वरिष्ठांपुढे आपली बाजू मांडणं जड जातं. केवळ आज्ञापालन हेच फक्त

महत्त्वाचं. वरिष्ठ आणि समकक्षांशी अर्थपूर्ण संवाद साधण्यात संघटनेत वाव नसतो.

सैन्य दलाची धारणा अशी असते की, युद्ध नेहमीच बिकट, गोंधळाचं, अवघड असतं आणि ते अपुऱ्या साधनांनिशीचं लढावं लागतं. पण या दृष्टिकोनामुळे सैन्य दलाचं भलं झालेलं दिसत नाही. अधिक रसद किंवा आर्थिक मदत मागताना, तसंच अपुऱ्या पुरवठ्यावर गुजराण करताना हाच दृष्टिकोन आड आला आहे. कमांड हेडक्वार्टर्स जॉइंट फोर्सचे वरिष्ठ एअर कमांडर के. एल. ओडी यांनी मार्कच्या मृत्यूच्या वेळच्या परिस्थितीच्या संदर्भात आणि मेजर बेटिन्सनच्या अहवालाला अनुलक्षून लिहिलेल्या १८ मे, २००९च्या पत्रात म्हटलं होतं, "अहवालापेक्षा वेगळ्या विभागीय चौकशीतून अधिक काही साध्य होणार नाही. त्यामुळे अशी चौकशी करण्यात येऊ नये." या दुर्घटनेनंतर आणि एका कर्तबगार अधिकाऱ्याच्या मृत्यूनंतरही या अहवालात सुचवलेल्या कार्यप्रणालीतील किरकोळ बदलांखेरीज सैन्य दलानं काहीही केलं नाही. असं का? दुर्दैव म्हणून सोडून द्यायची गोष्ट आहे का ही? यातून धडा घ्यायचाच नाही का काही?

मार्क आणि त्याची प्लॅटून ज्या परिस्थितीत सापडले होते, ती खरोखरच योग्य नव्हती. मार्कच्या मृत्यूनंतर केलेल्या चौकशीतील गोंधळ हा सैन्य दल आणि सरकारमधील मूलभूत गोंधळ होता. तो जसा अफगाणिस्तानविषयी होता, तसाच तो सैन्य दलाच्या धोरणांविषयीही होता. मार्क ज्या परिस्थितीत होता, त्या परिस्थितीत प्रत्यक्ष लढणाऱ्यांनी केलेल्या प्रयत्नांच्या शर्थीचं कौतुकच करायला हवं. याचा उत्तम पुरावा म्हणजे हॉस्पिटलची नोंदवही म्हणता येईल. त्यात त्यांच्यावर असलेल्या दडपणांची, भीतीची, कमालीच्या उन्हाळ्याची, शत्रूच्या माऱ्याची आणि एकूणच प्रतिकूल परिस्थितीची कल्पना येते. सर्वंकष विचार केल्यावर असं वाटतं की, कारणं काय असतील ती असोत, पण मोहिमेची हाताळणी योग्य तऱ्हेनं झाली, असं इतिहास म्हणणार नाही.

कॉरोनर कोर्टातली चौकशी आणि मृत्युमुखी पडलेल्या सैनिकांच्या कुटुंबीयांना संरक्षण मंत्रालयाचा कायदेविषयक विभाग कसं हाताळतो, ते मार्कच्या मृत्यूमुळे निदर्शनास आलं. याची कायदेशीर बाजू सांभाळणाऱ्या अधिकाऱ्यांची बेपर्वाई आणि असंवेदनशील वर्तणूक राग आणणारीच होती. संरक्षण मंत्रालय हे स्वतःचा बचाव कायम करतेच आणि राष्ट्रीय सुरक्षेच्या दृष्टीनं सर्व माहिती गोपनीय ठेवते. पण या प्रकरणात हे सगळं केवळ राष्ट्राच्या सुरक्षिततेसाठी नव्हे, तर सैन्य दलाचं स्वतःचं हित आणि इभ्रत सांभाळण्यासाठीच होतं. हे काही त्यांचा नावलौकिक वाढवणारं नव्हतं. सर्वसाधारणपणे संरक्षण मंत्रालय सर्व दोष सैनिकांच्याच माथ्यावर मारून मोकळं होतं. हे मी इतर चौकशीतही पाहिलं होतं.

पण जेव्हा त्यांना असं करता येत नाही, तेव्हा त्या प्रकरणात त्यांची यंत्रणाच दोषी आहे असं म्हटलं पाहिजे; पण हे मान्य करण्याची त्यांची तयारी नसते. मार्क आणि इतर देशाची सेवा करणारी माणसं यांना यापेक्षा अधिक चांगलं वागवलं जायला हवं होतं. समजा चुका झाल्याच असतील तर त्यांची अंतर्गत आणि सार्वजनिक जबाबदारी घ्यायला हवी, जेणेकरून लोकांना सत्य समजेल आणि त्यांचे समाधान होईल. संरक्षण मंत्रालयाची ही प्रतिक्रिया व्यक्तिगत आणि धोरणांच्या पातळीवर जुनाट, कालबाह्य आणि असंवेदनशील होती.

मार्कच्या गुंतागुंतीच्या प्रकरणात कॉरोनरची चौकशी हा मार्कच्या मृत्यूचा विचार करण्यासाठी योग्य मार्ग म्हणता येणार नाही. ही चौकशी अधिक व्यापक असावयास हवी होती. गोळीबार झाला त्या आणि त्या पूर्वीच्या परिस्थितीचा समावेश या चौकशीत हवा होता. इतर क्षेत्रांची चौकशी करण्याचाही अधिकार त्यांना द्यावयास हवा होता. या चौकशीचा लाभ इतरांनाही मिळू शकला असता. संपर्क व्यवस्था, हेलिकॉप्टर्सची उपलब्धता, गोल्डन अवर, वैद्यकीय उपकरणांचा अपुरा पुरवठा या सर्व मार्कच्या मृत्यूला कारणीभूत असणाऱ्या गोष्टींची चौकशी यात व्हायला हवी होती आणि मार्कला मृत्यू का आला, हे या चौकशीत मूलभूत असावयास हवं होतं. कुटुंबीय, मित्रपरिवार आणि जनतेला हे कळावयास हवं होतं; नव्हे तो त्यांचा अधिकारच होता. जे काही घडलं त्याचा स्वतंत्रपणे विचार केला गेला असता तर संरक्षण मंत्रालयासाठी ते उपयुक्तच ठरलं असतं. मार्कचा मृत्यू कदाचित टळू शकला असता. त्यामुळे या प्रकरणाची सखोल चौकशी व्हावयास हवी होती, ती कॉरोनर कोर्टाच्या धबडग्यात होऊ शकली नाही.

मार्कच्या मृत्यूचा परिणाम जसा जनतेवर आणि राष्ट्रीय पातळीवर झाला, तसाच तो मार्कच्या कुटुंबीयांवर आणि त्याच्यावर प्रेम करणाऱ्या मोठ्या मित्रपरिवारावरही झाला. फक्त कुटुंबीयच नव्हेत, तर सगळा समाजच सैनिकाच्या मृत्यूनं ढवळून निघतो.

इतक्या तरुण कोवळ्या जिवाला गमावल्याचं दुःख काय असतं, ते आता मला व्यक्तिशः माहीत आहे. माझं अनमोल रत्न हिरावलं गेलं. मार्कच्या मृत्यूचा व्रण मी कायमच बरोबर वागवीन. शारीरिक दुःखापेक्षा मानसिक यातना माझ्या दृष्टीनं अधिक खोल असतात. त्या यातना अंतहीन असतात. अपत्याचा मृत्यू हा इतका पूर्णपणे उन्मळून टाकणारा आणि सर्वव्यापी असतो, यावर मी कधीच विश्वास ठेवला नसता. हे जीवनाचे सदासाठी जोपासलेले गहिरे बंध एका क्षणात तुटून जाणं होतं. जे जे योजलं होतं, त्याचं उद्‌ध्वस्त होणं होतं. कृत्रिम अणुस्फोटानं जसा निसर्गदेवतेचा कोप होतो, तीच भावना अपत्याच्या वियोगानं जन्मदात्याच्या ठायी उत्पन्न होते.

मार्कच्या मृत्यूनंतर मार्क शरीरानं अस्तित्वात नसला तरी तो कायमच माझ्या सोबत असतो. त्याची स्मृती कधी पुसली जाणार नसते. माझ्या अंतःकरणापासून तो कधीच दूर नसतो. रात्रीच्या गडद अंधारात आणि सकाळी सकाळी तो परत आल्यासारखाच वाटतो. मला कधीकधी ख्रिश्चन धर्मातल्या पुनरुत्थानाच्या कल्पनेची आठवण होते. अनंत काळच्या प्रवासाठी निघून गेलेल्या सुहृदाचा आत्मा तिथून आपल्यावर नजर ठेवून असतो. त्याला अनुसरून मार्कही अजून माझ्या जवळपासच आहे; त्याला सर्व गोष्टींची जाणीव आहे, असा विचार करायला मला आवडतं. कदाचित म्हणूनच ख्रिश्चनांच्या अधिभौतिक धारणेवर कोणाचाही चटकन विश्वास बसतो, त्यात काही तथ्य असल्यासारखा तो आपल्या आशेला स्थान देतो. मृत्यू हा ख्रिश्चन धर्माचा मूळ गाभा आहे. कदाचित सगळ्या धर्मांचा.

एलिझाबेथनं, मार्कच्या बहिणीनं २६ वर्षांपासूनचा आपला सवंगडी, खेळगडी आता कायमचा गमावलाय. पुढे आयुष्यभर तिला मिळू शकला असता असा भावाचा भक्कम आधार गमावला आहे. तिच्या मुलांनी आपला मामा गमावला आहे. ही खंत आता आयुष्यभर वाटत राहील. एलिझाबेथ माझ्यासाठी कायम अमूल्य होतीच, पण आता ती माझं एकमेव अपत्य राहिली आहे.

मार्कचे ते साथीदार ज्यांच्यात तो लहानाचा मोठा झाला, आपली स्वप्नं आपल्या आशा-आकांक्षा ज्यांच्याबरोबर त्यानं रंगवल्या, एकमेकांवर ज्यांनी प्रेम केलं, त्या सर्वांसाठी मार्कचा मृत्यू अगम्य आहे. तो पचवणं अवघड आहे. त्याची जागा कोण घेऊ शकेल? नुसत्या आठवणी घेऊन आपण काय करणार? त्याच्या जाण्याचं दुःख काय आहे, हे समजून घेण्याचं त्यांचं वयच नाही हे.

अफगाणी तरुण अझीज- काळानं ज्याच्या भावाला त्याच्यापासून कायमचं हिरावून नेलं- त्यानंही असा प्रसंग ज्यांच्यावर ओढवलाय अशांचं दुःख माझ्याजवळ बोलताना व्यक्त केलं होतं.

मार्कच्या मृत्यूनं त्याच्या सैनिकांना तीव्र दुःख झालं. ज्याच्याशी आपले भावबंध जुळून आलेत अशा साथीदाराला मृत्यूच्या स्वाधीन होताना पाहून त्यांना किती यातना झाल्या असतील, किती हताश वाटलं असेल, याची मला जाणीव झाली आहे. ते त्याला कधीच विसरू शकणार नाहीत. आयुष्यभर हा घाव त्यांच्या जिव्हारी लागून राहील. कदाचित आयुष्याबद्दलचं आकर्षण, आपलं अस्तित्व आणि आपल्याबरोबरच आपल्या सुहृदांच्या जिवाचं मोल काय असतं, हे सर्व मार्कच्या मृत्यूनं त्याना अधोरेखित करून दाखवलं असेल.

रक्तस्त्राव होत असताना मार्क जेव्हा शुद्धीवर होता, तेव्हा त्याला स्वतःलाही या सगळ्याला कदाचित पूर्णविराम मिळेल हे जाणवलं असेल. वयाच्या सव्वीसाव्या वर्षी आपलं पुढचं सगळं आयुष्य गमावण्याची भावना फार विदारक आहे. मृत्यूपूर्वी

दोन आठवडे- ३० एप्रिल २००९रोजी मार्कनं रोजनिशीत नोंद केली होती की, ''जीवन क्षणभंगुर आहे आणि इथं तर ते केव्हाही हिरावलं जाईल असं वाटतं. त्यामुळेच जीवन किती अनमोल आहे हे कळतं आणि मला वाटतं, त्याची क्षणभंगुरता पाश्चात्त्य देशातील अनेकांना समजणारही नाही.'' आयुष्याबद्दल त्यानं जे लिहिलं होतं त्याचा खरा अर्थ त्याला कळला असेल का? आणि आयुष्याच्या दुःखद नाशाचाही? जखमी अवस्थेत हेलिकॉप्टरची प्रतीक्षा करत असताना त्याला अतिशय वेदना होत होत्या. त्या वेळी 'मला मरायचं नाही,' असं त्यानं बोलून दाखवलं होतं. सँडहर्स्टला असताना त्यानं मृत्यूविषयी आपले विचार व्यक्त केले होते आणि आता साक्षात मृत्यूच समोर दिसत होता. व्हाइट हॉलमधील राजकारणी नोकरशहांपेक्षा प्रत्यक्ष लढणाऱ्या, जखमा पाहणाऱ्या, मृत्यूचं सान्निध्य अनुभवणाऱ्या सैनिकांना मृत्यू अधिक चांगला कळतो. संरक्षण मंत्रालयातील युद्धाची आखणी करणाऱ्या अनेकांना प्रत्यक्ष युद्धाचा अनुभव नसावा आणि इतक्या भयानक युद्धाचा तर नक्कीच नाही.

हा सगळा प्रवास, हे पुस्तक, हे सगळं वैयक्तिक आहे. अनेकांनी हा अनुभव घेतलाय हे मला माहीत आहे. काही जणांनी आपल्या मुलांना गमावलंय. पतीचा चिरवियोग झालेल्या अनेक स्त्रिया एकट्यानं जीवनाची लढाई लढताना मी पाहत्येय. पित्याचं छत्र गमावल्यानं त्यांची मुलं सैरभैर झाली आहेत आणि रोजच्या गरजा त्यांच्यासमोर 'आ' वासून उभ्या आहेत. पण तरीही हा सगळा माझा वैयक्तिक प्रवास

आहे. मार्कचा अंत झाला आणि याला आरंभ झाला. त्यानं मला आणि इतरांना कायमचं बदलून टाकलंय. त्यानं मला अनेक गोष्टींची जाणीव करून दिली. हे समजू शकणाऱ्या लोकांची किमया, याची कल्पना करू शकणाऱ्यांच्या मनाचा मोठेपणा, त्याच वेळी कधीकधी अनुभवास आलेला संस्थांचा कठोरपणा आणि असंवदेनशीलतादेखील!

मार्कच्या पश्चात लगेच स्थापन झालेली 'मार्क एव्हिसन संस्था' आणि संस्थेनं निर्माण केलेल्या लोकांच्या सदिच्छा, आपुलकी, उत्साह आणि आदर्शवाद या माझ्यासाठी आता आशेचा किरण झाल्या आहेत. हेच मार्कचं चिरस्मारक आहे.

२६ वर्षांच्या आयुष्यात मार्कनं आपल्या असण्यानं इतरांची आयुष्यं उजळून टाकली होती. आपल्या सैनिकांविषयी आस्था बाळगणाऱ्या मार्कला कर्तव्यपूर्ती करताना हवंहवंसं वाटणारं वीरमरण आलं. त्यासाठी त्याला फार मोठी किंमत मोजावी लागली. स्वतः युद्ध लढलेल्या, पण नंतर युद्धाच्या विरोधात गेलेल्या 'टॉलस्टॉय'च्या वचनानं मला याचा समारोप करावासा वाटतो –

'जिथं प्रेम असतं, तिथंच परमेश्वरही असतो.'

मार्क एव्हिसन संस्था

प्रत्येक वाईट गोष्टीतून काहीतरी चांगलं निष्पन्न होतं. मार्क एव्हिसन संस्थेच्या बाबतीत ही अशीच गोष्ट होती. सेली ओक हॉस्पिटलच्या काही दिवसांच्या वास्तव्यात याची बीजं रोवली गेली. त्या हॉस्पिटलमध्येच तरुण जिवांना निःसत्त्व प्रतिक्रियाविहीन पडून राहिलेलं आणि आपल्या मित्रांचा, बांधवांचा अखेरचा निरोप घेताना मी पाहिलं होतं. त्यानंतर मार्कचं काहीतरी स्मारक करावं अशी इच्छा मी एका मित्राजवळ बोलून दाखवली होती. त्यानंच ही धर्मादाय संस्थेची योजना माझ्यापुढे मांडली. (आणि नंतर त्या मित्रानं या संस्थेला उदार हस्तानं मदतही केली.) आमच्या ऊर्जेचा वापर करण्यासाठी ही संस्था हे अगदी व्यवहार्य माध्यम होतं आणि आमची अतर्क्य खंत व्यक्त करण्यासाठीही उपयुक्त होतं. त्या अत्यंत दुःखदायक काळात या संस्थेची स्थापना झाली. ज्या काळात आमचं सगळंच ठप्प झालं होतं, दुःखानं आमचा ताबा घेतला होता, त्याच काळात नुसतंच निष्क्रिय न राहता काहीतरी कृती करण्यासाठी हा आम्हाला एक सुलभ मार्ग वाटला.

मार्कच्या अंत्यविधीनंतर तीन आठवड्यांच्या आतच काही विशिष्ट हेतूनं या संस्थेची स्थापना झाली, तिची अधिकृत नोंदणी झाली. तिला नाव मिळालं आणि बँकेत खातं उघडलं गेलं. हे सगळं झालं उदार वकिलांच्या मदतीनं. याचा लाभ तरुणांना त्यांच्या शारीरिक-मानसिक आणि वैयक्तिक प्रगतीसाठी घेता येणार होता. हा मार्क होता- हेच त्याचं स्वप्न होतं. सँडहर्स्टमधील याच गोष्टीची त्याला भुरळ पडली होती.

मार्कची रोजनिशी, १२ जुलैच्या वेळी 'टेलिग्राफ'च्या अंकात प्रसिद्ध झाल्यावर ही पुढील पत्रं माझ्या नावानं आली होती.

मार्क एव्हिसन संस्थेसाठी,
तरुण शूरवीर मार्क आणि त्याची शोकाकुल माता यांच्यावरील एक

उत्कृष्ट स्तंभ वाचनात आला. त्याची कदर म्हणून २००पौंडाची देणगी पाठवत आहे.

ब्लँड फोर्ड, डॉर्सेट येथील नर्सिंग होममधील

दोन (अपत्यहीन) ज्येष्ठ नागरिकांतर्फे

एल. आणि व्ही.

मला वाटतं अनेकांचं लक्ष वेधून घेण्यात ते स्तंभलेखन यशस्वी झालंय.

२३.७.२००९

प्रिय मिसेस एव्हिसन,

सोबत 'मार्क एव्हिसन' संस्थेच्या नावानं ५० पौंडांचा धनादेश पाठवत आहे.

मार्कची रोजनिशी आणि तुमच्या लेखानं (टेलिग्राफमधील) माझं काळीज हेलावून गेलं. (हे लिहिताना मला अश्रू थोपवणं अशक्य होतंय.) मार्कसारखा उमदा तरुण विरळाच! किती प्रभावी शब्दांत लिहिलंय त्यानं! तुम्हाला आणि मार्कच्या परिवारातील सर्वांनाच हा धक्का सहन न होण्यासारखाच आहे.

उदास करणारी मृतांच्या संख्येतील वाढ रोज कानावर येत असते. त्यात त्याची गणना आता नव्यानं होणार नाही. तुमचं आणि इतर कुटुंबांचं दुःख आकलन होण्यापलीकडचंच आहे.

मार्क एव्हिसन संस्था इतर लोकांच्या आयुष्यात चमत्कार घडवून आणू शकेल, असा विश्वास वाटतो. तसं झालं तर मार्कचं जीवित कार्य चालू राहिल्याचं समाधान मिळेल.

या कार्यास माझ्या हार्दिक शुभेच्छा

बी

या पत्रांनी माझ्या भावना अचूक जाणल्या होत्या.

आयुष्य अधिक सुंदर करण्याची जी असामान्य क्षमता मार्कजवळ होती, त्याचं प्रतिबिंब या संस्थेमध्ये दिसावं, असं आम्हाला वाटत होतं. तेच संस्थेचं ब्रीदवाक्य झालं, 'तुमच्यात असलेल्या उत्तमास वाव द्या.' तरुणांना प्रोत्साहन देणं, मदत करणं, विशिष्ट गोष्टींसाठी प्रेरित करणं, तरुणांना आर्थिकदृष्ट्या सामर्थ्यवान बनवणं, त्यांच्यातील नेतृत्वगुणांचा विकास करणं, यांसाठी आर्थिक मदत उपलब्ध करून देण्यासाठी आम्ही मिळालेल्या देणग्यांचा वापर करतो. आपल्या अंगभूत शक्तीचा विकास करणं, स्वतःची कुवत सिद्ध करणं, 'पुढाकार घेणं' विचारपूर्वक जोखीम पत्करून आत्मविश्वास वाढवणं, यांसाठी तरुणांना त्याचा उपयोग होईल. आर्थिक

ओढाताणीमुळे काही वेळा आपण करू शकू, ही वृत्ती दडपली जाते. तिला योग्य तऱ्हेनं जोपासणं, या संस्थेच्या मदतीनं तरुणांना शक्य होईल. इतरांबद्दल आस्था बाळगणं, आधार देणं, विकास साधणं, ही आयुष्याची उजळ बाजू आहे. मार्कही इतरांसाठी हेच करत होता. ही संस्था त्याचंच प्रतिनिधित्व करणार आहे. मार्क आयुष्याच्या अंतिम क्षणापर्यंत लढत होता. गंभीर जखम होऊनसुद्धा हार पत्करायची नाही, हाच त्याचा स्वभाव शेवटपर्यंत कायम होता. मार्कसारखं असं कायम प्रयत्नशील राहणाऱ्यांसाठी अशैक्षणिक पुरस्कार देण्याचा आमचा हेतू होता. हेच त्याचं योग्य स्मारक होतं, आम्ही त्याच्यासाठी उभारलेलं.

मार्कच्या मित्रपरिवारानं आणि एकमेकांना साहाय्य करणाऱ्या अनेक तरुणांनी आजपर्यंत संस्थेचं काम चालू ठेवलं आहे. आपला बहुमोल वेळ अनेकांनी या कार्यासाठी देऊ केला आहे. त्याहूनही अधिक लोकांनी अंत्यविधीच्या वेळेपासून आणि त्यानंतरही देणग्यांचा वर्षाव केला आहे. कारण त्याचा योग्य विनियोग होईल, अशी त्यांना खात्री आहे. अगदी आरंभापासून या संस्थेनं, तिच्याशी निगडित असलेल्यांतलं जे उत्तम आहे त्याला वाव देण्याचाच प्रयत्न केला आहे. अर्थात हा मार्ग खडतर होता आणि कधीकधी आमचा कस पाहणाराही होता. जेव्हा याची आम्ही उभारणी सुरू केली त्या वेळी आम्ही खरोखर अज्ञ होतो. गोष्टी कशा कराव्यात, हे आम्हाला कोणी शिकवलं नव्हतं. आरंभी मार्कचे तीन मित्र आणि बहीण हेच या संस्थेचे विश्वस्त होते, पण संस्थेचं काम जसं विस्तारेल तसं त्यासाठी अधिक अनुभवी विश्वस्तांना त्याच्या कार्यकारिणीवर काम करण्यास पाचारण केलं जाईल. या कामानं आजवर खूप मोठं समाधान दिलं. अनेकांचं लक्ष वेधून घेतलं. अगदी प्रसारमाध्यमांनीही याला पुरेशी प्रसिद्धी दिली आहे. १० डाउनिंग स्ट्रीट, ११ डाउनिंग स्ट्रीट आणि हायग्रोव्ह येथील 'प्रिन्स चार्ल्स गार्डन' या ठिकाणी संस्थेचे समारंभ केले गेले. अनेक स्वयंसेवक संस्था चालवण्यास हातभार लावतात. अनेक उदारधींनी, तसंच या कामाचं महत्त्व जाणणाऱ्या व्यक्तींनी आपला बहुमोल वेळ या कार्यासाठी देऊ केला आहे आणि अनेक वेळा मोठमोठी 'ऑक्शन प्राइझेस' देऊ केली आहेत. सर्वच पातळ्यांवरचा हा पाठिंबा मनाला कुठेतरी स्पर्शून गेला आहे आणि त्यामुळेच आमचं कार्यक्षेत्र विस्तारलं आहे.

तरुण मुलं आणि शाळा यांना पुरस्काराबद्दल जागरूक करणं आणि या प्रक्रियेची माहिती देणं, याला वेळ लागतो. हे एक सतत चालणारं आव्हान आहे. आमच्या पहिल्या पुरस्कारासाठी आमचा विश्वस्त शोल्टो आणि मी आम्ही दोघांनी १६ आणि १७ वर्षांच्या ल्यूक आणि टॉम्स यांची मुलाखत घेतली. हे दोघंही डलविच कॉलेजचे विद्यार्थी होते. त्यांना ब्रिटनमधील चार सर्वांत उंच शिखरं चार दिवसांत काबीज करायची इच्छा होती. त्यासाठी ते फक्त सार्वजनिक वाहतुकीचाच

अवलंब करणार होते. त्या वेळी 'एन्विल' नावाचा त्यांचा कुत्राही त्यांच्या समवेत होता. ठरलेल्या वेळेपेक्षा दोन तास कमी असतानाच त्यांनी आपलं उद्दिष्ट साध्य केलं. ते दोघं अगदी साधेसरळ भाबडे होते. त्यांची आकलनशक्ती चांगली होती. ते ऊर्जा आणि उत्साहानं अगदी भारलेले होते. आपल्या सगळ्या मोहिमेचं त्यांनी हृद्य चित्रण केलं होतं. यात रस असणाऱ्या इतर अनेक युवकांना ते दाखवलं गेलं. ज्या युवकांत काहीतरी करण्याची शक्ती आहे, ज्यांना स्वतंत्रपणे स्वतःच्या क्षमतेची चाचणी घेऊन पाहायची आहे, अशांसाठी मार्कची कहाणी उत्तम प्रेरणा ठरत असल्याचं आमच्या निदर्शनास आलं.

आमचा दुसरा पुरस्कार 'डी बँड'नं पटकावला. त्यात १३ ते १९ वयोगटातले चार संगीतकार होते. आमची आर्थिक मदत त्यांनी स्टुडिओतल्या ध्वनिमुद्रणासाठी वापरली. त्यांची गाणी त्यांना आय ट्यून्सवर प्रसारित करायची होती आणि त्यातून मिळालेलं उत्पन्न त्यांनी संस्थेला देऊ केलं.

त्यांची गोष्ट त्यांच्याच शब्दात...

> जून, २०१०मध्ये मार्क एव्हिसन संस्थेकडून आम्हाला हा मोठा पुरस्कार प्राप्त झाला. त्यानंतरच आमचे बेत आम्ही प्रत्यक्षात आणण्यास प्रारंभ केला. आम्ही एकत्र येऊन आमचा बँड स्थापन केला आणि आम्ही आमची सुरुवातीची गाणी बसवली. मग ती गाणी अधिक चांगली करण्यासाठी आम्ही बराच वेळ खर्च केला. त्यातली काही गाणी काढून टाकली आणि काही गाण्यात आमूलाग्र बदल केले. ऑक्टोबरपर्यंत तीन तरी गाणी तयार झाली पाहिजेत असं उद्दिष्ट आम्ही ठेवलं होतं म्हणजे हिवाळी सत्राच्या पूर्वार्धात आम्हाला ध्वनिमुद्रणासाठी स्टुडिओ आरक्षित करता आला असता.
>
> आमच्या उन्हाळ्याच्या सुट्टीनंतर, ग्रीनस्टेड येथे मार्टिन स्मिथ चालवत असलेला गॅरेज स्टुडिओ आम्ही काही काळासाठी आरक्षित केला. त्या स्टुडिओत आम्ही तीन दिवस अहोरात्र काम करून तीन गाणी ध्वनिमुद्रित करण्यात यशस्वी झालो. त्या तीन दिवसांतला अनुभव काही विलक्षणच होता. आम्हाला एका उत्कृष्ट संगीतकाराबरोबर काम करायला मिळालं. आम्ही तयार केलेल्या गाण्याच्या ध्वनिफिती ध्वनिमुद्रित होतानाचं विलक्षण समाधान आम्ही अनुभवलं.
>
> संस्थेनं आम्हाला खूप आधार दिला आणि ध्वनिमुद्रण स्टुडिओत वेळ घालवण्याची संधी उपलब्ध करून दिली. पण त्याहूनही महत्त्वाचं म्हणजे अपार मेहनत करून आमच्या बँडची अधिक प्रगती करण्यासाठी या पुरस्कारानं आम्हाला प्रेरित केलं. त्यामुळे हा आमच्यासाठी अभ्यासाखेरीज दीर्घ काळ

चालणारा प्रकल्प झाला. जो काळ आम्ही स्टुडिओत व्यतीत केला तो आमच्या प्रगतीमधील एक महत्त्वाचा टप्पाच झाला आहे. भविष्यातही काही नवीन गाणी तयार करणं चालू ठेवण्याचा आमचा इरादा आहे.

अशा तऱ्हेनं मार्कच्या स्मृतिप्रीत्यर्थ पहिले पुरस्कार आम्ही मार्कच्या दोन माध्यमिक शाळांना दिले. त्या शाळांच्या मदतीनं आम्ही काही नव्या कल्पनांवर आणि योजनांवर काम करण्यास सुरुवात केली. २०११च्या सुरुवातीला शुल्क न आकारणाऱ्या शाळांमध्येही पुरस्कार देण्याचं आम्ही ठरवलं. निदान सुरुवातीला लंडनच्या काही भागात करण्याचं आम्ही निश्चित केलं आहे. त्या शाळांतल्या सहावीच्या विद्यार्थ्यांना मी मार्कची कथा ऐकवली आणि चित्रफीतही दाखवली. शिस्त आणि आशा यांवर दृढ विश्वास ठेवून विद्यार्थ्यांमध्ये नैतिक मूल्यं जोपासणाऱ्या आणि त्यांच्या प्रयत्नांना उत्तेजन देणाचा प्रयत्न करणाऱ्या शिक्षकांचं मला नेहमीच कौतुक वाटत आलं आहे. मार्कची कथा आणि तो कसा होता, ते सगळं या तरुणांना प्रेरणा देतं, हे मी पाहते. या तरुणांनी फारसं जग पाहिलेलं नसतं. त्यांच्यापुढे असा एखादा सकारात्मक विचारांचा आदर्शही नसतो. कधीकधी घरातली परिस्थितीही आधार देणारी आणि आशावादी नसते. अशा तरुणांना मार्कची गोष्ट आणि तो कसा होता, हे सगळं कसं प्रेरणा देतं ते मला दिसतं.

त्या वर्षीनंतर हॅकने येथील मॉसबोर्न कम्युनिटी स्कूलमधील फारुक आणि ब्रँडन यांना संस्थेचा पुरस्कार मिळाला. पाच दिवसांत फ्रान्सची सायकलस्वारी करण्याचं आव्हान त्यांनी पेललं म्हणून. मी त्यांना भेटले त्या वेळी ते नुकतेच परत आले होते. त्यांचा तो अनुभव अगदी चित्तथरारक होता. फारुक यापूर्वी कधीच परदेशी गेलेला नव्हता आणि ब्रँडन एकदाच फ्रान्सला जाऊन आला होता. तेव्हा त्यानं कोणा नातेवाइकाकडे मुक्काम केला होता, पण तो फारसा बाहेर जाऊ शकला नव्हता; आपल्या मनासारखं काहीतरी शोधून ते स्वतःचं आव्हान म्हणून त्यांनी करून पाहणं किती महत्त्वाचं होतं, ते त्यांनी मला सांगितलं. परत आल्यावर त्यांनी आपल्या भावना व्यक्त करणारं पत्र लिहिलं,

मिसेस मार्गारेट एव्हिसन आमच्या शाळेच्या वार्षिक सभेला आल्या होत्या. त्यांची संस्था कशी सुरू झाली आणि संस्थेचे काम कसं चालतं यांविषयी त्यांनी आम्हाला माहिती दिली. मिसेस एव्हिसननी त्यांच्या मुलाबद्दल-मार्क एव्हिसनबद्दल आम्हाला सांगितलं. तो किती धाडसी होता, स्वतःहून आव्हान स्वीकारायला त्याला कसं आवडायचं आणि त्याला स्पर्धा कशी आवडायची, हे सगळं फार प्रेरणादायी होतं. आणि चाकोरीबाहेर जाऊन असे

काहीतरी आव्हान पेलायला त्यानं मला उद्युक्त केलं. मार्क एव्हिसन संस्थेच्या पुरस्कारविजेत्या इतर युवकांनी काय केलं ते ऐकल्यावर मीही माझ्या शिक्षकांशी आणि बाहेरच्या इतरांशीही चर्चा केली. मग माझ्या कल्पना मी कागदावर उतरवण्यास सुरुवात केली.

मी ज्या समाजातून आलोय, तिथं अशा संधी फारशा उपलब्ध नाहीत. या पुरस्कारानं मला माझं स्वप्न सत्यात उतरवण्याची संधी दिली. जी.सी.एस.ई.त मी फ्रेंच भाषा शिकलो होतो. फ्रेंच संस्कृतीत मला रस निर्माण झाला आणि मग 'द कम्युन चॅलेंज' ही कल्पना डोक्यात आली. माझं सायकलिंगचं वेडही त्यात पूर्ण झालं. मग ब्रॅंडन ओयूगुंगा या माझ्या मित्राबरोबर मी सायकलनं जाण्याचे वेगवेगळे २५ परगणे शोधले. (एकेका परगण्याचा विस्तार साधारण एका गावाइतका होता.) तीन दिवसांत आम्ही १३० किलोमीटर अंतर पार केलं. ही माझी कल्पना मी संस्थेपुढे सादर केली आणि त्यांचा पुरस्कार मिळवला.

हे आव्हान म्हणजे शारीरिक आणि मानसिक क्षमतेची कसोटी होती. फ्रान्सच्या उन्हाळ्यात अनेकदा गरमीला तोंड द्यावं लागलं. खूप तास सायकलिंग केल्यावर कधीकधी मला आणि ब्रॅंडनला हे आव्हान सोडून बाहेर पडावं, असं वाटलं. पण आम्ही एकमेकांच्या संगतीनं आणि दृढनिश्चयानं ते पार पाडलं. हे आव्हान पार पाडताना मला खूप शिकता आलं. आणि माझ्या आत्मविश्वासाला खतपाणी मिळालं. या सगळ्याचा आराखडा मी एकट्यानंच बनवला आणि आता आपली स्वप्नं प्रत्यक्षात कशी उतरवायची, तेही मला कळलं आहे. मी फक्त १७ वर्षांचा आहे आणि फ्रान्समध्ये आमच्याकडे लक्ष देणारं किंवा आणखी पैसे हवे असतील तर देणारं कोणीच नव्हतं. त्यामुळे खऱ्या स्वावलंबनाचा मी अनुभव घेतला. आम्हाला पैसे जपून खर्च करावे लागत आणि वेळापत्रकही नीट सांभाळावं लागे- जेणेकरून आमचं वास्तव्य जितके दिवस तिथं असणार होतं, तेवढे दिवस पुरतील इतक्या खाद्य पदार्थांची आम्हाला तरतूद करावी लागत असे. पण असं सगळं असूनही आम्ही खूप मजा केली. डोंगरउतारावरून आम्ही भरधाव येत असताना चेहऱ्यावर वारा घोंघावत येत असे. नवीन माणसांना भेटणं, सवय नसलेल्या अपरिचित भाषेत बोलणं, फ्रान्समधील गावाकडच्या सौंदर्याची मजा लुटणं, या सगळ्याचा आनंद काही वेगळाच होता!

आमचं ठरलेलं काम तडीस नेल्यावर, ब्रॅंडन आणि मी, फ्रेंच इतिहासाची माहिती घ्यावी या इराद्यानं पॅरिसला गेलो. वास्तुशास्त्राचे काही नमुने पाहण्याचीही मला उत्सुकता होती. शहरात फेरफटका मारून महत्त्वाची आकर्षणं आम्ही

डोळ्यांखालून घातली. पॅरिस लंडनपेक्षा खूप वेगळं आहे, जास्त चैतन्यपूर्ण आणि विशेषतः रात्री गूढ वाटणारं, असं आहे.

सध्या मी कॉलेजात पुन्हा दाखल झालोय. माझी 'ए' लेव्हल मी पूर्ण केली आहे. हे आव्हान पूर्ण केल्यावर या वर्षी जे शैक्षणिक ध्येय मी डोळ्यांपुढे ठेवलंय, ते पूर्ण करण्यासाठी मी उत्सुक आहे. पुढच्या आयुष्यात पुन्हा केव्हातरी फ्रान्सला जाऊन फ्रेंच शिकण्याचाही मी बेत केला आहे. ज्यांना कोणाला असं स्वतः एखादं आव्हान पेलण्याची इच्छा असेल, त्यांनी आपल्या स्वप्नपूर्तीसाठी मार्क एव्हिसन संस्थेशी जरूर संपर्क साधावा, असं मी सुचवेन.

मार्क एव्हिसन संस्थेचा असा आधार नसता तर मला नाही वाटत की मी हे आव्हान पेलू शकलो असतो!

'शालेय पुरस्कार योजनां'मध्ये दर वर्षी अधिकाधिक शाळा सामील होत आहेत. अधिक खडतर, विविध तऱ्हेची आव्हानं, प्रगती आणि बदल यांचा स्फूर्तिदायक लेखाजोखा आम्हाला ऐकायला मिळतो.

२०११मध्ये आम्ही आमचा पहिला मोठा पुरस्कार दिला. त्यात दिली गेलेली आर्थिक मदत भरघोस होती. ते पटकावलं 'ली'नं. 'इंग्लंड कॅनो स्लॅलम स्क्वाड'मध्ये दाखल होण्यासाठी मदत करेल अशा नावीन्यपूर्ण उपकरणासाठी! २०१२मध्ये एका युवतीला माउंट एव्हरेस्ट काबीज करण्याबद्दल आणि सहा मुलींच्या एका गटाला इंग्लिश खाडी पोहून जाण्याबद्दल दोन महत्त्वाचे पुरस्कार देण्यात आले.

संस्थेचा अनुभव अजून खूप लहान आहे. संस्थेची आखणी काळजीपूर्वक केली जात आहे. संस्थेकडे आता स्वतःचा दाननिधी आहे आणि संस्थेचं भविष्यही उज्ज्वल आहे. सध्याच्या काळात तरुणांच्या दंगली, रस्त्यावरची टोळकी आणि बिथरलेले युवक आपल्या दृष्टीस पडतात. अशा वेळी ही संस्था त्यांच्यापुढे एक आदर्श ठेवते. त्या आदर्शाची अनेक जण 'वाहवा' करतात आणि त्या आदर्शानं अनेक जण भारावूनही जातात. विशेषतः तरुण माणसं आणि त्यांच्याबरोबर काम करणारी माणसं. या संस्थेच्या माध्यमातून अनेक तरुणांना आत्मविश्वास प्राप्त झाला आहे. ते अधिक अनुभवी, इतरांची पर्वा करणारे झालेत, असं आढळून येतं. त्यांच्यातलं उत्तम तेच व्यक्त करण्याचं काम संस्था करते. हे नुसतं मार्कबरोबर असणं नाही, तर हे मार्क जसा होता त्याची स्वप्नं, त्याच्या लेखी काय महत्त्वाचं होतं या सर्वांबरोबर असणं आहे. या तरुणांतच मला माझा मार्क पुन्हा गवसतो!

संकेतस्थळ : www.markevisonfoundation.org

लेफ्टनंट मार्क एव्हिसन यांच्या मृत्यूच्या चौकशीचे निकालपत्र

मार्कच्या माता-पित्यांप्रती मी सहानुभूती व्यक्त करतो आणि या चौकशीचे आयोजन करण्यास फार काळ लागल्याबद्दल दिलगिरी व्यक्त करतो.

या चौकशीचा समारोप करताना मला तीन गोष्टी करायच्या आहेत. एक म्हणजे कायदेशीर बाजू विचारात घेणे, दुसरी म्हणजे वस्तुस्थिती विचारात घेणे आणि तिसरी म्हणजे निष्कर्षाप्रत पोचून निकाल देणे.

कायदेशीर बाजू

या चौकशीचे हेच उद्दिष्ट आहे की कोणाचा मृत्यू झाला, कसा केव्हा आणि कुठे झाला हे निश्चित करणे. कॉरोनर चौकशीच्या नियम क्र. ४२नुसार सामाजिक उत्तरदायित्व माझ्या चौकशीच्या कक्षेत येत नाही. लॉर्ड बिंगहॅम यांच्या म्हणण्याप्रमाणे सर्व संबंधित घटनांचा पूर्णपणे तपास केला गेला आहे की नाही, याची खात्री करणे हे कॉरोनरचे कर्तव्य आहे. कॉरोनरने सर्व प्रकरणाशी निगडित घटना छाननी करण्यासाठी जनतेला उपलब्ध करून देण्याची खात्री करावयास हवी, पण चौकशीच्या मर्यादा काय असाव्यात, हे पूर्णपणे कॉरोनरने ठरवायचे आहे.

मानवी हक्क कायदा १९९८ याकडे मी वळतो आणि २००४च्या 'मिडलटन' प्रकरणाचा उल्लेख इथे करतो. या प्रकरणात असे ठरवले गेले की विशिष्ट प्रकरणात 'कसे' हे बघताना ती व्यक्ती कशी मरण पावली, याबरोबरच कोणत्या कारणाने आणि कोणत्या परिस्थितीत मरण पावली, हेही बघितले गेले पाहिजे. या चौकशीची मिडलटन चौकशीप्रमाणे हाताळणी व्हावयास हवी का, यासंबंधीची दोन्ही बाजूंच्या वकिलांची निवेदने मी ऐकली आहेत. मिस्टर टेंपल क्यूसी हे मिसेस एव्हिसन यांचे वकील आहेत, त्यांच्या म्हणण्याप्रमाणे मिडलटन चौकशीप्रमाणेच या प्रकरणाची चौकशी व्हावी; तर संरक्षण मंत्रालयाच्या मिस्टर फरार यांचे म्हणणे त्याच्या बरोबर विरुद्ध आहे. तेव्हा या दोन्हींपैकी काय योग्य याबाबत माझ्या मनात संभ्रम आहे.

परंतु प्रारंभापासूनच आपल्याला कोणत्या प्रकारची चौकशी आयोजित करावयाची आहे याची कल्पना कॉरोनरला नसेल तर अशी चौकशी करणे अशक्य होऊन बसेल. तेव्हा या चौकशीसाठी मी पूर्णपणे अभ्यास करून, मिडलटन चौकशीप्रमाणे या घटनेची चौकशी केली. त्याच आधारावर मी या प्रकरणाचा तपास केला आणि साक्षीदार बोलावले.

वस्तुस्थिती

गेल्या काही दिवसांत मी ३८ साक्षीदार बोलावले आणि त्यांच्या साक्षी ऐकल्या.

लेफ्टनंट मार्क एव्हिसन याचे निधन सव्विसाव्या वर्षी झाले. तो वेल्श गार्डचा कमिशन्ड अधिकारी होता आणि अफगाणिस्तानात त्याची 'प्लॅटून कमांडर' म्हणून नेमणूक झाली होती. १५ एप्रिल २००९रोजी तो अफगाणिस्तानात पोचला. दुसऱ्या दिवशी तो बॅस्टिअनला रवाना झाला आणि पुढे २१ एप्रिल २००९रोजी 'फॉर्वर्ड ऑपरेटिंग पोस्ट'वर रवाना झाला. हाजी अलेमच्या गस्ती चौकीवर आपल्या प्लॅटूनसह तो २२ एप्रिल २००९रोजी दाखल झाला.

९ मे २००९रोजी लेफ्टनंट एव्हिसन आपल्या प्लॅटूनमधील सैनिकांसह गस्त घालण्यासाठी निघाला. सकाळी आठच्या सुमारास त्यांनी चौकी सोडली. त्यांचा हेतू होता तपासणी करणे, ठरवलेल्या विविध कम्पाउंडमधून शत्रूची हकालपट्टी करून कम्पाउंड सुरक्षित करणे आणि हाजी अलेम भागात वर्चस्व प्रस्थापित करणे. हे करताना आपल्याला गोळीबाराला तोंड द्यावे लागेल, याची त्याला कल्पना होती. गस्ती तुकडीनं पहिली तीन कम्पाउंड तपासली आणि सुरक्षित केली. त्यानंतर लेफ्टनंट एव्हिसन आणि त्याचे अर्धे सैनिक कम्पाउंड १मध्ये असतानाच त्यांना शत्रूच्या सतत आणि अचूक गोळीबाराचा सामना करावा लागला. जेव्हा ते सर्व कम्पाउंड १मध्येच अडकून पडले होते, तेव्हा लेफ्टनंट एव्हिसनला बिनतारी संदेश मिळण्यात अडथळे येऊ लागले. अधिक चांगले सिग्नल्स मिळवण्यासाठी आणि परिस्थिती आपल्या डोळ्यांनी पाहण्यासाठी लेफ्टनंट एव्हिसन कम्पाउंडच्या प्रवेशद्वाराजवळ सरकला. कम्पाउंडच्या प्रवेश मार्गाला दरवाजा नसल्यामुळे तो एकदम शत्रूच्या समोर आला. त्याला असे करताना त्याच्या सैनिकांनी दोन वेळा पाहिले. तो एकदम उघड्यावर शत्रूसमोर येतो आहे, याची त्याला कल्पना होती. असे करणे फार धाडसाचे होते. दुसऱ्या वेळेस शत्रूने त्याच्यावर दोनदा गोळीबार केला. अंगावरच्या चिलखतामुळे एक गोळी चुकली; पण एक त्याच्या चिलखताच्या थोडेसे वर त्याच्या शरीरात घुसली. गोळी त्याच्या उजव्या खांद्यातून घुसून शरीराच्या पुढच्या बाजूने बाहेर पडली. आपल्याला गोळी लागल्याचे त्याने सैनिकांना सांगितले आणि लान्स सार्जंट पीक याला प्लॅटूनचे नेतृत्व हाती घेण्यास सांगितले.

मार्कच्या गटातील वैद्यकीय सहायक गार्ड्समन जेम्स याने त्याला सुरुवातीला शक्य तेवढे चांगले प्रथमोपचार देण्याचा प्रयत्न केला. जखमेतून फार रक्तस्राव होत होता. युद्धात वापराली जाणारी त्याच्याजवळ असलेली प्राथमिक ड्रेसिंग्ज वापरून गार्ड्समन जेम्सने रक्तप्रवाह थोपवण्याचा प्रयत्न केला. त्याच्या जवळ हेमकॉन बँडेजेस किंवा क्विक क्लॉट नव्हते. त्यांचा रक्तस्राव रोखून धरण्यास अथवा थांबण्यास काही परिस्थितीत मोलाचा उपयोग होतो. परंतु चौकशीदरम्यान सादर केल्या गेलेल्या वैद्यकीय पुराव्यांवरून असे सिद्ध होते की, त्या बँडेजेसचा या प्रसंगी काही उपयोग झाला नसता. कारण गोळीमुळे खांद्यातील रक्तवाहिनी तुटली होती आणि अशा प्रकारच्या जखमेत रक्त थांबवण्याचा एकच पर्याय असतो तो म्हणजे शस्त्रक्रिया.

प्लॅटूनमधील वैद्यकीय सहायक कॉर्पोरल बेन लेसी हा दुर्दैवाने कम्पाउंड १च्या विरुद्ध बाजूस असलेल्या कालव्याच्या चरात अडकून पडला होता. काही मिनिटांतच शत्रूच्या गोळीबारातूनही तो रस्ता ओलांडून कम्पाउंड १मध्ये लेफ्टनंट एव्हिसनच्या जखमेवर उपचार करण्यासाठी आला. त्याच्याजवळ हेमकॉन आणि इतर वैद्यकीय उपकरणे होती ती वापरूनही रक्तस्राव थांबण्याचे चिन्ह दिसेना. त्याच्या प्रयत्नांनी फारसा फरक पडला नाही. मग लेफ्टनंट एव्हिसनला मॉर्फिन देण्यात आले. लान्स सार्जंट पीकने मार्कला कम्पाउंडमधून गस्ती चौकीवर नेण्याची व्यवस्था केली, जेणेकरून त्याला गस्ती चौकीवरून हेलिकॉप्टरने हलवता येईल. गस्ती चौकीवर मार्कला नेण्यात येत असताना तुकडीवर सतत गोळीबार होत होता. हवाई हल्ल्यासाठी तिथे हेलिकॉप्टर उपलब्ध होते; पण हेलिकॉप्टर त्या हवाई हल्ल्यात भाग घेऊ शकले नाही. कारण हवाई पथकाला आणि मार्कच्या तुकडीस शत्रूच्या ठिकाणांचा शोध घेता आला नाही. त्या परिस्थितीत हेलिकॉप्टरने मारा करण्याच्या प्रयत्नांत नागरिकांचा जीव धोक्यात येऊ शकला असता.

लान्स सार्जंट पीकने आपल्या नेतृत्वाखाली तुकडीला यशस्वीपणे गस्ती चौकीवर परत आणले. किती प्रतिकूल परिस्थितीत सैनिकांनी मार्कला गस्ती चौकीवर आणले, ते ऐकताना मन हेलावून गेले आणि नतमस्तक व्हावेसे वाटले. गार्ड्समन गिझीच्या एका पायाच्या घोट्यातून गोळी आरपार गेली तर दुसऱ्या पायात घुसलेली राहिली. गनर गॅडस्बी मार्कला खांद्यावर टाकून उघड्या मैदानातून रस्ता ओलांडून आला. त्या वेळी शत्रूचा गोळीबार अखंड चालूच होता. त्यातूनच चौकीबाहेर पडून गॅडस्बी पुन्हा गार्ड्समन गिझीच्या मदतीला धावला. युद्धातल्या या त्याच्या कृतीसाठी गनर गॅडस्बीला अतिशय मानाच्या 'गॅलेंटरी क्रॉस'ने सन्मानित करण्यात आले.

दुःखाची गोष्ट ही की, मार्कला फार मोठ्या प्रमाणावर रक्त गमवावे लागले. शस्त्रक्रियेखेरीज रक्तस्राव थांबवणे अशक्य होऊन बसले. गस्ती चौकीत मार्कला

हृदयाला मसाज करून कृत्रिम श्वासोच्छ्वास देण्याची आवश्यकता निर्माण झाली आणि त्यानंतरच हेलिकॉप्टरने त्याला बॅस्टिअन तळावर हलवण्यात आले. तो पुन्हा शुद्धीवर आलाच नाही. रविवारी १० मे २००९ रोजी त्याला विमानाने बर्मिंगहॅमच्या सेली ओक हॉस्पिटलमध्ये हलवण्यात आले. तिथेच त्याचे निधन झाले. २३ मे, २००९ रोजी त्याच्या मृत्यूचा दाखला देण्यात आला.

पुराव्यांचा काही तपशील मी देऊ इच्छितो.

वैद्यकीय पुरावा

या घटनेत उपेक्षा झाल्याचे काही पुरावे असल्यास ते मला विचारात घ्यावे लागतील. 'उपेक्षा' ही कॉरोनर कोर्टातील एक पारिभाषिक संज्ञा आहे. कॉरोनर कोर्टाच्या मते वैद्यकीय सुविधा पुरवण्यात संपूर्ण दुर्लक्ष केले गेले आणि ते रोग्याच्या मृत्यूस कारणीभूत झाले, तरच त्याला उपेक्षा म्हणता येईल. ते कदाचित रोग्याच्या मृत्यूचं एकमेव कारण नसेलही, पण ते मृत्यूचे एक कारण असावयास हवे.

गार्ड्समन जेम्स, कॉर्पोरल लेसी, गार्ड्समन कोरोसाया, गनर गॅडस्बी, गार्ड्समन रिचर्ड्स हॉब्ज आणि अफगाण राष्ट्रीय सेनेचे सैनिक ज्यांनी मार्कचे स्ट्रेचर नेले, त्या सगळ्यांचा यात किती सहभाग होता याचा मला विचार केला पाहिजे. ज्यांनी गस्ती चौकीवर मार्कवर उपचार केले, हेलिकॉप्टरमध्ये आणि बॅस्टिअन तळावर, विमानाने मार्कला इंग्लडला आणले गेले, त्या वेळी आणि सेली ओक हॉस्पिटलमध्येही ज्यांनी उपचार केले, त्या सर्वांचाही विचार केला पाहिजे.

गार्ड्समन जेम्सकडे हेमकॉन किंवा तत्सम काहीही नव्हते. युद्धभूमीवर त्यांच्या तुकडीजवळ मार्कला शिरेतून देण्यास योग्य असे द्रवपदार्थ नव्हते. ब्लॅक हॉक हेलिकॉप्टरमध्येही मार्कच्या जखमेवर उपचार करण्यासाठी योग्य ती उपकरणे होती का, ही गोष्टही मला विचारात घेतली पाहिजे. मार्कला, बॅस्टिअन तळावर अथवा सेली ओक हॉस्पिटलमध्ये मिळालेल्या उपचारांविषयी कोणीच शंका घेतलेली नाही. बॅस्टिअन तळावर जे उपचार केले गेले, ते निःसंशय सुयोग्य होते, असे मिस्टर मॅथ्यूजनी मत प्रदर्शित केले आहे. जे उपचार केले गेले त्याला मार्कनेही दाद दिली होती, त्यामुळेच तो पुढे इतका वेळ जिवंत राहू शकला. बॅस्टिअन तळावर त्यांनी जे प्रयत्न केले, तेही अतुलनीय म्हटले पाहिजेत, असे मि. मॅथ्यूजनी वर्णन केले आहे. माझ्या मते त्यांचे हे भाष्य समर्थनीय आहे.

गार्ड्समन जेम्सकडे हेमकॉनसारखी दुसरी काही उपकरणे असती किंवा कॉर्पोरल लेसीकडे आणखी काही शिरेतून देण्याचे द्रवपदार्थ असते, तर मार्कचे प्राण वाचले असते का, याविषयीचे त्यांचे मत मि. मॅथ्यूजनी व्यक्त केले आहे.

या संदर्भात मी मि. मॅथ्यूजच्या वैद्यकीय अहवालातील परिच्छेद ५१ उल्लेख

करू इच्छितो. मि. मॅथ्यूज म्हणतात, "हेमकॉनसारखी उपकरणे जेलचे रूप धारण करतात. त्या जेलच्या अंगी असे गुणधर्म असतात की ते रक्ताच्या संपर्कात आल्यावर वाहणाऱ्या रक्तावर अडथळ्यासारखे बसतात. क्विकक्लॉट हेही त्याच्याच सारखे असते; पण हे पदार्थ तुटलेल्या सबक्लॅव्हिअन रक्तवाहिनीतील रक्तस्राव थांबवू शकत नाहीत किंवा जखमेच्या बाहेरच्या तोंडावर लावल्यावरही फारसे उपयोगी पडत नाहीत."

पुढे मी मि. मॅथ्यूजच्या अहवालातील परिच्छेद ४९चा संदर्भ देऊ इच्छितो, "मार्कच्या सबक्लॅव्हिअन रक्तवाहिनीत गोळी लागली. त्यामुळे भयंकर रक्तस्राव झाला. ही रक्तवाहिनी खूप मोठी असते. कोणतीही अशी रक्तवाहिनी जर कापली गेली किंवा तुटली तर महाभयानक रक्तस्राव होतो. सबक्लॅव्हिअन रक्तवाहिनीला खांद्यावर जखम झाली. सर्वसामान्य माणसाच्या भाषेत सांगायचे तर तिथे अंतर्गत रक्तस्राव होणार नाही. त्या जखमेतून होणारा रक्तस्राव छातीच्या पोकळीतील टिश्यूंमध्ये पसरेल. फाटलेली रक्तवाहिनी शस्त्रक्रियेने बंद केली तरच रक्तस्राव थांबू शकतो. शस्त्रक्रियेतील ड्रेसिंग वापरून त्यात काहीही फरक पडला नसता, मग ते क्विकक्लॉट असो किंवा इतर ड्रेसिंग असो."

बॅस्टिअन तळावरच्या हॉस्पिटमधील लेफ्टनंट कर्नल ब्रुक्स यांनी मि. मॅथ्यूजच्या निवेदनाला अनुलक्षून जे मत व्यक्त केले आहे. ते मी इथे मांडतो, "हेमकॉन किंवा क्विकक्लॉटच्या संदर्भात मि. मॅथ्यूजनी जे म्हटले आहे, त्याच्याशी मी सहमत आहे. या प्रकारच्या जखमेत त्याचा खरोखरच काहीही उपयोग झाला नसता. हेलिकॉप्टरमध्येही रक्तस्राव थांबवण्यासाठी अधिक काही करता आले नसते याच्याशीही मी सहमत आहे. हृदयाला मसाज करून कृत्रिम श्वासोच्छ्वास ज्या वेळी देण्यात आला, त्या वेळी लेफ्टनंट एव्हिसनचा जीव वाचवता आला नसता याच्याशी मात्र मी सहमत नाही."

कर्नल केम्प, तुम्ही कृपा करून गार्ड्समन जेम्स आणि कार्पोरल लेसी यांच्याशी बोलून त्यांना हे समजून घेण्यास सांगा की, मार्कला वाचवण्यासाठी त्यांना यापेक्षा अधिक काही करता आले नसते. अर्थात त्यामुळे त्यांचे कितपत समाधान होईल, याची मला शंका आहे.

मार्कवर उपचार करण्यासाठी योग्य उपकरणे, सुविधा हेलिकॉप्टरमध्ये होती का या प्रश्नाकडे आता वळू. मि. मॅथ्यूज यांनी आपल्या अहवालातील ५४व्या परिच्छेदात म्हटले आहे – "साक्षीदारांच्या निवेदनातून ९.१५ला लेफ्टनंट एव्हिसनची अवस्था कशी होती, ते मला स्पष्ट कळू शकले नाही. ही गोष्ट चौकशी समितीने निश्चित करायला हवी असे मला वाटते; पण त्याची नाडी हळूहळू मंद होत होती. आणि त्या क्षणी त्याला जीवरक्षक प्रणाली किंवा हृदयाला मसाज करून कृत्रिम

श्वासोच्छ्वासाची आवश्यकता निर्माण झाली. तेव्हा हेलिकॉप्टरमध्येही त्याला शुद्धीवर आणण्यासाठी शिरेतून काही दिले असते तरी हेलिकॉप्टरच्या प्रवासात त्याचा रक्तस्राव थांबवता आला नसता आणि खरोखरच तसे घडले. हेलिकॉप्टरमध्येच त्याची हृदयक्रिया बंद पडली. माझे असे मत आहे की, रक्तस्रावामुळे ज्या वेळी त्याला कृत्रिम श्वासोच्छ्वासाची गरज पडली, त्या वेळी केलेल्या शर्थीच्या प्रयत्नांना तात्पुरते यश मिळाले असले तरीसुद्धा त्याचे प्राण वाचवता आलेच नसते.''

मार्कचा रक्तस्राव थांबवण्यासाठी शस्त्रक्रियेव्यतिरिक्त दुसरा पर्यायच नव्हता. याच्याशी लेफ्टनंट कर्नल ब्रुक्स सहमत आहेत; पण ज्या वेळी मार्कला हृदयाला मसाज करून कृत्रिम श्वासोच्छ्वास दिला, तेव्हाही मार्क वाचू शकला नसता हे त्यांना मान्य नाही. लेफ्टनंट कर्नल ब्रुक्स पुढे असेही म्हणतात की, युनिट वन् ट्रॉमा युनिटमध्ये येणाऱ्या अशा तऱ्हेची जखम झालेल्या रुग्णांपैकी ज्यांची शरीरातील सर्व महत्त्वाची इंद्रिये तुलनात्मकदृष्ट्या अधिक कार्यक्षम असतात, त्यांच्यापैकीसुद्धा निम्मे रुग्ण दगावतात. मार्क ज्या परिस्थितीत जखमी झाला त्या परिस्थितीत तर मृत्यूची शक्यता जवळजवळ शंभर टक्क्यांपर्यंत जाते. जखमी व्यक्तीला हलवणे अवघड असेल आणि रोग्याच्या वैद्यकीय पूर्वेतिहासानुसार त्याला हृदयाला मसाज करून कृत्रिम श्वासोच्छ्वासाची गरज भासलेली असेल, तर असा रुग्ण युनायटेड किंग्डमच्या अगदी हॉस्पिटलच्या दारात जरी जखमी झाला असता तरी तो वाचण्याची शक्यता नगण्य असती. लेव्हल वन् ट्रॉमा युनिटच्या दरवाजात जर एखादी व्यक्ती जखमी झाली तर ती वाचण्याची किंचितशी शक्यता असते.

वेगवेगळ्या नोंदींप्रमाणे हेलिकॉप्टरला झालेल्या ३२ अथवा ३७ मिनिटांच्या विलंबाबाबतचं लेफ्टनंट कर्नल ब्रुक्सचे मत, ''लेफ्टनंट एव्हिसनची ३२ मिनिटे अगोदर शस्त्रक्रिया झाली असती तर त्याची फलश्रुती वेगळी असती, हे नुसते अनुमान आहे; हे काही सिद्ध झालेले नाही. माझ्या मते, त्या तथाकथित ३२ मिनिटांच्या विलंबाचा वाचण्याच्या शक्यतेवर काही फारसा परिणाम झाला नसता. जखम झाली अफगाणिस्तानातील युद्धात, तेव्हा अशा पार्श्वभूमीवर अशा जखमी अवस्थेत जगण्याची शक्यता कमीत कमीच असू शकते. तरीही माझी खात्री आहे की शक्य तितके सर्व प्रयत्न करणे योग्यच होते आणि ते केले गेले.''

वैद्यकीय पुराव्यांचा सारांश

मार्कला झालेल्या जखमेने त्याची सबक्लॅव्हिअन रक्तवाहिनी तुटली. ऑपरेशन थिएटरमध्ये शस्त्रक्रिया करून रक्तवाहिनी शिवणे, हाच रक्त थांबवण्याचा एकमेव पर्याय होता; परंतु हे करण्यापूर्वी त्याला गस्ती चौकीवर हलवणे भाग होते. कालव्याच्या खंदकातून आणि उघड्या पुलावरून चौकीकडे जाणाऱ्या मार्गावर

शत्रूचा सतत गोळीबार चालू होता. बॅस्टिअन तळावर परत जाण्यासाठी हेलिकॉप्टरला परवानगी मिळण्यासाठी आणि ते येण्याची त्याला वाट पाहावी लागली. बॅस्टिअन तळावरच्या हॉस्पिटलमध्ये शस्त्रक्रिया होऊ शकली असती. रक्तस्राव त्यामुळेच केवळ थांबू शकला असता. इथे आपण तुटलेल्या बारीक केशवाहिन्यांचा विचार करत नसून मोठ्या रक्तवाहिनीविषयी बोलत आहोत. त्या रक्तवाहिनीतील रक्तस्राव थांबवण्यास सर्जिकल ड्रेसिंगचा काहीही उपयोग होऊ शकला नसता. डॉक्टरांनी वर्तवलेली तो वाचण्याची कमाल शक्यता अंधुकच होती. तीसुद्धा याच विश्वासावर आधारलेली की जोपर्यंत धुगधुगी आहे तोपर्यंत आशेला स्थान असतेच. सैनिकांनी सुरुवातीला जखम 'क' वर्गवारीतील आहे असे म्हटले होते, पण खरे तर ती 'ब' वर्गवारीतील होती. माझ्या मते, ही वर्गवारीतील चूक मार्कच्या मृत्यूला कारणीभूत नव्हती. कर्नल केम्प, कृपया ज्या सैनिकांना असे वाटते आहे त्यांना हे सांगावे की त्यामुळे मार्कचा मृत्यू ओढवला नाही.

शक्याशक्यतांच्या साधकबाधक विचारावरच कॉरोनरचे काम आधारलेले असते. मार्कची जखम फार गंभीर होती हे स्पष्टच आहे. त्याच्या सैनिकांनी आणि बॅस्टिअन तळावरच्या सर्जन्सनी शर्थीचे प्रयत्न केले; पण ज्या परिस्थितीत ही जखम झाली ती पाहता, त्याची परिणती मार्कच्या मृत्यूनच झाली असती. मि. टेम्पलने म्हटले आहे की, कितीही अंधुक असली तरी वाचण्याची शक्यता नेहमीच असते. पण कितीही कमी शक्यता असली तरी कसल्याही विलंबामुळे ती आणखी कमी होते आणि या भूमिकेपेक्षा पुढे जाऊन त्या विलंबामुळेच मृत्यू झाला असे म्हणणे मला योग्य वाटत नाही. वैद्यकीय मदत मिळण्याच्या दृष्टीने त्यात काही उपेक्षा झाल्याचे मला दिसत नाही. या प्रकरणात असली नोंद करण्याचे मला कोणी सूचितही केलेले नाही.

हेलिकॉप्टरचा विलंब

हेलिकॉप्टर पाठवण्यासाठी अधिकृत परवानगी मिळण्यास लागलेल्या वेळेचा वेगवेगळा उल्लेख आढळतो. म्हणजे कधी ३२ मिनिटे, कधी ३७ मिनिटे आणि कधी ३९ मिनिटे. मी ३९ मिनिटे असाच त्याचा वेळ धरतो. हा वेळ म्हणजे नाइन लाइनर पाठवल्यापासून हेलिकॉप्टरच्या मागणीसाठी रीतसर परवानगी मिळण्यापर्यंचा काळ. नाइन लाइनर पाठवला ८.४६ला आणि हेलिकॉप्टर पाठवण्याची परवानगी मिळाली ती ९.२५ला. मिसेस एव्हिसनला या दिरंगाईचेच वैषम्य वाटते आहे हे समजण्यासारखे आहे. सैन्य दल किंवा चौकशी समिती यांपैकी कोणीच याचे स्पष्टीकरण देऊ शकलेले नाही. सैन्य दलाने ते शोधून काढण्यासाठी जी मदत केली त्याबाबत मी समाधानी आहे. जर त्याविषयीचे कागदपत्र उपलब्ध झाले तर सैन्य दल मार्कच्या

आई-वडिलांना आणि कोर्टाला तसे कळवेलच. ही गोष्ट मृत्यूला कारणीभूत झाली का, हे या चौकशीच्या संदर्भात महत्त्वाचे आहे. ती कारणीभूत झाली असे मला वाटत नाही. हे माझे मत मि. मॅथ्यूजच्या अहवालातील परिच्छेद ५४वर आधालेले आहे, "साक्षीदारांच्या निवेदनातून ९.१५ला लेफ्टनंट एव्हिसनची अवस्था कशी होती, ते मला स्पष्ट कळू शकलेले नाही. ही गोष्ट चौकशी समितीने निश्चित करावयास हवी असे मला वाटते, पण त्याची नाडी हळूहळू मंद होत असताना त्याला जीवरक्षकप्रणाली (व्हेंटिलेटर) अथवा हृदयाला मसाज करून कृत्रिम श्वासोच्छ्वास देण्याची गरज पडू लागली होती. त्याच वेळी हेलिकॉप्टरमध्ये त्याला शुद्धीवर आणण्यासाठी शिरेतून काही दिले असते तरी हेलिकॉप्टरच्या प्रवासात त्याचा रक्तस्राव थांबवता आला नसता आणि खरोखरच तसे घडले. हेलिकॉप्टरमध्येच त्याची हृदयक्रिया थांबली. माझे असे मत आहे, की रक्तस्रावामुळे ज्या वेळी त्याला हृदयाला मसाज करून कृत्रिम श्वासोच्छवास देण्याची गरज पडली, त्या वेळी केलेल्या शर्थीच्या प्रयत्नांना तात्पुरते यश मिळाले असले तरीसुद्धा त्याचे प्राण वाचवताच आले नसते."

मि. मॅथ्यूज यांनी अहवालाच्या ५७व्या परिच्छेदात असे म्हटले आहे.

"या चौकशी समितीपुढे मी माझे असे मत मांडू इच्छितो की, ज्या वेळी लेफ्टनंट मार्क एव्हिसन बेशुद्धावस्थेत जात होता आणि पुन्हा शुद्धीवर येत होता, त्या वेळी श्वासोच्छ्वासाच्या अधिक प्रगत उपचारांखेरीज तो वाचणे अशक्य होते. जेव्हापासून त्याला कृत्रिम श्वासोच्छ्वासाची गरज निर्माण झाली होती, त्या वेळेस सर्व शक्याशक्यतांचा विचार करता, तो दीर्घ काळ जिवंत राहण्याची अपेक्षा करणे अवास्तव होते, आणि समजा तो वाचला असता तरी प्राणवायू न मिळाल्याने मेंदूला झालेल्या इजेमुळे, या अशा अवस्थेत त्याला जन्मभर देखभाल आणि आधाराची गरज पडली असती. बहुधा चेतनाहीन अवस्थेतच त्याला आयुष्य काढावे लागले असते." लेफ्टनंट कर्नल ब्रुक्सने आपल्या अहवालात त्या ३२ मिनिटांच्या विलंबाचा मार्कच्या वाचण्याच्या शक्यतेत फारसा फरक पडला नसता याला पुष्टी दिली आहे, इकडे मी लक्ष वेधू इच्छितो.

बोमन रेडिओ

संदेशवहनात येणारा अडथळा हा एक खास विशेष महत्त्वाचा मुद्दा आहे. एक कारण असे आहे की, गोळी लागली त्या वेळी मार्क जिथे होता, तिथे असण्याचे एक कारण हेच होते. मार्क त्या ठिकाणी होता, कारण एकतर त्याला काय घडते

आहे, हे स्वतःच्या डोळ्यांनी पाहायचे होते आणि दुसरे म्हणजे तो त्याच्या बिनतारी यंत्रणेवर संदेश मिळवण्याच्या प्रयत्नांत होता. आपण उघड्यावर येऊन जोखीम पत्करतोय हे माहीत असूनही केवळ याच दोन कारणांसाठी तो प्रवेशमार्गाशी आला. लान्स सार्जंट पीक आणि कंपनी कमांडशी त्याने बोलणे आवश्यकच होते. हे करणे खरोखरच फार धाडसाचे होते. त्याच्यावर सतत गोळीबार होतच होता. मार्कला त्याने पत्करलेले धोके ठाऊकच असणार. त्याला त्याच्या बिनतारी यंत्रणेवर कोणतेच संदेश मिळत नव्हते का किंवा मिळणारे संदेश फारच क्षीण होते का, हे आपल्याला काहीच माहीत नाही. एक लक्षात घ्यावयास हवे की, या चौकशीचा हेतू ब्रिटिश सैन्य दलासाठी बोमन रेडिओ योग्य आहेत की नाहीत किंवा सैन्य दलाकडे पुरेसे बोमन रेडिओ आहेत की नाहीत किंवा इलेक्ट्रॉनिक गणक मापक (ईसीएम) हे बोमन रेडिओच्या कामात व्यत्यय आणतात का, याची चौकशी करणे, हा नाही. ही पार्लमेंटमध्ये चर्चा करण्याची राजकीय बाब आहे. याचा मार्कच्या मृत्यूवर परिणाम झाला का, आणि झाला असल्यास कसा... माझ्या दृष्टीने एवढेच महत्त्वाचे आहे.

कॅप्टन मोकर्झेल याच्या अहवालानुसार अफगाणिस्तानात वेल्श गार्ड्सना बिनतारी यंत्रणा वापरताना अनेक अडचणी येत होत्या. (त्यानंतर कॉरोनरने कॅप्टन मोकर्झेलचा सगळा अहवाल वाचून दाखवला.)

मार्कला बिनतारी यंत्रणा न देताच किंवा मोडक्या (न चालणाऱ्या) बिनतारी यंत्रणेनिशी जर गस्तीला पाठवण्यात आले असते तर ती फारच चिंतेंची बाब झाली असती. काल एका सैनिकाने इलेक्ट्रॉनिक गणक मापकाने (इलेक्ट्रॉनिक काउंटर मेजर) बोमन रेडिओमध्ये अडथळा आणल्याची साक्ष, तर इतर सैनिकांनी तसे काहीच न झाल्याची साक्ष दिलेली आपण ऐकली. इतर काहींनी साक्ष दिली की, बोमन रेडिओवर दुसऱ्या कशाचा परिणाम झाला असावा. उदाहरणार्थ, तो भूप्रदेश किंवा त्या वेळचे हवामान याचा. वास्तवात असे लक्षात येते की, गस्तीवर असताना प्लॅटूनला बिनतारी संदेशात अडथळे येत होते. आता हे समजून घेणे महत्त्वाचे आहे की मार्कची बिनतारी यंत्रणा कुचकामी होती, का त्याला काही तात्कालिक अडचणी येत होत्या. मला वाटते असे गृहीत धरणे योग्य ठरेल की, मार्कने गस्तीवर जाण्यापूर्वी यंत्रणा ठीक चालते आहे ना याची खात्री करून घेतली असावी. त्याच्याविषयी मी जे ऐकले आहे त्यावरून तो तसे न करताच गेला असेल अशी मी कल्पना करू शकत नाही. माझी खात्री आहे की, जर तो गस्तीची तुकडी घेऊन निघतानाच त्याला बिनतारी संदेश मिळण्यात मोठा अडथळा आला असता तर तो गस्ती तुकडी घेऊन गेलाच नसता. आपण असेही ऐकले की, तो जखमी होण्यापूर्वी ३० मिनिटे संदेशवहन यंत्रणा वापरतच होत, हे सैनिकांच्या साक्षीतून आणि त्यांच्या नोंदीतून स्पष्ट झाले आहे.

शिवाय मेजर बेटिन्सन यानेही लेफ्टनंट एव्हिसनशी ८.२८ला, ८.३२ला, ८.३५ला आणि ८. ३८ला संपर्क झाल्याचे सांगितलेच आहे.

मार्कला साधारण ८.४२च्या आसपास गोळी लागली असावी. गार्ड्समन टकरला मार्क पडल्यानंतरही काही मिनिटे बिनतारी संदेश मिळवण्यात यश आले होते. कंपनी कमांडशी टकर तर काही अडथळा न येता बोलू शकला होता. टकरने निवेदनात सांगितले की, त्याने गार्ड्समन जेम्सला लेफ्टनंट एव्हिसनवर उपचार करताना पाहिले होते. आणि त्यानेच मार्कच्या बिनतारी यंत्रणेवरून कंपनी कमांडला मार्क जखमी झाल्याची खबर दिली होती. लान्स सार्जंट पीकने सगळ्या प्लॅटूनला कम्पाउंडमधून सुखरूप बाहेर काढण्यासाठी बिनतारी संदेशातून मदत करण्याची विनंती केलेली त्याने ऐकली होती. या सगळ्या साक्षींवरून मी अशा निष्कर्षाला आलोय की, मार्क एव्हिसनचा बोमन रेडिओ नादुरुस्त अथवा चालत नव्हता असे नसून, संदेश मिळवण्यात त्याला तात्पुरती अडचण आली होती. तो कम्पाउंडच्या प्रवेशद्वारापाशी येण्याचे एक कारण हेच होते.

पर्सनल रोल रेडिओमध्येही काही अडचणी येत असल्याचे आपण ऐकले. परंतु ज्या साक्षी आपण ऐकल्या त्यात पर्सनल रोल रेडिओवर बोलत असल्याचे उल्लेखही वारंवार आले. मी असे म्हणत नाही की, त्यांना अडचणी आल्याच नाहीत; क्वचित आल्या. परंतु त्यांच्यात अजिबातच संपर्क नव्हता हे म्हणणे मात्र चुकीचे होईल. असे म्हणता येईल की, संपर्क काही वेळा तुटक होता.

गस्ती चौकीवरील सैनिकांना काय घडते आहे हे दिसत होते आणि मार्कला हलवले जात असताना त्यांचे साहाय्यही मिळाले होते. मार्कने तुकडीला घेऊन गस्तीला जाण्याच्या निर्णयाची चर्चा मी करणे योग्य आहे का, याचा विचार मी केला आहे. मी ती चर्चा करणे योग्य आहे असे मला वाटत नाही. हा कारवाईच्या अंतर्गत येणारा मुद्दा आहे.

ज्या साक्षी आपण ऐकल्या त्याचा हा थोडक्यात वृत्तान्त आहे. आता मला माझा निष्कर्ष जाहीर करायचा आहे. आर विरुद्ध ऑक्सफर्डशायरचा सहायक कॉरोनर यांच्या प्रकरणातील सुप्रीम कोर्टाने अलीकडेच दिलेल्या निर्णयाचा संदर्भ येथे देण्याची गरज आहे. त्यावरून माझे अधिकार काय आहेत, ते स्पष्ट होईल. माझ्या मते, या प्रकरणात सुप्रीम कोर्टाने काही नवीन कायदा केलेला नाही. सुप्रीम कोर्टाने हा निर्णय बहुमताने घेतलेला होता. हा निर्णय मी लावलेल्या कायद्याच्या अर्थाला पुष्टीच देतो.

लॉर्ड फिलिप्स यांनी निकालपत्रात दिलेला परिच्छेद ८८ मी उद्धृत करतो. ''चौकशी करताना कलम २ अन्वये आवश्यक ठरवलेल्या तपासाच्या बाबींची पूर्तता करण्याचा प्रयत्न कॉरोनरने नक्कीच करायला हवा.''

लॉर्ड रॉजर यांनी निकालपत्रात दिलेला परिच्छेद १२२मध्ये निर्दिष्ट केलेल्या या बाबींचा मी येथे उल्लेख करतो. "लढाईत झालेला सैनिकाचा मृत्यू म्हणजे, कलम २नुसार ठरवलेल्या एखाद्या सैनिकाच्या जगण्याच्या हक्काचा युनायटेड किंग्डमने केलेला भंग आहे असे समजणे, हे केवळ चुकीचेच नाही, तर त्याहूनही वाईट आहे. ते म्हणजे आपल्या सैनिकांच्या कामगिरीचे अवमूल्यनच आहे. त्यांचे काम मृत्यूचा किंवा दुखापतीचा धोका पत्करणे एवढ्यापुरतेच मर्यादित नाही. हे अनेक कामांच्या बाबतीत खरे आहे. त्यात मोठमोठ्या बांधकामांवर काम करणारे, दुरुस्त्या करणाऱ्यांपासून ते अग्निशामक दलाच्या सैनिकांपर्यंत आणि विमानाची चाचणी घेणाऱ्या वैमानिकांपासून ते पाण्यात खोल बुडी मारून शोध घेणाऱ्यांपर्यंत सर्वच समाविष्ट आहेत. यातले एकमेवाद्वितीय वेगळेपण म्हणजे सैनिकांना अशा परिस्थितीत तैनात केले जाते, जेथे प्रतिपक्ष आपल्या सर्व सामर्थ्यानिशी त्यांना ठार मारण्याचा अथवा जखमी करण्याचा निश्चित प्रयत्न करणार असतो आणि हे सैनिकांना ठाऊकही असते. त्यांना प्रशिक्षण देणे आणि बचावाची चांगली साधने पुरवणे, अशी पावले उचलून त्यांना शत्रूच्या आक्रमणापासून आपण काही अंशी सुरक्षा पुरवू शकतो; पण संपूर्ण सुरक्षा पुरवणे शक्य नसते. मृत्यू आणि जखमा अटळ असतात. युद्धात आपल्या सैनिकांना असे धोके पत्करावे लागतात आणि म्हणूनच ते जनतेच्या आदरास पात्र ठरतात. युद्धात धारातीर्थी पडणाऱ्यांच्या मालमत्तेवर वारसा कर न आकारण्याची आपली जुनी परंपरा आहे. आपल्या सरकारने ठरवलेल्या राष्ट्रीय हिताच्या संरक्षणासाठी या सैनिकांना आपल्या जिवाची बाजी लावण्यास सांगितले जाते, याची अशा तऱ्हेने दखल घेतली जाते."

लॉर्ड रॉजर यांनी परिच्छेद १२७ मध्ये म्हटले आहे, "जे घडले त्याला कारणीभूत आहेत असे वाटणाऱ्या किंवा खरोखर कारणीभूत असलेल्या राजकीय निर्णयांचा विचार कॉरोनरच्या अखत्यारीत येत नाही. हे नचोव्हा विरुद्ध बल्गेरिया या २००५ सालच्या निकालातून स्पष्ट होईल. ग्रँड चेंबरने वर्णन केल्याप्रमाणे, स्थानिक कायद्यांची प्रभावी अमंलबजावणी करून सरकारनियुक्त व्यक्ती किंवा व्यक्तिसमूहांच्या जीवित हक्काचे संरक्षण होते आहे याची खात्री करणे, हा कलम २च्या तपासाचा मूळ हेतू आहे. ज्या मृत्यूंचे उत्तरदायित्व सरकारकडे आहे, त्यांची जबाबदारी निश्चित करणे, हेही त्यात अंतर्भूत आहे." रस्त्यावरच्या बॉंबस्फोटाने एखाद्या सैनिकाच्या गाडीवरचे संरक्षक पत्रे भेदले गेल्याने तो सैनिक मेला असे जर समजा सिद्ध झाले, तर ते संरक्षक पत्रे जर अधिक मजबूत असते तर त्या सैनिकाचा मृत्यू ओढवला नसता, असे अनुमान यावरून काढले जाईल. हे साधे अनुमान भविष्यकाळात एक मार्गदर्शक तत्त्व म्हणून उपयोगी पडेल. पण अधिक मजबूत संरक्षक पत्रे बसवणे शक्य होते का किंवा कारवाईत, मोहिमेत विशिष्ट प्रकारची वाहने का वापरली गेली

किंवा सरंक्षण मंत्रालयाने अधिक मजबूत वाहनांऐवजी ही वाहने मुळातूनच का खरेदी केली असतील किंवा हेलिकॉप्टर्स अधिक संख्येने उपलब्ध करून दिली असती तर अधिक चांगले झाले असते, हे सगळे प्रश्न असे मुद्दे उपस्थित करतात जे कायदेशीर असण्यापेक्षा राजकीयच जास्त आहेत. असे असतानाही हे लक्षणीय आहे की बचाव पक्षाच्या वकिलांनी ही बाब पार्लमेंटकडे सोपवण्याची कोणतीच विनंती केलेली नाही. पार्लमेंट हे असे पीठ आहे की तिथे अशा गोष्टी मांडल्या जाऊ शकतात, त्यांची चर्चा केली जाऊ शकते आणि संबंधित मंत्र्यांना त्यासाठी जबाबदार धरले जाऊ शकते. अर्थात पार्लमेंटने आणलेल्या दबावाचा परिणाम म्हणून सरकार कदाचित स्वतंत्र चौकशी समिती नेमू शकेल. या समितीची कार्यकक्षा अधिक व्यापक असेल. राजकीय बाबींसकट परिस्थितीतल्या सर्व पैलूंचा विचार ही समिती करू शकेल. आपला संबंध कॉरोनर चौकशीची व्याप्ती काय असावी, इतकाच आहे. कॉरोनरच्या चौकशीचे कामही वेगळे आहे. सैनिकांच्या मृत्यूशी संबंधित अनेक बाबी- ज्या त्यांच्या नातेवाइकांच्या दृष्टीने अतिशय महत्त्वाच्या असतात- त्या अशा व्यापक स्वरूपात मोडतात. थोडक्यात काय, या बाबींचे स्वरूप कायदेविषयक नसून, धोरणविषयक आहे. कॉरोनरला कलम २नुसार जो तपास करण्याची जबाबदारी पार पाडायची असते, त्यात या बाबींचा तपास मोडत नाही.

मी कलम २नुसार तपास केल्याचे आपल्याला सांगितलेच आहे. त्याचा केंद्रबिंदू मार्क असायला हवा आणि तसा तो होताच. कॉरोनर म्हणून तुकडीने कोणती वैद्यकीय उपकरणे बाळगली पाहिजेत आणि ती बाळगली असती तर त्याचे प्राण वाचले असते का, याचा विचार करणे हे माझ्या अखत्यारीत येत नाही. 'गोल्डन अवर' म्हणून जो कालावधी समजला जातो त्या कालावधीच्या आत जखमी सैनिकांना हलवण्यासाठी ब्रिटिश सैन्य दलाने वचनबद्ध असावयास हवे का, हेही कॉरोनरने ठरवायचे नाही आहे. माझा संबंध एवढाच आहे की मार्कला लवकर ऑपरेशन थिएटरमध्ये दाखल केले असते तर त्यामुळे त्याचे प्राण वाचले असते का? बोमन रेडिओ आणि इलेक्ट्रॉनिक गणक मापक हे दोन्ही एकत्रितपणे वापरले जाऊ शकतात का, या मुद्द्याचा विचार मी करण्याचे कारणच नाही. मी इतकाच विचार करायचा आहे की, मार्ककडे बोमन रेडिओ होता की नाही आणि तो अपेक्षेनुसार व्यवस्थित काम करत होता का? बाकी सर्व गोष्टी म्हणजे राजकीय निर्णय आहेत जे पार्लमेंटने घ्यायचे आहेत. सरकारने याची सार्वजनिक चौकशी केली आणि मग त्या चौकशीत मला या मुद्द्यावर टिप्पणी करायला सांगितली तर मला त्याचे आश्चर्यच वाटेल.

टेम्पल क्यू. सी. यांनी काल सांगितले की, या चौकशीने मिसेस एव्हिसन यांचे संपूर्ण समाधान झालेले नाही. पण मी तपासाचे काम पूर्णपणे पार पाडले आहे आणि

मृत्युमुखी पडलेली जखमी व्यक्ती कोण आहे, ती कशी आणि कशाने मृत्यू पावली हा शोध घेण्याचे श्रेय मला आपण द्याल, अशी आशा आहे.

मी येथे नमूद करतो की, लंडनमध्ये १७ जुलै, १९८२रोजी जन्मलेला मार्क लॉरेन्स एव्हिसन, सेली ओक हॉस्पिटल बर्मिंगहॅम येथे १२ मे, २००९ रोजी मृत घोषित केला गेला. ज्या जखमांमुळे तो मरण पावला त्या अशा –

अ) प्राणवायूचा पुरवठा न झाल्याने मेंदूला झालेली गंभीर इजा

ब) प्रचंड रक्तस्राव

क) उजव्या खांद्याला झालेली गोळीची जखम

लेफ्टनंट मार्क लॉरेन्स एव्हिसन, हा देशासाठी आपले कर्तव्य बजावत असताना शत्रूकडून मारला गेला, असा मी निकाल देतो.

शब्दसूची

१) **अफगाण राष्ट्रीय सेना (ANA)** - ही अफगाणिस्तान सरकारच्या संरक्षण मंत्रालयाच्या सैन्य दलाची मुख्य शाखा आहे. जमिनीवरील युद्धाची जबाबदारी तिच्यावर असते. अमेरिका आणि नाटो देशांकडून तिला मोठी मदत मिळते.

२) **इलेक्ट्रॉनिक गणक मापक (ECM)** - हे विद्युत किंवा विद्युत कणाधारित उपकरण शत्रूच्या रडार किंवा इतर तपासयंत्रणांची दिशाभूल करण्यासाठी वापरले जाते.

३) **जनरल सर्टिफिकेट ऑफ सेकंडरी एज्युकेशन (GCSE)** - १४ ते १६ वयोगटातील शालेय विद्यार्थ्यांना विशिष्ट विषयासाठी द्यावी लागणारी परीक्षा.

४) **कॉम्बॅट लॉजिस्टिक पेट्रोल** - धोकादायक प्रदेशातून सैन्याच्या मालाची सुरक्षित वाहतूक करणारा वाहनांचा तांडा.

५) **जॅक ॲस व्हिडिओज** - गमतीदार व्हिडिओ

६) **व्हायकिंग** - ब्रिटिश सैन्यातले पाण्यात आणि जामिनीवर चालणारे वाहन

७) **इस्टोनिअन सैनिक** - ब्रिटिश सैनिकांच्या बरोबरीने अफगाणिस्तानात लढणारे इस्टोनिआच्या संरक्षण दलातील सैनिक

८) **फायटिंग एज मेल** (FAM) - २० ते ४० वयोगटातील युद्धास योग्य पुरुष.

९) **ॲपॅक हेलिकॉप्टर** - अमेरिकन सैन्य दलातील युद्धात वापरले जाणारे विविधोपयोगी अत्याधुनिक हेलिकॉप्टर

१०) **चिनुक हेलिकॉप्टर** - दोन अमेरिकन इंजिन असलेले, सैन्य दलाचे अवजड सामान वाहून नेणारे हेलिकॉप्टर

११) **नाइन लाइनर** - नऊ ओळींचा संदेश

१२) **स्नायपर** - अचूक नेम साधणारा नेमबाज. जो दूरवरून अथवा लपून शत्रूला लक्ष्य करतो.

१३) **जॅव्हेलिन** - अमेरिकन क्षेपणास्त्र जे हलत्या लक्ष्याचा वेध घेऊ शकते.

१४) **पर्सनल रोल रेडिओ (PRR)** - ब्रिटिश सैन्य दलाकडे असलेला छोटा

संदेश प्रक्षेपक आणि ग्राहक. त्याचे वजन दीड किलो असून, त्यावर २५६ रेडिओ स्टेशन्स लागू शकतात. ५०० मीटरपर्यंतच्या परिसरात तो वापरता येतो. त्याची बॅटरी सलग २० तास चालू शकते.

१५) **बोमन रेडिओ** - ब्रिटिश सैन्य दल आपल्या आघाडीवरील सैनिकांसाठी वापरत असलेले हाय फ्रिक्वेन्सी रेडिओ सेट्स.

१६) **गोल्डन अवर** - प्राणांतिक जखम झाल्यापासून, ज्या काळात योग्य उपचार मिळाल्यास जखमी व्यक्ती वाचण्याची शक्यता असते तो कालावधी. सर्वसाधारणपणे हा एक तास अथवा त्याहून कमी असतो.

१७) **संगर** - दगड आणि वाळूच्या पोत्यांनी युद्धात केलेला आडोसा

१८) **वेल्श गार्ड्स** - ब्रिटिश सैन्य दलाच्या पायदळातील एक तुकडी.

१९) **हेमकॉन ड्रेसिंग** - रक्ताच्या संपर्कात आल्यावर त्याच्या चिकटपणामुळे ते जखम थोड्याफार प्रमाणात बंद करण्याचा प्रयत्न करते. त्यामुळे रुग्णाच्या जखमेतील रक्तस्राव थोड्या प्रमाणात रोखला जातो.

२०) **क्विक क्लॉट** - रक्त गोठण्याच्या नैसर्गिक क्रियेस चालना देत व रक्तस्राव थांबवते.

२१) **ऑपरेशन मेंटॉर ॲण्ड लायझन टीम** - नाटो संघटनेची वेगवेगळ्या देशातील सैन्य दलांची तुकडी, जी मुख्यतः अफगाण राष्ट्रीय सेनेला प्रशिक्षण आणि प्रत्यक्ष युद्धसाहाय्य देण्याचे काम करते.

२२) **पेपर पॉटिंग** - शत्रूच्या ठिकाणावर जवळून चाल करून जाताना दोन-दोन सैनिकांची जोडी करून हल्ले करण्याचे तंत्र. यात एक जोडी चाल करून जात असताना दुसरी जोडी दुसरीकडून शत्रूवर गोळीबार करून हल्ला करणाऱ्या जोडीचे संरक्षण करते.

२३) **लास्ट पोस्ट** - मृत ब्रिटिश सैनिकांना दफनविधीच्या वेळी बिगुल अथवा ट्रंपेट वाजवून देण्यात येणारी अखेरची मानवंदना

२४) **ऑपरेशनल फोरकास्ट** - समुद्रकिनाऱ्यावरच्या प्रदेशातील पाण्याचे प्रवाह, पाण्याची क्षारता, पाण्याचे तापमान, वारे इत्यादीचा नजीकच्या भविष्यातील (सुमारे ४८ तासांचा) शास्त्रीय अंदाज. सर्वसाधारणपणे हा अंदाज वर्तमानातील निकषांवर आधारलेला असतो. दर ६ तासांनी तो सुधारित केला जातो.

२५) **नॉन कमिशन्ड ऑफिसर** - कोणत्याही विद्यापीठाचे प्रशिक्षण अथवा पदवी किंवा पदविका प्राप्त नसलेले, सैनिक म्हणून भरती झालेले; पण पदोन्नती मिळून झालेले अधिकारी

२६) **लाइट ड्रॅगन्स** - जॅकल रणगाड्यावरून कोठेही वेगाने जाण्यासाठी सज्ज असलेली पायदळाची तुकडी

२७) **बॅग व्हाल्व्ह मास्क** - ज्याची श्वसनक्रिया पूर्ण बंद पडली आहे, अथवा पुरेशी चालू नसेल अशा वेळी तोंडावरील मास्कला जोडलेले फुग्यासारखे उपकरण. फुगा दाबल्यावर हवा रोग्याच्या फुप्फुसात सोडली जाते आणि फुगा सोडल्यावर बाहेरील हवा फुग्यात भरली जाते.

२८) **इंग्लंड कॅनो स्लॅलम स्क्वाड** - कॅनो स्लॅलम हा पाण्यातील खेळ खेळणारा चमू- ज्यामध्ये वेगाने वाहणाऱ्या नदीत उभारलेल्या दरवाज्यांतून, दरवाज्यांना स्पर्श न करता पोहून जायचे असते.

❖